# சீகன்பால்குவின்
# ஓலைச்சுவடி பிரசங்கங்கள்

*1708* ஆம் ஆண்டு பனை ஓலைகளில்
எழுதின *26* பிரசங்கங்கள் தற்கால தமிழ்
எழுத்துக்களில்...

**WOG BOOKS 112**

First Edition 2025

**Author / *ஆசிரியர்*:**

Bartholomaus Ziegenbalg / *பர்தொலொமேயு சீகன்பால்க்*

**Published By / *பதிப்பு*:**

Bible Minutes, www.WordOfGod.in



**Download / *பதிவிறக்கம்*:**

www.WordOfGod.in and www.Archive.org

**Contact Us / *தொடர்புக்கு*:**

**WhatsApp:** +91 7676505599
**Email:** wordofgod@wordofgod.in

# பொருளடக்கம்

# பதிப்புரை

இந்த புத்தகம், சீகன்பால்க் அவர்கள் 1708 ஆம் ஆண்டு பனை ஓலையில் எழுதிய 26 பிரசங்கங்களை கொண்டது. இந்த ஓலைச்சுவடி "யெறுசலேயமென்கிற கோவிலிலே சொல்லப்பட்ட யிருபத்தாறு ஞானப் பிறசங்கம்" என்கிற தலைப்பை கொண்டுள்ளது. இந்த பிரசங்கங்கள் கிறிஸ்துவை அறியாதவர்களுக்கு அநேக காரியங்களை கற்றுக்கொடுத்தாலும், கிறிஸ்தவர்களுக்கும் பல காரியங்களை கற்றுக்கொடுக்கிறது. உதாரணமாக,

1. அந்த காலத்தில் கிறிஸ்தவர்கள் எப்படி வாழ்ந்தார்கள்
2. அவர்களுடைய நோக்கம் என்ன
3. கிறிஸ்தவ பிரசங்கள் எப்படி இருந்தது
4. கிறிஸ்தவ ஊழியர்கள் எதை பிரதானமாக எண்ணினார்கள்

நாம் இதை கருத்தில் கொண்டு கிறிஸ்தவ வாழ்விலும், இறைப்பணியிலும் ஈடுப்பட்டால் நலமாய் இருக்கும்.

இந்த ஓலைச்சுவடி *the Francke Foundations* அவர்களிடம் பாதுகாப்பாக உள்ளது. இதன் மின்-நூல் *(PDF / ebook)* *https://digital.francke-halle.de/download/pdf/314378.pdf* என்ற இணையதளத்தில் பதிவிறக்கம் செய்துக்கொள்ளலாம். அல்லது *https://digital.francke-halle.de/fsha/content/zoom/312162* என்ற இணையதளத்தில் வாசித்துப்பார்க்கலாம்.

இந்த ஓலைச்சுவடியின் ஒருசில இதழ்கள் உங்களுக்காக:

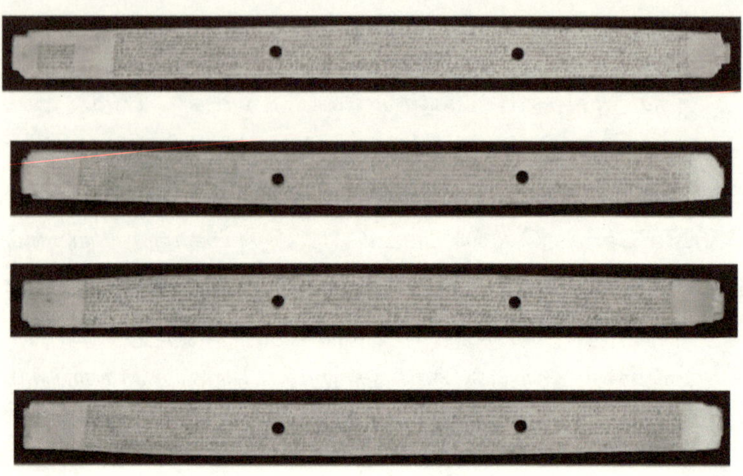

இந்த ஓலைச்சுவடிகளின் சில குறிப்புகள்:

*The transcription of AFSt/P TAM 37 Bl. 1-79 (80 pages; 43 cm long, 3 cm wide, 4 cm thick), which is compared with AFSt/P TAM 86 (205 pages; 27 cm long, 2.5 cm wide, 10 cm thick https://digital.francke-halle.de/download/pdf/495810.pdf or https://digital.francke-halle.de/fsha/content/zoom/495813) Incomplete: title page and leaves 20-21 are missing. All leaves are missing from leaf 204 on. The observation of dissimilarity recorded as and where detected.*

பதிப்பாசிரியர்

*4 ஜனவரி 2025*

## தொன்மையான, வழக்கொழிந்த, பழைய சொற்களஞ்சியம்

| வார்த்தை | பொருள் |
|---|---|
| அக்கியானம் | அஞ்ஞானம்; *spiritual ignorance* |
| அசனம் பண்ணு | சாப்பிடு, *to eat* |
| அரியாது | தின்னாது |
| அலங்கிறுதம் | அலங்காரம்; *a system, category, or style of such objects or features; ornamentation* |
| அனாதி | (அநாதி) தொடக்கமில்லாதது |
| அனுசாரி | துணையாளன், *a companion; assistant; a follower* |
| ஆவியம் | உயிர்; *spirit, life, bodily strength* |
| உபசரணை | மதித்தல், மரியாதை செலுத்துதல் *show respect* |
| உபசரணை செய்கிறது | மரியாதையோடு கேட்டல், *to beg respectfully* |
| உபசாரம் | மரியாதை, *reverence* |
| உபாயங்கள் | தந்திரங்கள் |
| எள்ப் பிறமாணமாகிலும் | எள்ளளவாகிலும் |
| ஒருகட்டா இருக்கிற பேர்கள் | ஏகமனதாய் இருப்பவர்கள், ஒரே இடத்தில் இருப்பவர்கள், *those that are all together in plot; those that are all of one mind* |
| ஒருகண்டசீராய் | ஒரே விதமாய்; *unchangeable, always the same* |
| ஒளிகளவாயிருக்காது | மறைவாய் இருக்காது |
| கெதிமோஷ்சம் | (கதிமோட்சம் ) மீளும் நிலை; |

| | |
|---|---|
| | மீட்பு நிலை, *salvation* |
| சம்பிறமம் | மனக்களிப்பு |
| சம்மனசு | தேவதூதன் |
| சாணுகள் | துறவிகள் |
| சோரத்தினம் | களவு; *thievery* |
| சோனகர் | முசுலிம்கள்; *Moors* |
| தப்பறை | பொய் |
| தின்மை | தீமை |
| பஞ்ச பூதியங்கள் | பஞ்ச பூதங்கள், *five elements; earth, water, fire, air, ethereal matter)* |
| பஞ்ச யிந்திரியங்கள் | ஐந்து உணர்வுகள், *(the five senses)* |
| பணிக்கன் | உபாத்தியாயன்; *superintendent; manager; a master builder* (தமிழ்-ஆங்கில அகராதி, எம். வின்சுலோ, *ASIAN EDUCATIONAL SERVICES, 1995)* |
| பட்சம் | அன்பு |
| பாவினை | பாவச் செயல் |
| பிராமரிக்கச் செய்யாதே | எண்ணாதே |
| பிறதாரத்தை அலட்ச் செய்யாமலும் | பிறதாரத்தைப் புணராமலும். (அலட்டுகிறது: *to haunt. according to " A Malabar and English Dictionary, 1779." haunt:* பரிமாறுதல். *according to "An English and Tamil Dictionary, 1844."* பரிமாறுதல்: புணர்தல் *according to online dictionary* அகராதி) |
| பிறைபை | ஒளி |
| பின்ன பேதகமாகப் | சொன்னதை/வாக்கை செய்யாமல் |

| | |
|---|---|
| | இருப்பது, *failure in performance of the promise* |
| பேதகம் | ஏமாற்றுதல்: மனசுப் பேதகமாகப் போனபடியினாலே: *because mind became deceitful* |
| பேதகம் | தன்மை வேறுபாடு; மனவேறுபாடு |
| மேதை | மேன்மை; *greatness* |
| மோகஆகாமியம் | தாறுமாறான பாலியல் *sexual pervertion* |
| யவத்தரான | பொய்யரான |
| யனாதி | (அநாதி) தொடக்கமில்லாதது |
| யிருப்பு | (இருப்பு) இருக்குந் தன்மை, *existence* |
| லவலேசம் | கொஞ்சம்; சிறிது; *a little* |
| லெபிக்கிறது | *to prove profitable.* தமிழும் இங்கிலேசுமாயிருக்கிற அகராதி, *1779 by Fabricius and Breithaupt)* |
| லெவிக்கிறது | லெபிக்கிறது |
| லெஷ்சிக்க | இரட்சிக்க |
| வத்தமானம் | (வர்த்தமானம்) சங்கதி |
| வற்றமானம் | (வர்த்தமானம்) சங்கதி |
| விக்கினம் | இடையூறு, தடை, தீது |
| விசாரம் | கவலை; ஆலோசனை; சிந்தனை; எண்ணம் |
| வின்ன பேதகம் | சொன்னதை/வாக்கை செய்யாமல் இருப்பது, *failure in performance of the promise* |

# பிரசங்கம் *1:* தேசத்திலே உள்ள தெய்வங்களுக்கும் மெய்யான சறுவேசுரனுக்கும் உள்ள வித்தியாசங்கள்

**யெறுசலேயமென்கிற கோவிலிலே சொல்லப்பட்ட முதலாம் பிறசங்கம்:**

***[ஓலை 1 முன் பக்கம்]*** யெனக்குப் பிரியமாயிருக்கிற சினேகிதரே பூமியிலே வாசமாயிருக்கிற பேர்களே சறுவேசுரனுடைய ஆனந்த மோஷ்சத்துக்கு திஷ்ட்டிக்கப் பட்ட பேர்களே பல பல மதங்களிலே யிருக்கிற பேர்களே பரலோகத்தினுடைய பாக்கியத்தையறிகிறத் துக்குக் கருத்துள்ள பேர்களே. உங்களிடத்திலே பிறசங்கம் பண்ணத்தக்கதாக அனேகம் சந்தோஷமாயிருக்கிறோம். நீங்கள் அறிவுநினைவுயில்லாத பேர்களாயிராமல் அறிவு நினவுள்ள பேர்களாயிருக்கிறபடியினாலே உங்களுக்கு அறிவுள்ள ஞானத்தை அறிவிக்க வேண்டியிருக்கிறது. பராபர வஷ்துவாகிற சறுவேசுரன் தம்முடைய சகல செந்துக்களுக்குள்ளே மனுஷரை உத்தமப் பொருளாக உண்டாக்கினாரென்று நமக்கெல்லாருக்கும் வெளிச்சமாயி ருக்கும். அதேதென்றால் சறுவத்துக்கும் வல்லவராயிருக்கிற சறுவேசுரன் நமக்கு அழியாத ஆற்றுமத்தையும் புத்தியையும் மனதையுங் கொடுத்து தம்முடைய சுருபத்துக்குச் சாயலாகப் படைப்பித்தாரெண்ணும் மத்தச் செந்துக்கள் யெல்லாத்தையும் பாற்க நமக்கு அலங்கிறுதமான *[அதாவது: அலங்காரமான]* ஆவியங்களுள்ள *[அதாவது: உயிருள்ள]* சரீரத்தைக் குடுத்தாரெண்ணும் நமக்கும் மத்தெல்லாருக்கும் பிறகாசமாயிருக்குது.

இப்படிக் கொத்த புத்தி மானசுள்ள ஆத்துமத்தையும் அலங்கிறுதமான சரீரத்தையும் நமக்குக் கொடுத்தபடி

யினாலே சறுவேசுரன் நம்மைத் தனக்கு உகந்த பணிவிடை செய்ய வேணுமெண்ணும் மத்துமுள்ள வஷ்துக்கள் யெல்லாத்தையும் நமக்குப் பிறையோசனமா யிருக்க வேணும்மென்றும் உண்டாக்கினாரொழிய மத்தப் படியல்ல. அதேதென்றால் லோகத்திலுண்டான வஷ்துக்க ளெல்லாம் நமக்கு உபகாரமாயிருக்கிறதெண்ணு கண்ணி னாலே பாத்துக்கொண்டு வருகிறோம். ஆனபடியினாலே சந்திர[னையும்] சூரியனையும் சகல நட்செத்திரங்களையும் பஞ்சபூதையங்களிலும் [அதாவது: பஞ்சபூதையங்களையும்] வனாந்திரத்திலே யிருக்கிற மிறுகசாதிகளையும் ஆகாசத்திலே பறக்கிற பஷிசாதிகளையும் மற்சங்களையும் பூமியிலே முளைக்கிற விருஷ்சங்களையும் சகல கனிவகை களையும் சமுத்திரத்திலே சனிக்கப்பட்ட மற்சங்களையும் வேறே வஷ்துக்களெல்லாத்தையும் கத்தனாயிருக்கிற சறுவேசுரன் நமக்காகப் படைப்பித்தாரென்றும் அறிகிறத்து க்கு இருட்டாயிருக்க மாட்டாது.

இது இப்படி யிருக்கை யிலே அந்தந்த வஷ்துக்களெல்லாம் நமக்கு அனுதினமும் பிறையோசனமாயிருக்கிறாப்போலே நாங்களும் யெல்லாத் துக்கும் கத்தனாயிருக்கிற சறுவேசுரனுக்குப் பரிபூரண மாகப் பணிவிடை செய்யவும் அவருடைய சித்தத்தின் படியே நடக்கவும் நமக்குக் கட்டளையிட்ட பெறியாயிரு க்கும். ஆனால் சறுவேசுரன் நமக்குக் கொடு **[ஓலை 1 பின் பக்கம்]** த்த தேவபிறசாதங்களையும் நமக்குண்டான நன்மைகளெல்லாத்தையும் பாவத்துக்காக முழுதும் யிழந்து போனத்துக்குப்பிற்பாடு நாங்களெல்லாரும் மத்த மிறுகங்க ளைப் பாற்க ஆகாதவர்களாய்ப்போனோம். ஆனபடியினா லே நம்மைப் படைப்பித்தவராயிருக்கிற ஆண்டவன் ஆரென்று நமக்குள்ளே இப்போ ஒருவராகிலும் தீற்கமாய் தன்னாலேதான் அறியக்கூடாது.

சறுவேசுரனுக்கு நாம் பயமில்லாமலும், பட்ச மில்லாமலும் [அதாவது: அன்பில் லாமலும்] நம்பிக்கை யில்லாமலும், விசுவாசமில்லாமலும், உபசாரமில்லாமலும் [அதாவது: மரியாதையில்லாமலும்] இப்போதும் இந்தப் பூலோகத்திலே பிசாசினுடைய பல பல உபாயங்க ளினாலே [அதாவது: தந்திரங்களினாலே] யேத்திக் கொண்டு நடக்கிறோம். நம்முடைய புத்தி யந்த காரமாக இருளாய் மூடிப்போச்சுது. இப்படி போனபடியி னாலே மோஷ்சத்துக்குப்போற வழியைத் தேடுகிறதிலே பயித்தியக்காரரைப்போலே இருக்கிறோம். நம்முடைய மனசுப் பேதகமாகப் போன படியினாலே [பேதகம்: வஞ்சனை; ஏமாற்றுதல்; மனசுப் பேதகமாகப் போனபடியினாலே: *because mind became deceitful]* சறுவேசுரனுடைய சித்தத்துக்கு ஏற்க கீழ்ப்படி ஞ்சு நடவாமல்ப்போச்சுது. பரலோகத்தினுடைய பாக்கிய த்தை மறந்தபடியினாலே பூலோகத்தினுடைய அழிஞ்சு போற பாக்கியத்தின் பேரிலே நினவு வைக்கிறோம்.

ஆற்றுமத்தினுடைய அழியாத மோஷ்சத்தைப் பார்க்க சரீரத்தி னுடைய ஒரு நொடியிலே அழிஞ்சுபோற சந்தோஷத்தின் பேரிலே அதிகமாய் விசாரித்துக் கொள்ளுகிறோம். சறுவேசுரனுடைய கற்பினைகளை விசாரிக்காதே போன படியினாலே பித்தரைப்போலே பிழைக்கிறோம். பித்தரைப்போலே சாகிறோம். இந்தப் பிறகாரமாக நம்முடைய அறிவுஞானமுள்ளப் புத்தியைப் பாவத்துக்காக இழந்துபோனபிற்பாடு இந்தப் பூலோகத்திலே சஞ்சாரம் பண்ணுகிற மனுதரெல்லாரும் மிகவும் தப்பிதமாய் போறார்கள். கரையேறுகிறத்துக்கு அவரவர்கள் தங்களுடைய புத்திக்குறைச்சலினாலே நரகத்துக்குப் போறவழியைத் தேடிக்கொண்டு வருகிறார்கள். இதினாலே லோகத்திலே யிருக்கிற

அந்தந்தத் தேசங்களில் அக்கியானத்தினாலே [அதாவது: அஞ்ஞானத்தினாலே] எண்ணப்படாத மதங்களுண் டாச்சுது. சில பேர்கள் சறுவேசுரன் இல்லையென்று மெத்தத் தப்பிதமாய்ச் சொல்லுகிறார்கள் சில பேர்கள் ஒரு சறுவேசுரனல்லவென்று அனேகஞ் சறுவேசுரனுண் டெண்ணு விசுவாசிக்கிறார்கள். சில பேர்கள் ஒரு சறுவேசுரன் மாத்திரமுண்டெண்ணு மெய்யாகவே நம்பியிருக்கிறார்கள்.

நம்பியிருந்தாலும் அவர் யெப்படிக் கொத்தவரெண் ணும் மோட்சம்மடைகிறத்துக்கு அவரருளிச் செய்த வகைகளை யேதென்றும் அறியா **[ஓலை 2 முன் பக்கம்]** தபடியினாலே முன் சொல் லப்பட்ட பேர்களோடே நரகத்துக்குக்கூடப் போறார்கள். இப்படிக் கொத்த அறியாத பேர்கள் இந்தத் தேசத்துக்குள்ளே அனேகமுண்டு. அதேதென்றால் எல்லாத்துக்கும் மேலான காரணமாயிருக்கிற சறுவேசுரனுக்குப் பொருந்தியிருக்கிற வழிபாடுகளை மறந்து மனுஷருடைய கையினால் யுண்டாக்கப்பட்ட சீவனில்லாத பல ரூபங்களுள்ள பொருள்களை தங்களுடைய கோவிலிலே வைத்துக் கொண்டு அதுகளுக்கு அக்கிறமமுள்ள நமஷ்காரங்களைப் பண்ணுகிறார்கள்.

இது தவிர அஞ்சுதலையுள்ள சிவனும் னாலுதலை யுடைத்தான விறுமாவும் அல்லாமல்ச் சமுத்திரத்திலே பாம்புமேல் பள்ளி கொள்ளுகிற விஷ்ட்டுணுவும் ஆனைத்தும்பிக் கைய்யும் பெருவாயிலுள்ள [அதாவது: பெருவாயுள்ள] வினாயகனும் இவர்கள் முதலான பேர்களுக்கு சறுவேசுரனென்கிற பேர் சொல்லுமென்று ***[AFSt/P TAM 86 ஓலை 6 மு:*** "சொல்லுமென்று" என்ற வார்த்தை "செல்லுமென்று" என்று எழுதப்பட்டுள்ளது]

முழு அக்கியானமாய் அங்கிகரிக்கிறார்கள். ஆனால், இப்படிக் கொத்த பேர்களுக்கு சறுவேசுரனென்கிற பேர் சொல்லுமென்று ***[AFStlP TAM 86 ஓலை 6 மு: "சொல்லுமென்று" என்ற வார்த்தை "செல்லுமென்று" என்று எழுதப்பட்டுள்ளது]*** மதிகெட்டவன் முதலாய்ச் சொல்லமாட்டான். இதெல்லாம் லோகத்திலே எப்படி வழங்கிதென்னால் பல பல வித்துவாங்கிஷர் கட்டின தப்பறை *[அதாவது: பொய்]* கதைகளினிமித்தியமாக சறுவேசுரனை அறியாத பேர்கள் முழுதும் மதிகெட்டதினாலே இப்படிக் கொத்த பேர்களைத் தேவனென்று அங்கிகரிச்சுக்கொண்டு வருவார்களொழிய மத்தப்படியல்ல.

இது இப்படியிருக்கச் செயிதே அவர்கள் சறுவேசுரன் யில்லையென்றும் நல்ல பேர்கள் யில்லையென்றும் கொஞ்சத்துக்குள்ளே வெளிப்படுத்து வோம். ஞானத்தி னாலே யானாலும் பெல[ம்] நீதி சந்தோஷ[ம்] முதலான நன்மைகளிலே ஆகிலும் யாதொருதனுக்குக் குறையுண் டெண்ணு கண்டீர்களானா லப்படிக் கொத்தவனை சறுவெசுரனெண்ணு சொல்லுகிறது முழு அக்கியான மாயிருக்கும். அதேதென்றால் அளவில்லாத சகல நன்மை சுவாபமாயிருக்கிற சறுவேசுரனிடத்திலே லவலேச *[அதாவது: கொஞ்ச]* மாத்திரம் ஆனாலும் நன்மைக்குறைச்சலுண்டெண்ணு சொல்லக்கூடாது. யிது குறையத்த சத்தியமாயிருக்கச் செயிதே மூடியிருக்கிற உங்களுடைய புத்தியாகிற கண்ணைத் திறந்து தேவர்களென்றும் சறுவேசுரனெண்ணும் இந்தத் தேசத்திலே வணங்கப்படுகிற பேர்களுடைய வத்தமானங்களை *[அதாவது: வர்த்தமானங்களை; சங்கதிகளை]* நண்ணாய் விசாரித்துக் கொள்ளுங்கோள். இப்படி விசாரித்தீர்களானால் யப்படிக் கொத்த

பேர்களுக்கு அளவில்லாத நன்மை சுவாபமில்லையென்று கண்டுபிடிக்கிறதுமல்லாமல் நல்லவர்களென்கிற பேர் முதலாய் இவர்களுக்கு செல்லாதெண்ணும் ***[ஓலை 2 பின் பக்கம்]*** கண்டுபிடிப்பீர்களென்கிறத்துக்குச் சந்தேகமில்லை. அதேதென்றாலந்தந்தப் புராண பொத்தகங்களிலே யெழுதியிருக்கிறத்தின்படியே யப்படிக் கொத்த தேவர்கள் பெண்சாதிகளையும் குட்டிகளையும் வைச்சுக் கொண்டிருந்தார்களென்றும், ஊரார் பெண்சாதிகளைப் பிடிச்சார்களென்றும் யிது முதலான விளையாட்டுகளைச் செய்தார்களென்றும் நாம் கேட்கும்போது அவர்களைச் சறுவேசுரனென்றும் சொல்லப்படுமோ? சறுவேசுரன் பாவஞ் செயிகிறது விளையாட்டாய்ப் போச்சோ?

இத்தினை அருவருப்புள்ள பாவநடக்கைகள் விளையா ட்டுகளாய்ப் போச்சுதென்னு சொன்னாலும் அதுகள் சறுவேசுரனுடைய மகிமைக்கொத்திராது. அதேதென்றால் மகிமையுள்ள மனுஷன் விளையாடுகிறது புத்திக்குறை ச்சலுக்கடையாளமாயிருக்கச் செயிதே அளவில்லாத ஞானமுள்ள சறுவேசுரனாயிருக்கிறவர் விளையாடுகிறது அவருக்கு ஞானமகிமையோ? ஆனபடியினாலே அப்படிக் கொத்த தேவர்கள் ஞானம் நீதி சந்தோஷம் இது முதலான நன்மைகளிலே இத்தினை குறையுள்ள பேர்களாயிருக்கையிலே அவர்களுக்குச் சறுவேசுரனென்கிற பேர் செல்லாதெண்ணு சொல்லுகிறதும் அல்லாமல் நல்லவர்களென்கிற பேர் முதலாய்ச் செல்லாதெண்ணு சொல்லக்கடவோம்.

இதிலே நீங்களறிய வேண்டின ஒரு விசேஷமுண்டு அதாவது சகல பொருள்களையுண்டாக்கிறத்துக்கு அளவில்லாத பெலமுள்ள சறுவேசுரன் பாவஞ் செயிகிறத்துக்கு வல்லவாராயி ருக்கிறாரெண்ணு சொல்லக்

கூடாது. அதேதென்றால் பாவமானது பொருளாயிராமல் பொருளிருக்கிற நன்மையினுடைய குறைச்சலாயிருக்கும். இது தவிர பாவஞ்செய்கிறது பெலக்குறைச்சலினாலே வருமொழிய பெலத்தினாலே வரயில்லையென்று பாத்துக்கொண்டு வருகிறோம். இது நிமித்தியமாக யாதொருதன் பாவஞ் செய்தானென்று கண்டாலப்படிக் கொத்தவன் பாவத்திலே விழுந்தானென்று சொல்லுவோம். இதெல்லாம் பிறகாசமானது இருட்டாயிருக்க மாட்டாது போலே நன்மையானது பொல்லாப்பாயிருக்க மாட்டா தென்றிருக்கச் செயிதே அளவில்லாத சகல நன்மை சுவாபமாயிருக்கிற சறுவேசுரனிடத்திலே பாவமென்கிற பொல்லாப்பு இருக்கிறதென்று சொல்லுகிறது நன்மையானது பொல்லாப்பாயிருக்கிறதென் ***[ஓலை 3 முன் பக்கம்]*** று சொல்லுகிறத்துக்கொக்கும்.

இந்த ஞாயங்களை நீங்கள் கேட்கிறபோது உங்களுடைய தேவர்கள் எத்தினை ஆகாத நடக்கைகளை நடந்தாலும் அவர்களுக்குப் பாவம் பலியாதெண்ணு தப்பறையாச் சொல்லுகிறீர்கள். அதேதென்றால் உங்களுடையந்தந்தப் புராண பொற்றகங்களிலே எழுதியிருக்கிறாப்போலே அப்படிக் கொத்த தேவர்களுக்கு அனேகம் பாவங்களுண்டெண்ணு ஒப்பிவிக்கலாம். ஆனலிது யுங்களிடத்திலே யிப்போ ஒப்பிவிக்கிறத்துக்கு மெத்த வெட்கமாயிருக்கிற படியினாலே வேறே இஷ்த்தலத்திலேயும் வேறே யாதொரு நாளிலேயும் ஒப்பிவிப்போம். இத்தனை நன்மைக்குறைச்சலுள்ள பேர்கள் அளவில்லாத சகல நன்மை சுவாபமுள்ள கர்த்தனாயிருக்கிறார்களென்று சொல்லுகிறது புற்றிக்குறை ச்சலுக் கடையாளமிருக்கிற தென்று யுங்களுக்கு மெய்யாகவே சொல்லுகிறோம். யிது தவிர யப்படிக்

கொத்த தேவர்கள் கனமான பாவமென்கிற பில்லிசூனியத்துக்கு உள்ளாயிருக்கிறார்கள்.

அதெப்படி யென்றால் யந்த யவசுத்தமான தேவர்களை வேண்டிக்கொண்டு அவர்களுடைய மந்திரங்களைச் செபிச்சு யவர்களுக்குப் பூசை முதலான வழிபாடுகளைப் பண்ணுகிறத்தினாலே பில்லிசூனியம் பலிக்குமொழிய மற்றப்படியல்ல. யிந்தத் தேசத்திலே யந்தந்தத் தேவர்களுக்குக் கட்டியிருக்கிற கோவிலிலே நடக்கிறதெல்லாம் பாவவியாபாரமாய் யிருக்கக்கொள்ள அதுகளிலே செபிக்கப்படுகிற தேவர்கள் பாவத்துக் குள்ளாயிருக்கிறார்களென்று சொல்ல வேண்டி யிருக்கிறது. அதெப்படியென்றாலந்தந்தக் கோவில்களிலே அவனவன் பாவத்திலே யகப்படத்தக்கதாக அந்தந்தத் தேவர்கள் முகத்துக்கடுத்த பாவங்களை செய்கிற பாவினையாக யெண்ணப்படாத யனேகம் சித்திரங்களும் சிலைகளும் யிருக்கிறது. அதினாலே அப்படிக் கொத்த கோவில்களிலே செபிக்கப்போற பேர்கள் தாங்கள் யங்கங்கே கட்டிக்கொண்ட பாவங்கள் அல்லாமல் அழுக்குப்போக வேணுமென்று நாறுகிற சேத்திலே முழுகினாப்போலே யதிகமான பாவங்களைக் கட்டிக்கொள்ளுவார்கள்.

இது இப்படியிருக்கையிலே இந்தத் தேசத்திலே சறுவேசுரனென்று வணங்கப்படுகிற தேவர்களுக்கும் மெய்யான சறுவேசுரனுக்கும் யெத்தினை தூரம். அதேதென்றால் மெய்யான சறுவேசுரனானவர் சத்தாகிலும் நன்மைக்குறையில்லாமல் அளவில்லாத சகல நன்மை சுவாபமாயிருக்கிறார். அந்தந்தத் தேவர்களோ வென்றால் அந்தந்தப் புராண பொத்தகங்களிலே யெழுதி யிருக்கிறாப் போலே ***[ஓலை 3 பின் பக்கம்]*** அவர்களருவருப்புள்ள நடக்கைகளை நடந்தத்தினாலேயும் பில்லி சூனியத்துக்கு

உதவி செய்கிறத்தினாலேயும் கனமான பாவங்கோளோடே கூடியிருக்கிற பெலி பூசைகள் பேரிலே பிறியமா யிருக்கிறத்தினாலேயும் தங்களுக்கு கட்டியிருக்கிற கோவில்களிலே நடக்கிற பாவங்களுக் குள்ளாயிருக்கிறத்தினாலேயும் கனமான பாவிகளுமாய் சறுவேசுரனுக்கு மகாத் துரோகிகளுமாய் இருக்கிறார்க ளென்கிறத்துக்குச் சந்தேகமில்லை. ஆனபடியினாலே இத்தினைக் கனமான பாவிகளுமாய் துரோகிகளுமாய் யப்படிக் கொத்த தேவர்களைச் சறுவேசுரனென்றும் ஒண்ணில் சறுவேசுரனுக்குச் சாணுகள்யென்றும் [அதாவது: துறவிகள்யென்றும்] அதிநிமித்தியமாகச் சறுவேசுரனுடைய இஷ்த்தானத்திலே யிருக்கிறவர்களென்றும் சொல்லக்கூடாதென்கிறத்தினாலே நீங்களவர்களை முழு மனசோடே விட்டு அளவில்லாத சகல நன்மை சுவாபமாயிருக்கிற சறுவேசுரனை மாத்திரம் ஆராதினை பண்ணி மரணபரியந்தம் யவருடைய சித்தத்தின்படியே நடந்து யவருக்கு ஒகந்த பிள்ளைகளா யிருக்கக்கடவீர்கள்.

இந்த மெய்யான சறுவேசுரன் ஒருதரோ அனேகம் சறுவேசுரரோவென்று நீங்கள் விசாரித்தீர்களானால் அவர் ஒருதரே சறுவேசுரனென்று உங்களுக்கு மெய்யாகச் சொல்லுகிறோம். ஆனபடியினாலே சறுவேசுரனுக்குப் பெரியவனும் யில்லை சரியானவனுமில்லையென்று சொல்ல வேண்டி யிருக்கச் செயிதே அவர் ஒருதரே சறுவேசுரனா யிருக்கிறார் ரென்று சொல்லக்கடவோம். அதேதென்றால் சறுவேசுரனானவர் யெல்லாத்துக்கும் கத்தனாயிருக்கக் கொள்ள எல்லாமவருக்குக் கீழ். அவர் எல்லாத்துக்கும் மேலாயிருக்க கூடுமொழிய வேறொரு வஷ்த்துவென்னில் யவருக்குச் சரியாய் ஒண்ணில் மேலாயிருக்கக் கூடாது.

இப்படி சறுவேசுரன் எல்லாத்துக்கும் மேலான வஷ்த்துவாயிருக்கிறபடியினாலே அநேகஞ் சறுவேசுரன் இருக்கிறார்களென்று சொல்லாமல் அவர் ஒருதரே சறுவேசுரனா யிருக்கிறார் றென்று சொல்லக்கடவோம். இந்த ஒரு சறுவேசுரனானவர் யெப்படிக் கொத்தவரென்று நீங்கள் கேட்டீர்கள் ஆனால்ச் சறுவேசுரனென்கிற வஷ்த்துவானது உண்டாக்கப்பட்ட மற்ற வஷ்த்துக்களைப் போலே இருக்கிறதெண்ணு விசாரிக்க வேண்டாம். அதேதென்றால் பராபர வஷ்த்துவாகிற சறுவேசுரனானவர் உண்டாக்கப்பட்ட அந்தந்த வஷ்த்துவைப்போலே வேறேயொரு ***[ஓலை 4 முன் பக்கம்]*** வஷ்த்துவினாலே யுண்டாக்கப்பட்டவரா யிராமல் தானா யிருக்கிறாரென்று சொல்ல வேண்டி யிருக்கிறது. யப்படியே சறுவேசுரனுக்குண்டான யிருப்பானது *[யிருப்பு (இருப்பு): இருக்குந் தன்மை, existence]* வேறொரு காரணத்தினாலே வாராதத்தினால் அவருக்குச் சுவாபமா யிருக்கிறது.

பின்னையும் சறுவேசுரன் தானாயிருக்கிறதுமல்லாமல் அனாதியா யிருக்கிறார். அதேதென்றால் ஒரு வஷ்த்துவானது முன்னே யில்லை பிற்பாடு ஆச்சுதேண்ணு சொல்லத்தக்கதாக அதுக்குக் காரணமுண்டாயிருக்க வேணும். ஆனால்ச் சறுவேசுரன் வேறேயொரு வஷ்த்துவினாலே யுண்டாக்கப்பட்டவரா யிராமல் தானா யிருக்கிறா ரென்றிருக்கச் செயிதே முன்னேயில்லை பிற்பாடு ஆனாரென்று சொல்லக்கூடாது.

ஆனபடியினாலே சறுவேசுரனானவர் ஆதியும் தோத்தமு மில்லாமல் அனாதியியாய் யெப்போதும் யிருக்கிறாரென்று சொல்லக்கடவோம். இது தவிர தானாயனாதியாயிருக்கிற *[யனாதி: தொடக்கமில்லாதது]* சறுவேசுரன் சரீரமில்லாதவரா யிருக்கிறார். அதெப்படி

யென்றால் தானா யிருக்கிறவருமாய் மட்டில்லாத வருமா யிருக்கிற சறுவேசுரனுக்கு மட்டுள்ள வஷ்த்துவாயிருக்கிற சரீரமுண்டெண்ணு சொல்லக் கூடாது. இதுக்கப்பால் சறுவேசுரனானவர் அளவில்லாத ஞானம் அளவில்லாத பெலம் அளவில்லாத நீதி அளவில்லாத கிறுபை அளவில்லாத சந்தோஷ்சம் இதுமுதலான அளவில்லாத சகல நன்மை சுவாபமா யிருக்கிறா ரென்று சொல்லக் கடவோம்.

அதேதென்றாலப்படிக் கொத்த நன்மைகளானதுகள்ச் சறுவேசுரனிடத்திலே வந்த நன்மைகளாயிருக்கச் செயிதே அவர் இதெல்லாம் தானாயிருக்க வேணுமென்கிறத்துக்குச் சந்தேகமில்லை. யிது தவிர சறுவேசுரன் யெங்கும் நிறைந்திருக்கிறார். யிப்படி யெங்கும் நிறைந்திருக்கிற வகை யேதெண்ணு நீங்கள் கேட்டீர்களானால்ச் சறுவேசுரனானவர் ஞானத்தினாலேயும் பெலத்தினாலேயும் காரணமுமாய் யெங்கும் நிறைந்திருக்கிறாரென்று நீங்கள் அறியக்கடவீர்கள். இதிலே சறுவேசுரன் ஞானத்தினாலே எங்கும் நிறைந்திருக்கின்ற வகையாவது அளவில்லாத ஞானமாயிருக்கிற சறுவேசுரன் பரலோகத்திலேயும் பூலோகத்திலேயும் பாதாளங்களிலேயும் இருக்கிறதெல்லா த்தையும் அவனவன் மனசிலே யிருக்கிற சகல விசாரங்களையும் இந்தப் பிறகாரமாக ஒவ்வொரு வஷ்த்துவினிடத்திலே உண்டானத்தை உள்ளேயும் பிறத்தியிலேயும் கீழேயும் மேலேயும் முன்னேயும் பிற்கேயும **[ஓலை 4 பின் பக்கம்]** பக்கங்களிலேயும் யொண்ணும் போதாமல் வீட்டிலேயிருக்கிற சகல வஷ்த்துக்களை ஒரு பார்வையினாலே பார்க்கிறாப்போலே முழுதும் அறிகிறது அவர் ஞானத்தினாலே யெங்கும் நிறைந்திருக்கிறாப்போலே வகையெண்ணு சொல்லப்படும். இந்த மெரையாக சறுவேசுரனானவர் ஞானத்தினாலே

யெங்கும் நிறைந்திருக்கிறாப்போலே பெலத்தினாலேயும் யெங்கும் நிறைந்திருக்கிறார்.

அதெப்படியென்றால் அளவில்லாத பெலனாயிருக்கிற சறுவேசுரன் யெங்கும் உண்டான சகல வஷ்த்துக்களை நடத்துகிறது அவர் பெலத்தினாலே யெங்கும் நிறைந்திருக்கிற வகையாகும். அதேதென்றால் சறுவனாயகனாயிருக்கிற சறுவேசுரன் லோகமெங்கும் யுண்டானதெல்லாத்தையும் தம்முடைய சித்தத்தின்படியே நடத்துக்கிறத்தினாலே அவருடைய பெலமானது யெங்கும் பரம்பியிருக்கிறதெண்ணு சொல்ல வேண்டியிருக்கிறது. அவர் காரணமாயெங்கும் நிறைந்திருக்கின்ற வகை யேதெண்ணு நீங்கள் கேட்டீர்களானால் எல்லாத்துக்கும் மேலான சறுவேசுரன் உண்டாக்கப்பட்ட பொருள்கள் கெட்டுப்போகாமல் நிலையாயிருக்கிறத்துக்குக் காரணமா யிருக்கிறாரென்று நீங்களறியக்கடவீர்கள்.

சறுவேசுரனோவென்றால்த் தாமுண்டாக்கின வஷ்த்துக் களை யொரு ஷ்செணம் மாத்திரமானாலும் கைவிட்டால் அதுகளெல்லாம் நிற்மூலமாய்ப்போம் யென்கிறத்துக்கு சந்தேகமில்லை. ஆனபடியினாலே லோகமும் லோகத்தி லுள்ள சகல வஷ்த்துக்களும் உண்டாயிருக்கிறத்துக்குச் சறுவேசுரன் காரணமாயிருக்கிறதுமல்லாமல் லோகமும் மத்துண்டான சகல வஷ்த்துக்களும் யெறும்பு முதலாய்க் கெட்டுப்போகாமல் நிலையாயிருக்கிறத்துக்குக் காரணமா யிருக்கிறார். இதிலே நீங்களறியவேண்டின ஒரு விசேஷ முண்டு. அதாவது நீங்கள் உங்களுடைய புத்தி மனசினாலேயும் சரீர அவையங்களினாலேயும் பொய்யான தெய்வங்களை விட்டு இந்த மெய்யான சறுவேசுரனை மாத்திரம் வணங்கி அவரை யெப்போதும் தோஷ்த்திரம்

பண்ணாதே போனால் உங்களை யவர் நரகத்திலே தள்ளுகிறத்துக்கு வல்லவராயிருக்கிறார்.

இப்படிக் கொத்த பாவிகளாயிருக்கிற உங்களை தயாபரனான சறுவேசுரன் யுடனே நரகத்திலே தள்ளாமல் நீங்கள் மனசு திரும்பி நல்ல புண்ணியவான்களாயிருந்து கரையேறத் தக்கதாக உங்களை இடைவிடாமல் ரெஷ்சித்துக்கொண்டு வருகிறார். ஆனபடியினாலே நீங்கள் இன்னாள் வரைக்கும் சறுவேசுரனுடைய அளவில்லாத கிறுபை ***[ஓலை 5 முன் பக்கம்]*** யைச் சட்டை பண்ணாமல் பொய்யான தெய்வங்களை வணங்கினதுந் தவிர அவருக்குப் பொருந்தாத அனேகம் பாவங்களைச் செய்துகொண்டு வந்தீர்களே.

இனிமேல் யவருடைய உத்தாசையினாலே யப்படிக் கொத்த பாவங்களை முழு மனசோடே விட்டு மோஷ்சத்துக்கான வழியிலே நடக்கத்தக்கதாக பிறையாசப் படக்கடவீர்களொழிய மற்றப்படியல்ல. யப்படிக் கொத்த மோட்சத்துக்கான வழியேதெண்ணும் சறுவேசுரனுக்குப் பொருந்தியிருக்கிற வழிபாடுகள் யேதெண்ணும் பாவங்களைத் தள்ளுகிறத்துக்கு உபாயங்களேதெண்ணும் புண்ணியங்களைச் செய்கிறத்துக்கான உபாயங்களே தெண்ணும் சறுவேசுரனுடைய வேதவாக்கியம் யேதெண் ணும் கரையேறுகிறத்துக்கு வகைகள் யேதெண்ணும் உங்களுக்கு வெளியரங்கமாகப் படிப்பிக்கிறோம். இதினிமித்தியமாக சறுவேசுரனுக்குப் பத்தியாயிருக்கிற மகாராசாவாகிய தின்மாற்க ராசா தமிளரும் சோனகருமாயிருக்கிற *[அதாவது: முசுலிம்களுமாயிருக்கிற]* உங்களைக் கிறுபையோடே நினைச்சுக் கரையேறுகிறத் துக்குப் போறவழியை உங்களுக்குக் காண்பிக்கத்தக்கதாக

எங்கள் ரெண்டு பேரை இந்தத் தேசத்துக்கு அனுப்பிவிச்சார்.

இந்தப் புண்ணிய காரியத்தை யவருடைய கட்டளை யின்படியே சறுவேசுரனுடைய ஒத்தாசையினாலே தப்பிதமில்லாமல் நன்மையாக செய்யத்தக்கதாக எங்களுக்கு நல்ல மனசாயிருக்கிறபடியினாலே நாங்கள் யிந்தக் கோவிலைக் கட்டிவிச்சு இதுக்கு யெருசலேய மென்கிற பேரிட்டோம். நீங்களும் சறுவெசுரனுடைய படிப்புகளை கேட்கிறத்துக்கு ஆசையாயிருக்கிற பேர்க ளெல்லாரும் இந்தக் கோவிலிலே வரவேணுமென்றால் என்னேரம் வரவேணும் அன்னேரம் வரலாம். ஞானஷ்த்தானம் பெறுகிறத்துக்கு மனசுள்ள பேர்கள் வந்தால் ஞானஷ்த்தானம் பெறலாம். ஞானஷ்த்தானம் பெறுகிறத்துக்கு மனசில்லாத பேர்கள் சறுவெசுரனுடைய மெய்யான வேதத்தை கேட்கத்தக்கதாக வந்து கேட்டு அறியலாம்.

இதோ யிந்தக் கோவில் சகலமான பேருக்கும் பொதுவாயிருக்க வேணுமென்றுக் கட்டிவிச்சோம். இதினிமித்தியமாக தமிளராகிலும் சோனகரென்கிலும் மத்தப் பலசாதிகள் ஆராகிலும் சம்மதியாயிருக்கிற பேர்களெல்லாரும் மெய்யான சறுவெசுரனுடைய திருநாமத்தை நினைச்சு வாருங்கோள். பெரியோர் களாகிலும் சிறியோர்கள்யென்கிலும் கத்தோர்களாகிலும் கல்லாத பேர்கள் ஆறாகிலும் இஷ்த்திறிசாதிகளென்கிலும் கரையேறுகிறத்துக்குக் கருத்துள்ள பேர்களெல்லாரும் வா ***[ஓலை 5 பின் பக்கம்]*** ருங்கோள்.

நீங்கள் சறுவேசுரன் பேரிலே விசுவாசமாக வரவேணுமெண்ணால் சறுவேசுரன் உங்களுடைய

மூடியிருக்கிற புத்தியாகிற கண்களைத் திறந்து உங்களுக்குப் பூலோகப் பாக்கியமும் பரமண்டலத்தினுடைய கெதிமோஷ்சமும் கொடுப்பா ரென்கிறத்துக்குச் சந்தேகமில்லை. யிது யிப்படியிருக்கையிலே நீங்கள் யிதெல்லாத்தையும் மனதிலே நன்றாக வைத்துக்கொண்டு நினைச்சு யோசனைப் பண்ணிக் கொள்ளுங்கோள். அளவில்லாத சகல நன்மை சுவாபமாயிருக்கிற சறுவேசுரன் உங்களைக் கிருபையோடே பாத்து அனுக்கிறகம் பண்ணி லெஷ்சிக்கக்கடவார்.

## பிரசங்கம் 2: சுதனாகிய சறுவேசுரன் யார்? அவர் நமக்காகச் செய்தக் காரியங்கள் என்னென்ன?

**<u>எருசலேயமென்கிற கோவிலிலே சொல்லப்பட்ட இரண்டாம் பிறசங்கம்:</u>**

போன பிறசங்கத்திலே இந்தத் தேசத்திலே தெய்வமெண்ணு வணங்கப்படுகிற பேர்களுக்கும் மெய்யான சறுவேசுரனுக்கும் வெகு வித்தியாச முண்டெண்ணு வெளிப்படுத்தினோம். இந்தப் பிறசங்கத்திலே சுதனாகிய சறுவேசுரன் ஆறெண்ணும் அவர் நமக்காகச் செய்தக் காரியங்கள் யேதெண்ணும் உங்களுக்கு வெளிப்படுத்துவோம். அதெப்படியெண்ணால் திறீத்துவமாயிருக்கிற ஏக சறுவேசுரன் பிதாவாகவும் சுதனாகவும் இசிப்பிரீத்து சாந்துவாகவும் சறுவேசுரனா யிருக்கிறார்.

இந்த மூணு பேரும் மூணு சறுவேசுரனெண்ணு விசாரிக்க வேண்டாம். இவர்கள் ஒரே சறுவேசுரனா யிருக்கிறார்க ளென்று வணக்கத்தோடே நம்பிக்கையாய் விசுவாசிக்க வேண்டியிருக்கிறது. பிதாவாகிய சறுவேசுரன் யனாதியாயிருக்கிறாப்போலே சுதனாகிய சறுவேசுரனும் யனாதியா யிருக்கிறார். பிதாவாகிய சறுவேசுரன் அளவில்லாத சகல நன்மை சுவாபமாயிருக்கிறாப்போலே சுதனாகிய சறுவேசுரனும் அளவில்லாத சகல நன்மை சுவாபமுள்ளவராயிருக்கிறார். பிதாவாகிய சறுவேசுரன் யெல்லாத்துக்கும் காரணமாயிருக்கிறாப்போலே சுதனாகிய சறுவேசுரனும் யெல்லாத்துக்குங் காரணமாயிருக்கிறார்.

பிதாவாகிய சறுவேசுரன் யெங்கும் நிறைஞ்சிருக்கிறாப்போலே சுதனாகிய சறுவேசுரனும் யெங்கும் நிறைஞ்சிருக்கிறார். பிதாவாகிய சறுவேசுரன்

லோகமும் லோகத்திலுண்டான வஷ்த்துக்கள் யெல்லாத்தையும் படைப்பித்தாப்போலே சுதனாகிய சறுவேசுரனும் லோகமும் லோகத்திலுண்டான வஷ்த்துக்கள் யெல்லாத்தையும் படைப்பிச்சார். பிதாவாகிய சறுவேசுரன் படைப்பிக்கப்பட்ட வஷ்த்துக்கள் யெல்லாத்தையும் லெட்சிக்கிறாப்போலே சுதனாகிய சறுவேசுரனும் உண்டாக்கப்பட்ட வஷ்த்துக்கள் யெல்லாத்தையும் லெட்சிக்கிறார். இந்தத் தேவ லெஷ்சணங்களிலே பி **[ஓலை 6 முன் பக்கம்]** தாவாகிய சறுவேசுரனுக்கும் சுதனாகிய சறுவேசுரனுக்கும் லவலேச மாத்திரமானாலும் வித்தியாசமில்லை யென்று நீங்களறியக்கடவீர்கள். பின்னையும் பிதாவாகிய சறுவேசுரன் தானாயிருக்கிறாப்போலே சுதனாகிய சறுவேசுரனும் தானாயிருக்கிறாரென்று சொல்லக்கூடாது. அதேதென்றால் சுதனாகிய சறுவேசுரனுக்குண்டான யிருப்பானது பிதாவாகிய சறுவேசுரனுடைய சுபாபத்திலேயிருந்து வந்துதெண்ணு சொல்லக்கடவோம்.

அதேனெண்ணால் சுதனாகிய சறுவேசுரன் ஆதியோடந்தமாய் தம்முடைய நித்திய பிதாவினிடத்திலே நிண்ணு பிறந்தார். இப்படி பிறந்திருக்கிற வகை யேதெண்ணு நீங்கள் கேட்பீர்களானால் யிந்தப் பூலோகத்திலே பிறந்த மனுஷரைப்போலே யவர் நம்முடைய பிதாவினிடத்தினிலே பிறந்தாரெண்ணு நீங்கள் விசாரிக்க வேண்டாம். அதெப்படியெண்ணால் பிதாவாகிய சறுவேசுரன் சரீரமில்லாதவருமாய் லோகவாழ்க்கையில்லாதவருமாய் யிருக்கிறப்படியினாலே சுதனாகிய சறுவேசுரன் தாயாரில்லாமல்ப் பிதாவினுடைய தேவசுவாபத்திலே நிண்ணு தேவத்தினமாய்ப் பிறந்தார் யென்கிறத்துக்குச் சந்தேகமில்லை. அதினாலே யிவர் தம்முடைய பிதாவினோடே பேதகமில்லாமல் [பேதகம்:

தன்மை வேறுபாடு ; மனவேறுபாடு] மெய்யான சறுவேசுரனாயிருக்கிறார்.

பிதாவாகிய சறுவேசுரனுக்கும் சுதனாகிய சறுவேசுரனுக்கும்:

- ஒரே அளவில்லாத ஞானம்
- ஒரே அளவில்லாத பெலம்
- ஒரே அளவில்லாத நீதி
- ஒரே அளவில்லாத கிறுபை
- ஒரே அளவில்லாத மகிமை
- ஒரே அளவில்லாத சந்தோஷம்
- ஒரே அளவில்லாத தயவா யிருக்கிறத்துக்கும் சந்தேகமில்லை.

பிதாவாகிய சறுவேசுரனுக்கு உண்டான சித்தம் சுதனாகிய சறுவேசுரனுக்கு சித்தமாயிருக்கும். சுதனாகிய சறுவேசுரனுக் குண்டான சித்தம் பிதாவாகிய சறுவேசுரனுக்குச் சித்தமாயிருக்கும். இது பெரிய தேவபரம ரகசியமா யிருக்கிறபடியினாலே நம்முடைய புத்தியினாலேயும் மனசினாலேயும் யளவறுக்கக் கூடாது. ஆனபடியினாலே சூரியனுடைய பிறகாசத்தை நம்முடைய கண்ணினாலே கூர்மையாய்ப் பார்க்கிறபோது நம்முடைய கண்கள் ***[AFSt/P TAM 86 ஓலை 23 மு:*** "கண்கள்" என்ற வார்த்தைக்குப் பிறகு "இருளாய்" என்ற வார்த்தை என்ற வார்த்தை சேர்க்கப்பட்டுள்ளது] மூடிப்போம் யென்கிறது காண வருகுதுபோலே அந்த தேவ ரகசியத்தைக் கூர்மையாய் விசாரித்தால் நம்முடைய புத்தியாகிற கண்கள் இருளாய் மூடிப்போ மென்கிறது தெரிய வரும். மோட்சம் அடைகிறத்துக்கு

வேண்டியிருக்கிற யி ***[ஓலை 6 பின் பக்கம்]*** ப்படிக் கொத்த தேவ பரமரகசியத்தை சறுவெசுரனானவர் நமக்குத் தம்முடைய திருவசனங்களினாலே எம்மாத்திரம் வெளிச்சம் பண்ணினார் அம்மாத்திரம் அங்கீகரிக்கிறோம்.

பின்னையும் பிதாவாகிய சறுவேசுரனுடைய சுதன் மெய்யான சறுவெசுரனாயிருக்கிறதுமல்லாமல், மெய்யான மனிசனாய் லோகத்திலே வந்தார். அவர் யெதுக்காக லோகத்திலே வந்தாரெண்ணு நீங்கள் கேட்டீர்களானால் மனுஷரை லெட்சிக்கத்தக்கதாக வந்தாரெண்ணு நீங்களறியக்கடவீர்கள். அதேனெண்ணால் திறீத்துவமாகிற ஏக சறுவேசுரன் மனுஷரை நன்மையாக உண்டாக்கினார். அவர்தாமே அளவில்லாத ஞானம் பெலம் நீதி கிறுபை மகிமை சந்தோஷமாயிருக்கிறாப்போலே மனுஷருக்கும் அப்படிக் கொத்த நன்மைகளெல்லாத்தையும் கொடுத்து யவர்களைத் தம்முடைய சுரூபத்துக்குச் சாயலாகப் படைப்பித்தாரொழிய மத்தப்படி அல்ல.

அந்தக் காலத்திலே மனுஷர் பாவங்களைச் செய்யாமல் சறுவேசுரனுடைய சித்தத்தின்படியே சந்தோஷமாய் நடந்து யவருக்கு உகந்த பிள்ளைகளாயிருந்தார்கள். தயாபரனான சறுவேசுரன் மனிசருடைய இறுதயத்திலே வாசமாயிருந்தார். ஆனால் வானத்திலே நின்று சறுவேசுரனாலே தள்ளூண்டுபோன பிசாசானது ஒரு பாம்பினுடைய ரூபத்தை வாங்கிக்கொண்டு அப்படிக் கொத்த நன்மையாக உண்டாக்கப்பட்ட மனிசரிடத்திலே வந்து அவர்களை தன்னைப் போலே கெட்டுப் போகத்தக்கதாக உபாயங்களினாலே பேச்சுக்கொண்டுது. அந்தப் பேச்சு ஆவது நீங்கள் சறுவேசுரனுடைய கற்பினைகளை மீறி இந்த விருஷ்சத்தினுடைய கனிகளைத் திண்ணீர்களானால்ச்

சறுவேசுரனைப் பார்க்கப் பெரியவர்களா யிருந்து பரலோகத்திலேயும் பூலோகத்திலேயும் யிருக்கிற தெல்லா த்தையும் யறிவீர்களென்கிறத்துக்குச் சந்தேகமில்லையென்று சொல்லிச்சு.

மனிசர் பிசாசினுடைய வாத்தையைக் கேட்டுப் பெருமையா யிருக்கத் துவக்கி சறுவேசுரனுடைய கற்பினையின் பேரிலே விசாரமில்லாதேபோய் சறுவேசுரனைப் பார்க்கப் பெரியவர்களாயிருக்கத் தக்கதாக நினைவுகொண்டு அந்த விலகின மரத்தினுடைய கனியை வாங்கித் திண்ணார்கள். இந்தப் பிறகாரமாக மனுஷர் சறுவேசுரனுடைய கற்பினைகளை மீறினபடியினாலே யவர்களுக்குச் சறுவேசுரன் முன்னாலே குடுத்திருந்த நன்மைகளெல்லாத்தையும் இழந்து **[ஓலை 7 முன் பக்கம்]** பிசாசுக்கும் பாவங்களுக்கும் அடுமைகளாகப் போனார்கள். இப்படிப் போனபடியினாலே சறுவேசுரன் அவர்களுக்குப் பரலோகத்தினுடைய மோட்சமும் பூலோகத்தினுடைய பாக்கியமும் குடேனெண்ணுஞ் சொல்லுகிறது மல்லாமல் யவர்க ளெல்லாரும் பிசாசினோடே நரகத்துக்குப் போக வேணுமென்று கட்டளையிட்டார்.

அப்படிக் கொத்த பிசாசுக்கு அடுமையான மனுஷருக்கும் ஒத்தாசைப் பண்ணி அவர்களை மீண்டு லெட்சிக்கத்தக்கதாக சுதனாகிய சறுவேசுரன் லோகத்தில் வந்து மனிசன் ஆனார்ரொழிய மத்தப்படியல்ல. இவர் மனுஷ சுபாபத்தை யெடுக்காதே போனால் மனிசர் ரெல்லாரும் நரகத்துக்குப் போவார்கள் யென்கிறத்துக்குச் சந்தேகமில்லை. ஆனால் இவர் லோகத்திலே வந்து மனுஷா வதாரத்தை யெடுத்தத்துக்குப் பிற்பாடு மனுஷருடைய பாவங்களை யெல்லாம் தம்முடைய

பேரிலே யேத்துக் கொண்டு பாவங்களுடைய தெண்டினைக் குள்ளாய்ப் பாடுபட்டு மனுஷருக்காக மரணத்தை யடைஞ்சு நரகத்திலே யிறங்கி மூனாநாள் மரித்தவர்களிடத்திலே நிண்ணு யெழுந்தருளினபடி யினாலே பூலோகத்திலே சஞ்சாரம் பண்ணுகிற மனுதரெல்லாரையும் ரெட்சித்தார்.

யெந்தக் காலத்திலேயே யப்படிக் கொத்த சுதனாகிய சறுவேசுரன் பூலோகத்திலே வந்தாரெண்ணு நீங்கள் கேட்டீர்களானால் யவர் லோகமுண்டாக்கின மூவாயிரத்துத் தொளாயிரத்து நாற்பத் தொன்பதாம் வருஷத்துக்கு பிற்பாடு வந்தாரெண்ணு நீங்களறியக் கடவீர்கள். மனுஷர் பிசாசுக்கும் பாவத்துக்கும் அடுமைகளாகப் போன காலத்திலே தானே அவர் லோகத்திலே ஏன் வரயில்லையென்று நீங்கள் விசாரிப்பீர்களானால் பிதாவாகிய சறுவேசுரன் மனுஷரை லெட்சிக்கத்தக்கதாக அவரை அனுப்பிவிக்க வேணு மென்கிறத்துக்கு அந்த நாளிலேதானே வாத்தைப்பாடு குடுத்தாரெண்ணு வேத வாக்கியங்களினாலே அறியலாம். யிது அந்தக் காலத்திலே இருந்த மனிசர் அறிஞ்சு அவர் லோகத்திலே வருவாரெண்ணு மெய்யாகவே நம்பி யவருடைய பேரிலே முழு மனசோடே விசுவாசமாயிருந்து அவரைப் பாத்து பிதாவாகிய சறுவேசுரன் தங்களுடைய பாவங்களெல்லாம் பொறுக்க வேணுமென்று தாட்சியுள்ள மனசோடே வேண்டிக் கொண்டு அவருடைய ஒத்தாசையினாலே பிசாசினுடைய ஆராதினைகளைத் தள்ளி புண்ணிய ***[ஓலை 7 பின் பக்கம்]*** ங்களைச் செய்துகொண்டு பரலோகத்தினுடைய மோட்சத்தை அடைந்தார்கள். யவர் பேரிலே விசுவாசியாமலிருக்கிற பேர்கள் யெல்லாரும் பிசாசுக்கும்

பாவத்துக்கும் அடுமைகளா யிருந்து நரகத்துக்குப் போனார்கள்.

பின்னையும் பிதாவாகிய சறுவேசுரனுக்குச் சம்மதியான காலம் வந்தத்துக்குப்பிற்பாடு அவர் சகல மனுஷரைக் கிறுபையோடே பாத்துத் தம்முடைய திருக்குமாரனை லோகத்திலே அனுப்பிவிச்சார். இவர் ஆரிடத்திலே இந்தப் பூலோகத்திலே பிறந்திருந்தா ரெண்ணு நீங்கள் கேட்பீர்களானால் மரியாளென்கிற கன்னியாஷ்த்திறியினிடத்திலே நிண்ணு பிறந்தாரெண்ணு நீங்கள் அறியக்கடவீர்கள். இவர் இசிப்பிரீத்து சாந்துவினாலே புருஷனில்லாமல் கெற்பமாக கற்பவிச்சு அவளிடத்திலே நிண்ணு பிறந்தாரென்று விசுவாசிக்க வேண்டியிருக்குறது. இவர் சகலமான மனிசருக்கு ரெஷ்சிக்கிறவரா யிருக்கக்கொள்ள அற்பப் பாவமில்லாமலும் லோகத்தில் பிறந்து அற்பப் பாவமில்லாமலும் லோகத்திலே நடந்து மனுஷர் செய்த பாவங்களெல்லாத்தையும் நிவாறணம் பண்ணினார்.

ஆரிடத்திலே பிறப்பாரெண்ணும் பிறந்திருக்கிற வகை யெந்தப் பிறகாரமாயிருக்கு மென்றும் யெப்படி மனுஷருக்காக உத்தரிப்பா ரெண்ணும் யெப்படி லோகத்தில் நடப்பா ரெண்ணும் யென்ன செய்வா ரெண்ணும் சம்புவிக்கிறத்துக்கு முன்னே பிதாவாகிய சறுவேசுரன் திருவிளம்பத்தினார். இப்படிக் கொத்த மனுஷாவதாரத்தை எடுத்துக் கொண்ட சுதனாகிய சறுவேசுரனுடைய பேர் யின்ன தெண்ணு நீங்கள் கேட்பீர்களானால் கிறீஷ்த்து யேசு வென்கிற திருநாமத்தை அவருக்கு இட வேணுமெண்ணும் உற்பவிக்கிறத்துக்கு முன்னே காபிரியேல் யென்கிற ஒரு சம்மனசு [சம்மனசு:

தேவதூதன்] மரியா ளென்கிற ஒரு கன்னியாஷ்த்திறி யிடமாக வந்து அறிக்கை பண்ணினார்.

அந்தக் காலத்திலே இருந்த மனுஷர் இந்தக் கிறீஷ்த்து யேசு வென்கிறவர் மெய்யான சறுவேசுரனெண்ணும் லோகத்தை மூண்டு லெஷ்சிக்கிறவ ரெண்ணும் மோஷ்சத்துக்கான வழியை போதிவிக்கிறவ ரெண்ணும் அறிந்தபடி யினாலே அவருடைய திருவாத்தைகளைக் கேட்டு அவர் செய்த அதிசயங்களைப் பாத்துக்கொண்டு அவர் பேரிலே விசுவாசமாக நம்பிப் போனார்கள். அப்படிக் கொத்த விசுவாசமாக நம்பி போன பேர்கள் கிறீஷ்த்துவின் பேரிலே நம்பிக்கை [எ]ன்கிற திருநாமத்தைத் தரிச்சுக் கொண்டார்கள். யதினாலே இந்தக் காலத்திலேயும் கிறீஷ்த்துவின் பேரிலே நம்பிக்கை விசுவாசமுள்ள பேர்களெல்லாருக்கும் கிறீஷ்***[ஓலை 8 முன் பக்கம்]*** த்தவர்க ளென்கிற நாமம் செல்லுமெண்ணு கண்டுவருகிறோம்.

இந்த யேசுக் கிறீஷ்த்து வென்கிறவர் மெய்யான சறுவேசுரனெண்ணும் மெய்யான மனிசனெண்ணும் லோகத்தை மூண்டு லெட்சிக்கிறவரெண்ணும் மோஷ்சத்தைக் குடுக்கிறவ ரெண்ணும் சகல தீர்க்கத்தெரிசிகளும் பிதாப்பிதாக்களும் சறுவேசுரனுக்குப் பத்தியாயிருந்த பேர்களெல்லாரும் தங்களுடைய காலங்களிலே நன்னாயறிஞ்சு யிருந்தார்கள். இப்படி அறிஞ்சிருந்தபடியினாலே அவர்கள் இந்த கிறீஷ்த்து யேசுவினாலே பரலோகத்தினுடைய கெதிமோஷ்சத்தை அடையத்தக்கதாக சறுவேசுரனுடைய திருவசனங்களை லோகமெங்கும் போதிவிச்சார்கள்.

இது இப்படி இருக்கையிலே யந்தக் காலத்திலேயும் யிந்தக் காலங்களிலேயும் இனிமேல் வருங்காலங்களிலேயும் இருக்கிற சகல மனுஷருக்குள்ளே கிறீஷ்த்து யேசுவினுடைய திருநாமத்தின் பேரிலே விசுவாசமுள்ள பேர்கள் மாத்திரம் கரையேறுவார்கள். யவர் பேரிலே நம்பிக்கை விசுவாசமில்லாத பேர்கள் நரகத்துக்குப் பாத்திரமாய்ப் போவார்கள் யென்கிறத்துக்குச் சந்தேகமில்லை. அதேதெண்ணால் கிறீஷ்த்து யேசு வென்கிறவர் மெய்யான சறுவேசுரனுமாய் மெய்யான மனுஷனுமாய் யிருந்தபடி யினாலே பிசாசுக்கும் பாவங்களுக்கும் அடுமையான மனிசரை ரெட்சிக்கிறத் துக்கு யவர் மாத்திரம் வல்லவராயிருக்கிறாரென்று சொல்லக்கடவோம். யவரல்லாமல்ப் பரலோகத்திலே யானாலும் பூலோகத்திலே ஆகிலும் மனிசரை வேறே ரெட்சிக்கிறவ ரெண்ணும் சொல்லப் போகா தென்கிறத்தினாலே தமிளரும் சோனகரும் மத்தப் பலபல சாதிகளாயிருக்கிற நீங்கள் யெந்தப் பிறகாரமாக மோஷ்சத்தை யடையத்தக்கதாகப் போறீர்கள்? தம்முளரோவென்றால் உங்களுடைய தேவர்கள் பொல்லாத பேர்களாயிருந்தபடி யினாலே, உங்களுக்கு மோட்சம் குடுக்க மாட்டார்கள்.

யவர்கள் மகாப் பாவிகளாயிருந்தபடியினாலே உங்களுடைய பாபங்களைப் பொறுக்க மாட்டார்கள். யவர்கள் பிசாசுக்கு அடுமைகளாயிருந்தபடியினாலே, பிசாசினுடைய வல்லமையைக் குறைக்கமாட்டார்கள். இவர்களும் சறுவேசுரனுக்கு மகாத் துரோகிகளா யிருந்தபடியினாலே சறுவேசுரனுடைய சித்தம் யேதெண்ணு உங்களுக்கு அறிக்கை பண்ணமாட்டார்கள். யவர் பிசாசினுடைய யேவலாளுகளாயிருந்தபடியினாலே உங்களை யேத்தத் தக்கதாக லோகத்தில் வந்தார்களொழிய

மற்றப் **[ஓலை 8 பின் பக்கம்]** படி அல்ல. அதேனெண்ணால் யந்தந்தப் புராண பொஷ்த்தகங்களிலே யெழுதி யிருக்கிறத்தின்படியே அப்படிக் கொத்த தெய்வங்களை பிசாசினாலே லோகத்துக்கு அனுப்பட்டவரா யிருந்தார்களென்று கண்ணினாலே பாத்துக்கொண்டு வருகிறோம்.

இது இப்படியிருக்கையிலே நீங்கள் அப்படிக் கொத்த தேவர்கள் பேரிலே இத்தினை பிரியமாய் நம்பியிருக்கிறீர்களென்று நாமறிஞ்சபடியினாலே மிகவும் ஆச்சரியமாயிருக்கிறோம். இப்படி ஆச்சரியமாய் இருக்கிறதேதெண்ணு நீங்கள் கேட்பீர்களானால் உங்களிடத்திலே சரீரத்துக்கடுத்த காரியங்களிலே அறிவு நினவுள்ள பேர்களா யிருக்கிறபடியினாலே ஆத்துமத்துக் கடுத்த காரியங்களிலே இத்தினை பயித்திய[க்]காரராய் இருக்கிறீர்களென்று கண்டுபிடிக்கிறபடி யினாலே நாம் மகா ஆச்சரியாமா யிருக்கிறோமெண்ணு நீங்களறியக் கடவீர்கள். அதேதெண்ணால் அஞ்சுசிரசுள்ளவர்களும் நாலுதலையுடைத்தானவர்களும் ஆனைத்தும்பிக்கையும் பெருவாயிலுள்ள [அதாவது: பெருவாயுள்ள] பேர்களும் மூணுகண்ணுடைத்தான பேர்களும் அனேகம் கையுண்டான பேர்களும் பண்ணிரூபமாயிருக்கிற [அதாவது: பன்றிரூபமாயிருக்கிற] பேர்களும் மற்சரூபமாயிருக்கிற பேர்களும் பல விதவிதமாயிருக்கிற ரூபங்களுள்ள பேர்களும் தெய்வமெண்ணும் சறுவேசுரனெண்ணும் ஆசரிக்கிறது பெரிய பயித்தியமல்லவோ புத்திக் குறைச்சலல்லவோ.

இது தவிர யப்படிக் கொத்த தேவர்கள் இந்தப் பூலோகத்திலே யனேகம் பாவங்களைச் செய்தார்களென்று நீங்களறிஞ்சிருக்கிறபடி யினாலே யவர்கள் பேரில்

பிறியமா யிருக்கிறதும் அவர்களுக்குப் பூசை முதலான வழிபாடுகளைப் பண்ணுகிறதும் யவர்களை வேண்டிக்கொள்ளுகிறதும் பெரிய பாவமல்லவோ. மெய்யான சறுவேசுரனுக்கேராத காரியமல்லவோ. இதெல்லா முங்களிடத்திலே நடக்கிறத்தைக் கண்டபடி யினாலே உங்களுக்காக மிகவும் துக்கமாயிருக்கிறோம். அதேனெண்ணால் இப்படிக் கொத்த பாவ வழிகளிலே நீங்களெல்லாரும் நரகத்துக்குப் போவீர்களென்று கண்ணினாலே பாத்துக்கொண்டிருக்கிறோம்.

இப்படிக் கொத்த நரகத்துக்குப் போறவழிகளை நடக்காதப்படிக்கு இனிமேல் மோட்சத்துக்கான வழியை நடக்கத்தக்கதாகச் சறுவேசுரன் உங்களைக் கிறுபை யோடேப் பாத்துத் தம்முடைய திருக்குமாரனாகிய யேசுக்கிறீஷ்த்து வென்கிறவர் உங்களை ரெஷ் ***[ஓலை 9 முன் பக்கம்]*** ச்சிக்கிறவ ரெண்ணும், உங்களுக்கு மோட்சம் குடுக்கிறவரெண்ணும் அறியத்தக்கதாக இந்தக் காலத்திலே உங்களுக்கும் மத்தச் சகல செனங்களுக்கும் இப்படிக் கொத்த மெய்யான ஞாயங்களை வெளிச்சம் பண்ணிக்கொண்டு வருகிறார்.

இது இப்படியிருக்கையிலே அந்தந்தப் பொய்யான தேவர்களை முழு மனசோடே விட்டு மெய்யான சறுவேசுரனும் மெய்யான மனுஷனும் ஒண்ணாயிருக்கிற இந்தக் கிறீஷ்த்து யேசு வென்கிறவர் பேரிலே விசுவாச நம்பிக்கையாய்ப் போகக்கடவீர்களொழிய மற்றப்படி அல்ல. தமிளரெல்லாரும் மிகவும் தப்பிதமாய்ப் போறாப்போலே சோனகராயிருக்கிற நீங்களும் யவர்களோடே கூடித் தப்பிதமாய்ப் போறீர்கள். அதெப்படியெண்ணால் மகமது என்கிற நவி மிகவும் பொல்லாதவனுமாய் சறுவேசுரனுக்கு மகாத் துரோகியு

மாய் இருந்தபடியினால் அவன் உங்களை லெஷ்சிக் கிறவனென்னும் மோட்ச பலன் குடுக்கிறவனெண்ணும் மோட்சத்துக்கான வழியைப் போதிவிக்கிறவனெண்ணும் சொல்லப்போகாது.

அவன் நல்ல சாமர்த்தியமுள்ள சேவுகனாயிருந்து அவன் மிகையில்லாத பேர்களுடனே அக்கிரமமுள்ள உயித்தம் பண்ணித் தன்னுடைய வேதத்தை யேத்துக்கொள்ளாத பேர்களெல்லாரையும் வெட்டிப் போட்டு மனுஷரை யேத்தத்தக்கதாக லோகத்திலே நடந்தானொழிய மற்றப்படியல்ல. உங்களுடைய வேதத்திலே சிறுது நன்மைகள்யுண்டெண்ணு அறிஞ்சிருக்கிறோம். ஆனால் கிறீஷ்த்து யேசு வென்கிறவர் மெய்யான சறுவேசுரனுடைய திருக்குமாரனெண்ணும் லோகத்தை ரூண்டு லெஷ்சிக்கிறவரெண்ணும் மனுஷருடைய பாவங்களைப் பொறுக்கிறவர் ரென்றும் பரலோகத்தினுடைய மோட்சம் குடுக்கிறவரெண்ணும் நீங்கள் விசுவாசியாதேபோனால் நரகத்துக்குப் பாத்திரமாய்ப் போவீர்களென்கிறத்துக்குச் சந்தேகமில்லை. இதினாலே மகமது என்கிற நவியுடைய யுபாயத் தந்திரங்களை யறிஞ்சு உங்களுடைய வேதத்திலே யிருக்கிற பொய்யான படிப்பினைகளைத் தள்ளி செய்த பாவங்களெல்லாத்தையும் முழுமனசோடே விட்டு இந்த ஏசுக் கிறீஷ்த்து வென்கிற மெய்யான சுதனாகிய சறுவேசுரன் பேரிலே விசுவாசமாயிருந்து அவருடைய சித்தத்தின்படியே நடந்துகொள்ளுங்கோள்.

யிற்படி நடந்துகொண்டால் உங்களுக்குப் பூலோக பாக்கியமும்ப் பரலோகத்தினுடைய கெதிமோட்சமும் வருமென்கிறத் ***[ஓலை 9 பின் பக்கம்]*** துக்குச் சந்தேகமில்லைத் தமிளரும் சோனகரும் தப்பிதமாய்

நடக்கிறதுமல்லாமல் பறங்கி கஷ்த்தூலிக்குறுமான வேதக்காறரும் கிறீஷ்துவினுடைய வேதவாக்கியத்தை மறைச்சு வைச்சு இதிலே மோஷ்சமடையறத்துக்கு மிகவும் வேண்டியிருக்கிற வாத்தைகளைத் தள்ளி யனேகம் பொய்யான வார்த்தைகளைப் படிப்பிக்கிறத்தினாலே அவர்கள் தப்பிதமாய்ப் போறார்களென்று சொல்ல வேண்டியிருக்குது.

அதெப்படி யெண்ணால்த் தமிளருக்குள்ளே நடக்கிறதுபோலே தங்களுடைய கோயில்களே அநேகஞ் சிலைகளும் ரூபங்களும் உருக்களும் வைச்சுக்கொண்டு அதுகளுக்குத் தெண்டனிட்டு முத்தி செய்து பூமாலை கொண்டு வந்து சூட்டி அந்த ரூபங்களுடைய பேரினாலே நெந்து நெத்தி கடன் கட்டிக்கொண்டு முழங்காலிலே நிண்ணு அந்த ரூபங்களைப் பாத்துத் தமிளர்களுக்கு ஒத்தாசை பண்ண வேணுமெண்ணு சிபம் பண்ணிக் கொள்ளுகிறார்கள். இது தவிரக் கிறீத்து யேசு வென்கிற சுதனாகிய சறுவேசுரன் லோகத்தை ரூண்டு லெட்சிக்கிறாப்போலேயும் சகலமான விசுவாசமுள்ள பேர்களுக்கும் கெதி மோஷ்சம் குடுக்கிறாப்போலேயும் தம்முடைய தாயார் மரியாளென்கிற கன்னியாஷ்த்திறியும் லோகத்தை ரூண்டு லெஷ்சிக்கிறத்துக்கும் மோஷ்சம் குடுக்கிறத்துக்கும் வல்லபியா யிருக்கிறாள்யென்றும் மெத்தத் தப்பிதமாய்ச் சொல்லுகிறார்கள்.

யிப்படிக் கொத்த பறிங்கிக்காறருக்குள்ளே சில பேர்கள் இந்தக் கோவிலிலே வந்து இத்தைக்கேட்டால் அதின் பேரிலே யோசனை பண்ணிப் பொய்யான மந்திரங்களை விட்டு மெய்யான மந்திரங்களைப் படிச்சு யேத்துக்கொண்டு கிறீஷ்த்து யேசு வென்கிற சுதனாகிய சறுவேசுரனை மாத்திரம் வணங்கி அவருடைய

வாத்தையின்படியே தப்பிதமில்லாமல் நடக்க வேணுமென்று பிறாத்திச்சுக் கொள்ளுகிறோம். தமிளறையும் சோனகரையும் பறங்கிக்காறரையும் மத்தப் பல சாதிகளையும் தப்பிதமான வழியிலே நடக்கிற பேர்களெல்லாரையும் யேசுக் கிறீஷ்து வென்கிற மெய்யான சுதனாகிய சறுவேசுரன் கிறுபையோடே பாத்து உங்களுடைய பாவங்களெல்லாத்தையும் பொறுத்து உங்களை ரெட்சித்தருள வேணுமென்று முழு மனசோடே வேண்டிக்கொள்ளுகிறோம்.

யிப்படி உங்களுக்காக வேண்டிக்கொள்ளுகிறபடியினாலே நமக்கு உங்கள் பேரிலே மெத்தத் தயவுண்டெண்ணு தாங்க ***[ஓலை 10 முன் பக்கம்]*** ளறிஞ்சு நம்முடைய பிறசங்கத்தின் பேரிலே பிறியமாயிருக்கக்கடவீர்களொழிய மத்தப்படி அல்ல. நீங்கள் நாம் சொன்ன பிறசங்கத்திலே யாதொரு சந்தேகமுள்ள வாத்தைகளை கேட்டீர்களானால் நம்முட கிட்ட வந்து யதின் பேரிலே நம்மோடே பேச்சுக்கொண்டு எல்லாத்துக்கும் அற்தமேதென்று கேட்டால் வெளிச்சம் பண்ணுவோம். ஆனாலும் கேட்டதெல்லாம் பசுமையான வார்த்தைகளா யிருக்கு தெண்ணு நீங்க ளறிஞ்சால் அதுகளை விசுவாசமுள்ள மனசோடே ஏத்துக்கொண்டு அதின்படியே நடந்து யிப்படிக் கொத்த அதிகமான ஞாயங்களைக் கேழ்க்கத்தக்கதாக யிந்த எருசலேயமென்கிற கோவிலிலே யினிமேல் வருகிறத்துக்கும் சறுவேசுரன் உங்களுக்குச் சந்தோஷமுள்ள மனதைக் கொடுத்து அனுக்கிறகம் பண்ணி லெஷ்சிக்கக்கடவார். ஆமென்.

## பிரசங்கம் 3: யேசுக் கிறீஷ்த்துவின் உபதேசங்கள்

<u>யெறுசலெயமெயன்கிற கோவிலிலே சொல்லப்பட்ட மூணாம் பிறசங்கம்:</u>

போன பிறசங்கத்திலே கிறீஷ்த்து யேசு நம்முடைய நாதர் மெய்யான சறுவேசுரனும் மெய்யான மனுசனும் ஒண்ணாயிருக்கிறா ரெண்ணும், பிசாசுக்கும் பாவங்களுக்கும் அடிமையான மனிசரை மூண்டு லெஷ்சிக்கத் தக்கதாக லோகத்திலே வந்தாரெண்ணும் யவர் பேரிலே விசுவாசமுள்ள பேர்கள் மாத்திரம் கரையேறுவார் களென்றும் யவரை விசுவாசியாத பேர்களெல்லாரும் நரகத்துக்குப் போவார்க ளென்றும் உங்களுக்கு வெளிப்படுத்தினோமே.

இந்தப் பிறசங்கத்திலே யேசுக் கிறீஷ்த்து நம்முடைய நாதரானவர் அங்கங்கே சொன்ன உபதேசங்களை உங்களுக்குக் கொஞ்சத்துக்குள்ளே வெளிப்படுத்துவோம். அதெப்படியெண்ணால் யேசுக் கிறீஷ்த்து நாதரானவர் மனுசரை மூண்டு லெட்சிக்கத் தக்கதாக லோகத்திலே வந்தத்துக்குப்பிற்பாடு சகலமான செனங்கள் தப்பிதமான நடக்கைகளிலே நடக்கிறார்க ளென்று அறிஞ்சு யவர்களுக்கு மோஷ்சத்துக்கான வழியைத் தம்முடைய உபதேசத்தினாலே காண்பிக்கத் தக்கதாகத் துவக்கினார். இதினிமித்தியமாக பனிரெண்டு சீஷர்க்களைத் தெரிஞ்சு யெடுத்துக்கொண்டு மோஷ்சம் யடைகிறத்துக்கு மிகவும் வேண்டியிருக்கிற பரம ரகசியங்களை யவர்களுக்கு யறிவிச்சு யவர்களை லோகமெங்கும் ஞானத்தினாலே போதிவிக்கத்தக்கதாக அனுப்பிவிச்சார்.

யவர் சொல்லிக் கொண்டு வருகிற உபதேசமே தென்றால் ஒரே சறுவேசுரனிடத்திலே யறிய வேண்டின திறீத்துவமான பரம ரகசியத்தை யெல்லாரு[ம்] முழு விசுவாசத்தோடே விசுவாசிக்கத் தக் ***[ஓலை 10 பின் பக்கம்]*** கதாக அந்தப் பரம ரகசியத்தை வெளிப்படுத் தினார். ஆனால்த் திறீத்துவவானாயிருக்கிற ஒரே சறுவசுர னுண்டெண்ணு விசுவாசிக்க வேணுமென்கிறதுமல்லாமல் அவரை வேண்டிக் கொண்டு அவருடைய சித்தத்தின்ப டியே யெந்தப் பிறகாரமாக நடக்க வேணுமெண்ணு உபதேசித்தருளினார். திறீத்துவவானாயிருக்கிற சறுவசுரன் பரமண்டலத்தையும் பூலோகத்தையும் யெப்படி உண்டாக்கினாரெண்ணும் பரமண்டலங்களிலேயும் பூலோகத்திலேயும் உண்டானதெல்லாத்தையும் யெதுக்காக படைப்பித்தாரெண்ணும் அறிக்கைப் பண்ணினார்.

இந்தப் பூலோகத்திலே இருக்கிற சகல செந்துக்களுக்குள்ளே சறுவசுரன் மனுஷரை விசேஷமாக உண்டாக்கினாரெண்ணும் யவர்களுக்குத் தேவப் பிறசாதங்களையும் அனேக நன்மைகளையும் பத்தியோடே குடுத்தாரெண்ணும் வெளிச்சம் பண்ணினார். யப்படிக் கொத்த தேவப் பிறசாதங்களையும் நன்மைகளையும் யெந்தப் பிறகாரமாக மனுஷர் இழந்துப் போனார்களென்றும் யவர்களெப்படி பிசாசுக்கும் பாவங்களுக்கும் அடுமைகளாகப் போனார்களென்றும் யிப்படிப் போனபடியினாலே அவர்களுடைய ஆற்றுமத்துக்கும் சரீரத்துக்கும் என்ன துன்பங்கள் வந்ததுதெண்ணும் யினிமேல் சாகிறத்துக்குப்பிற்பாடு அதுக்குப்பிற்பாடு யவர்களுக்குச் சாபமின்னதெண்ணும் அருளிச் செய்தார்.

யிது தவிர நன்மையாக உண்டாக்கப்பட்ட மனுஷர் எந்தப் பிறகாரமாக பாவிகளாய்ப் போனார்களெண்ணும் அதுக்குப்பிற்பாடு சகலமான மனுஷர்கள் பாபத்திலே பிறந்தார்களெண்ணும் பாவங்களிலே நடக்கிறார்களெண்ணும் யறிவிச்சார். யிப்படிக் கொத்த பாபங்களுக்குள்ளான மனுஷரிடத்திலே சகல பொல்லாப்புகள் யிந்தப் பூலோகத்திலே வந்து சம்பவிச்சுதெண்ணும் யிதிநிமித்தியமாகச் சறுவேசுரன் அவர்கள் பேரிலே கோபிச்சுக் கொண்டாரெண்ணும் அவர்களை மிகவும் தெண்டிப்பாரெண்ணும் அறிக்கை பண்ணினார்.

யிற்படி தெண்டினைக்குள்ளாயிருக்கிற மனுஷருக்கு ஆரிடத்திலே ஒத்தாசை வருமெண்ணும் எந்தப் பிறகாரமாகச் சறுவேசுரன் அவர்கள் செய்த பாவங்களைப் பொறுப்பா ரெண்ணும் எந்தப் பிறகாரமாக அவர்களுக்காகச் சறுவேசுரன் மனுஷனாய் யிந்த லோகத்திலே வந்தாரெண்ணும் எந்தப் பிறகாரமாக அவர்களை ®ண்டு லெஷ்சிப்பாரெண்ணும் உபதேசித்த ***[ஓலை 11 முன் பக்கம்]*** ருளினார்.

இதுகளெல்லாத்தையும் யறிஞ்சு நம்பிக்கையா யிருக்கிற பேர்களுக்கும் சறுவேசுரன்

- தம்முடைய கிருபையும்
- தம்முடைய தயவையும்
- தம்முடைய கிடாஷ்சத்தையும்
- தம்முடைய யிரக்கத்தையும்
- தம்முடைய சகல நன்மைகளையும்

கொடுப்பாரெண்ணு யவர்களையும் தம்முடைய சினேகிதராய் ஆட்க்கொள்ளுவாரெண்ணும் தம்முடைய மோஷ்சத்துக்குச் சுகந்திரமான பிள்ளைகளாயிருக்கப் பண்ணுவாறெண்ணும் அறிக்கை பண்ணினார். யிதுக்கப்பால் சறுவேசுரன் மனுஷருக்கு ஆற்றுமத்தையும் சரீரத்தையும் கொடுத்தபடியினாலே ஆற்றுமத்துக்கடுத்த போசனமின்ன தெண்ணும் சரீரத்துக்கடுத்த போசனமின்ன தெண்ணும் காண்பிச்சார். இந்த லோகத்திலே உண்டான வஷ்த்துக்க ளெல்லாத்தையும் யெந்தப் பிறகாரமாக மனுஷர் அனுபவிக்க வேணுமெண்ணும் அதுகள் பேரிலே நம்பிக்கையா யிருக்காமல் அப்படிக் கொத்த வஷ்த்துக்க ளெல்லாத்தையும் சறுவேசுரனுடைய கட்டளையின்படியே எப்படி அனுதரிக்க வேணுமெண்ணும் கற்பிச்சார்.

லோகமும் லோகத்தினுடைய வைபோகமும் லோகத்திலுண்டான சகல திரவியங்களும் லோகத்திலுள்ள பாக்கியங்களும் லோகத்திலுண்டான அனுகூலங்களும் இதுகளெல்லாம் அழிஞ்சுபோ மென்கிறபடியினாலே அதுகள் பேரிலே நினவு வைய்யாமல்ப் பரலோகத்தினுடைய அழியாத மோஷ்ச பாக்கியத்தையும் யெண்ணெண்ணைக்கு மிருக்கிற வைபோகத்தையும் ஊழியுள்ள காலத்துக்கு நிலையா யிருக்கிற சந்தோஷத் தையும் வாஞ்சையா யிருக்கத்தக்காக பிறையாசப்பட வேணுமென்று அருளிச் செய்தார். ஆனாலோ யிப்படி பிறையாசப்படுகிற தென்கிறது மனுஷருடைய பலத்தினாலே வாராமல் சறுவேசுரனுடைய தயவுனாலே யும் கிறுபையினாலேயும் வருமென்கிறபடியினாலே முந்த முந்த மனுஷருக்கும் சறுவேசுரனுக்கும் ஒருகட்டாயிருக்க வேணுமெண்ணு உபதேசித்தருளினார்.

இப்படிக் கொத்தக் கட்டாய்ச் சறுவேசுரனுக்கும் மனுஷனுக்கும் இருக்கத்தக்கதாக ஞானஷ்த்தானம் மென்கிற பரம ரகசியத்தை நமக்குக் குருவாயிருக்கிற ஏசு நாதாரனவர் வெளிச்சம் பண்ணினார். இந்த வெளிச்சமாகப்பட்ட ஞானஷ்த்தானத்திலே சறுவேசுரன் மனுஷருக்கு உண்மையைக் குடுப்பாரெண்ணும் அவர்களோடே வாசமாயிருப்பாரெண்ணும் அவர்களிட மாக எப்போ **[ஓலை 11 பின் பக்கம்]** தும் ஒத்தாசை யாயிருப்பாறெண்ணும் உபதேசித்தருளினார். ஞானஷ்த் தானம் பெறுகிறத்துக்குப் பிற்பாடு மனுஷர் சறுவேசுரனுக்குப் பொருந்தியிருக்கிற ஊழியங்களைச் செய்ய வேணுமெண்ணும் யவரைச் சினேகித்திருக்க வேணுமெண்ணும்ப் படிப்பித்தார்.

இப்படிக் கொத்த ஊழியங்கள் இறுதயத்தினா லேயும் வினாவினாலேயும் புத்தியினாலேயும் மனசினா லேயும் சகல சரீர அவையங்களினாலேயும் செய்கிறது மல்லாமல் சறுவேசுரனுக்கு முன்பாகப் பயந்து நடக்க வேணுமென்றும் யவர் பேரிலே விசுவாச நம்பிக்கையாக யிருக்க வேணுமெண்ணும் கட்டளையிட்டார். யிது தவிர தாம் இந்த லோகத்திலே நடந்தாப்போலே மோட்சமடைகிறத்துக்குக் கருத்துள்ள பேர்களெல்லாரும் நடக்க வேணுமெண்ணு திருவிளம்பத்தினார். இது சந்தோஷமுள்ள மனதோடே செய்யத்தக்கதாகத் தாம் சொன்ன திருவசனங்களை யவரவர் யனுதினமும் நினைக்க வேனுமெண்ணும் வாசிக்க வேனுமெண்ணும் கேட்க வேனுமெண்ணும் மனதிலே வைக்க வேணுமெண்ணும் கற்பிச்சார்.

மனுஷர் சறுவேசுரனை வேண்டிக் கொள்ளுகிறபோது யவர்கள் வாக்கினாலே மாத்திரம்

மல்ல முழு மனதோடேயும் ஆற்றும பலத்தோடேயும் யவரை வேண்டிக்கொள்ள வேணுமென்றும் சரீரத்துக்கடுத்த காரியங்களைப் பாற்க ஆற்றுமத்துக்கு வேண்டியிருக்கிற காரியங்களை மண்ணாட வேணு மெண்ணும் உபதேசித்தருளினார். இதிநிமித்தியமாகச் சறுவேசுரனை வேண்டிக்கொள்ளுகிற ஒரு சின்ன மந்திரத்தை உண்டாக்கினார். அதாவதுப்

- பரமண்டங்களிலே யிருக்கிற எங்கள் பிதாவே உம்முடைய நாமமற்சிக்கப்படுவதாக.
- உம்முடைய ராச்சியம் வர உம்முடைய சித்தம் பரமண்டலத்திலே செய்யப்படுமாப் போலே பூமியிலேயும் செய்யப்படுவதாக.
- அன்றன்றுள்ள யெங்களப்பம் யெங்களுக்கு யிண்ணு தாரும்.
- யென்கள் கடன்காரருக்கு நாங்கள் பொறுக்குமாப்போலே நீரும் யெங்கள் கடன்களைப் பொறும்.
- யெங்களைச் சோதினையிலே பிரவேசிப்பியாதேயும். தின்மையிலே [தின்மை: தீமை] நின்றெங்களை லெஷ்சித்துக்கொள்ளும்.

இந்த மந்திரத்திலே யேசுநாதரானவர் ஆற்றுமத்துக்கும் சரீரத்துக்கும் வேண்டியிருக்கிற காரியங்களெல்லாத்தையும் மண்ணாடத் தக்கதாக அடங்கப் பண்ணினார். சறுவேசுரன் அல்லாமல் மனுஷருடைய கையினாலே யுண்டாக்கப்பட்ட ரூபங்களையும் சிலைகளையும் வேண்டிக்கொள்ள ஒண்ணாதெண்ணு யெரிச்சலாகத் திருவிளம்பற்றினார்.

பின்னையுமவரவர் தன்னைத் தான் சினேகிக்குமாப் போலே மத்தெல்லாரையும் சினேகித்திருக்க வேணுமெண்ணும் ய **[ஓலை 12 முன் பக்கம்]** வரவர் சகோதரங்களைப் போலேயும் தங்கை தமைக்கைகளைப் போலேயும் நடந்துகொள்ள வேணும் மெண்ணும் உபதேசித்தருளினார். ***[AFSt/P TAM 86, ஓலை 47 மு:*** இந்த கீழ்க்கண்ட வார்த்தைகள் "யவரவர் சகோதரங்களைப் போலேயும் தங்கை தமைக்கைகளைப் போலேயும் நடந்துகொள்ள" விடப்பட்டு காணப்பட வில்லை] நடந்துகொள்ள யாதொருதன் நமக்குப் பொல்லாப்புச் செய்தாலும் நாமவனுக்குத் திரும்பிப் பொல்லாப்புச் செய்யாமல் பத்தியோடே நன்மை குடுக்க வேணுமெண்ணும் யவனுக்காக சறுவேசுரனைப் பிறாத்திச்சுக் கொள்ள வேணுமெண்ணு கட்டளை யிட்டார். பொல்லாத வழியிலே யாதொருத்தன் நடக்கிறானென்கிறத்தைக் கண்டால் யவனுக்கு நல்ல புத்திகளைச் சொல்ல வேணுமெண்ணும் யவனுக்கு நல்ல வழியைக் காண்பிக்க வேணுமெண்ணும் படிப்பிச்சார்.

யவரவர் கவட்டுப் பேச்சுகளைப் பேசாமலும் ஆகாத நினவுகளை நினையாமலும் பொல்லாத காரியங்களைச் செய்யாமலும் பசுமையான வார்த்தைகள் சொல்ல வேணுமெண்ணும் நல்ல நினவுகளை வைக்க வேணுமெண்ணும் புண்ணிய காரியங்களைச் செய்ய வேணுமெண்ணும் உபதேசித்தருளினார். யவரவர்கள் ஆங்காரமான கோபங்களை வைய்யாமலும் ஒருத்தரையும்த் தூஷினியாமலும் மோக ஆகாமியாகக் [மோகஆகாமியம்: தாறுமாறான பாலியல் *sexual pervertion]* கவனம் செய்யாமலும் சோரத்தினங்களைப் [அதாவது: களவுகளைப்] பண்ணா[ம]லும் பொய் சாட்சி

சொல்லாமலும் பிறத்தியாருடைய உடமையை ஆசைப் படாமலும் பிறதாரத்தை அலட்ச் செய்யாமலும் *[அதாவது: பிறதாரத்தைப் புணராமலும்]* ஒளிவுள்ள புத்தியினாலேயும் சுத்தமான மனசினாலேயும் தீற்கமான வார்த்தையினாலேயும் சகலமான மனிசருக்கு முன்பாக நடக்கவேணுமெண்ணும் அருளிச்செய்தார்.

இப்படி நடந்துகொள்ளுகிற மனுஷருக்கு பிசாசானதும் இந்த லோகத்திலே இருக்கிற பொல்லாத பேர்களும் சத்துருக்களா யிருக்கிறபடியினாலே அவர்களுடைய நல்ல நடக்கை நிமித்தியமாக அநேகம் துன்பங்களும் பல பல துக்கங்களும் இக்கட்டுகளும் பல பல வேதினைகளும் யவர்களுக்கு வருமென்கிறத்துக்கு சந்தேகமில்லை யெண்ணு உபதேசித்தருளினார். இப்படிக் கொத்த துன்பங்களாய் வந்தாலும் நாங்கள்ப் பரலோகத்தினுடையதுகளை சட்டை பண்ணாமல் கெதிமோஷ்சம் *[அதாவது: மீளும் நிலை; salvation]* வருமென்கிறதைப் பாத்து ஒடுக்க வணக்கமாயிருக்க வேணுமெண்ணும் நல்ல மனதாயனுபவிக்க வேணுமெண்ணும் வெளிப்படுத்தினார். ***[AFSt/P TAM 86* ஓலை *49* மு:** "நாங்கள்ப் பரலோகத்தினுடையதுகளை" என்ற வார்த்தைகள் "நாங்களதுகளை" என்றும் " கெதி மோஷ்சம்" என்ற வார்த்தை "பரலோகத்தினுடைய கெதிமோஷ்சம்" என்றும் "ஒடுக்க வணக்கமாயிருக்க" என்ற வார்த்தைகள் "அடக்க ஒழுக்கமாயிருக்க" என்றும் எழுதப்பட்டுள்ளன*]* நமக்குச் சத்துருக்களாய் யிருக்கிற பேர்கள் பேரிலே நாம் சினேகமாயிருக்கவும் நம்மைத் தூஷணம் சொல்லுகிற பேர்களுக்காகச் சறுவேசுரனை வேண்டிக் கொள்ளவும் பொல்லாப்புச் செய்த பேர்களுக்கு உபகாரம் பண்ணவும் படிப்பிச்சார்.

பூலோக சம்மந்தமாக யிருக்கிற பாக்கியங்களையும் பூலோக சம்மந்தமாக யிருக்கிற துக்கங்களையும் சட்டை பண்ணாமால் இதிலே மிகுந்த ஆசையோடே பிறையாசப்பட்டுத் தேடி அ **[ஓலை 12 பின் பக்கம்]** னுபவிக்க வேண்டியிருக்கிற மெய்யான பாக்கியங்கள் ளெப்படிக் கொத்ததுகளென்று எட்டு வாக்கியங்களினாலே வெளிப்படுத்தினார். அதுகள் யெப்படி யெண்ணால்

- சறுவேசுரனுக்காக மனசினாலே தரித்தரமுள்ள பேர்கள் பாக்கியவான்கள்: அதேதென்றால் மோட்ச ராச்சியமானது அவர்களுடைய சம்மந்தமாயிருக்கிறது.
- கோபதாபமில்லாமால் தாட்சியுள்ள பேர்கள் பாக்கியவான்கள்: அதேதெண்ணால் பூமிக்குடையவர்களா யிருப்பார்கள்.
- செய்த பாவங்களுக்காக அழுகிற பேர்கள் பாக்கியவான்கள்: அதேதெண்ணால் அவர்களுக்கு ஆறுதலுண்டாயிருக்கும்.
- நீதி ஞாயத்த்தின் பேரிலே ஆசையென்கிறப் பசித்தாகமுள்ள பேர்கள் பாக்கியவான்கள்: அதேதென்றால் சம்பூரணமுள்ளவர்களாயிருப்பார்கள்.
- தயவுள்ள பேர்கள் பாக்கியவான்கள்: அதேதென்றால் சறுவேசுரனுடைய தயவை அடைவார்கள்.
- சுத்தமுள்ள யிருதயத்தைக் கொண்டிருக்கிறவர்கள் பாக்கியவான்கள்: அதேதென்றால் அவர்கள் சறுவேசுரனைக் காண்பார்கள்.
- சமாதானமுள்ள பேர்கள் பாக்கியவான்கள்: அதேதென்றால் அவர்கள் சறுவேசுரனுடைய பிள்ளைகளென்று சொல்லப்படுவார்கள்.

* *நீதி ஞாயத்துக்காக வாதையை அனுபவிப்பவர்கள் பாக்கியவான்கள்: அதேதென்றால் மோஷ்ச ராச்சிய மானது அவர்களுடைய சுகந்திரமாயிருக்கிறது.*

*இந்த எட்டு வகைப் பாக்கியங்களை தேவகுருவாயிருக்கிற ஏசுநாதரனாவார் திருவிளம்பத்தினார். இப்படி திருவிளம்பத்தினத்தின்படியே நடக்கிற பேர்களுக்கு பரலோகத்தில் யென்ன மோட்ச பாக்கியங்கள் வருமெண்ணு விசேஷமுள்ள வசனங்களி னாலே வெளிப்படுத்தினார். அந்தப் பரலோகத்திலே வேதினை துன்பங்களில்லாமல் யெண்ணெண்ணைக்கும் மனோகரமான வாழ்வும் ஊழிகாலமுள்ள மகிழ்ச்சியும் ஊழிகாலமுள்ள சந்தோஷமும் ஊழிகாலமுள்ள கெதிமோட்சமும் ஊழிகாலமுள்ள ராசாதி ராசநான சம்பிறமமும் [அதாவது: மனக்களிப்பும்] சகல வகையுள்ள நன்மைகளும் ஆற்றுமத்துக்கும்ச் சரீரத்துக்கும் தேவ பிறசாதங்களும் முகிவில்லாமல் யுண்டெண்ணு வெளிச்சம் பண்ணினார்.*

*இன்னமும்த் தம்முடைய திருவசனங்களைச் சங்கை பண்ணாமல் பாவிகளா யிருக்கிற பேர்களும் பிசாசினுடைய மனசின்படியே நடக்கிற பேர்களும் நரகத்திலே எண்ணப்படாத வேதினைகளை யனுபவிப்பார்களென்றும் மிகவும் எருச்சலோடே* ***[ஓலை 13 முன் பக்கம்]*** *வெளிப்படுத்தினார். அவடத்திலே ஊழிகாலமுள்ள ஆக்கினையும் ஊழிகாலமுள்ள தெண்டினையும் ஊழிகாலமுள்ள துன்பங்களும் ஊழிகாலமுள்ள துற்கங்களும் ஊழிகாலமுள்ள சஞ்சலங்களும் முகிவில்லமால் யிருக்கிறத்துக்குச் சந்தேகமில்லையென்று திருவிளம்பத்தினார். யிப்படிக்*

கொத்த உபதேசங்களை ஏசுநாதர் தம்முடைய திருவாக்கினாலே உபதேசித்தருளினார்.

இதல்லாமல் அந்தக் காலத்திலே யிருந்த மனுஷர்கள் கேட்டு இது மாத்திரம் மோஷசத்துக்கான வழியெண்ணு அறிஞ்சு அவர் மெய்யான சறுவேசுரனெண்ணு மெய்யாகவே நம்பி அவர் பேரிலே விசுவாசமா யிருந்தார்கள். இப்படிக் கொத்த ஏசுநாதருடைய ஞானமுள்ள உபதேசங்களைத் தமிளருமாய் சோனகருமாய் பறங்கிக்காரருமாய் மத்தப் பல சாதிகளுமாயிருக்கிற நீங்கள் கேழ்வியுள்ள செவியினாலே இப்போ கேட்க்கிறபடியினாலே இதுகளுக்கும் உங்களுடைய வேதங்களிலே இருக்கிற உபதேசங்களுக்கும் யென்ன வித்தியாசமுண்டெண்ணு நண்ணாய் விசாரிச்சு அறிஞ்சு கொள்ளுங்கோள். இப்படி விசாரிச்சு அறிஞ்சால் உங்களுடைய சாஷ்த்திரிகளுடனே நீங்களெல்லாரும் மிகவும் தப்பிதமாய்ப் போறீர்களெண்ணும் அறிஞ்சிருக்கிறதுமல்லாமல் யனேகம் உபதேசங்களைப் புத்திக் குறைச்சல்களினாலேயும் கவடுள்ள மனசினாலேயும் உங்களுடைய புராண பொஷ்தகங்களிலே யெழுதி வைச்சார்களெண்ணு அறிஞ்சிருப்பீர்களென்கிறத்துக்குச் சந்தேகமில்லை. இது இப்படியிருக்கச் செயிதேப் பரலோகத்தினுடைய கெதிமோஷ்ச்சத்தை யெழந்து போகாமல் மோட்சத்துக்கான வழி யேதெண்ணு கருத்துள்ள மனசினாலேயும் கல்வியுள்ள புத்தியினாலேயும் நீங்கள் நண்ணாயறியத்தக்கதாக பிறையாசப்படக் கடவீர்களோழிய மற்றப்படி அல்ல. நீங்கள் நல்ல சற்குணத்தோடே யிதுகளைச் செய்கிறத்துக்கு பல பல உபாயங்களையும் தீற்கமான புற்றிகளையும் உங்களுக்கு அறிவிக்கத்தக்கதாக எங்களுக்கு சந்தோஷமுள்ள மனசாயிருக்கும். இதினிமித்தியமாக மோட்சம்

யடையிறத்துக்கு வேண்டியிருக்கிற பரம ரகசியங்களையும் சறுவேசுரன் திருவிளம்பத்தின திருவசனங்களையும் ஞானமுள்ள உபதேசங்களையும் இன்னம் தீற்கமாக பிறசங்கம் பண்ணுகிறத்தினாலே உங்களுக்கு வெளிப்படுத்துவோம். யிது தவிர உங்களுடைய தப்பிதமான வழிகளையும் மோஷ்சமுள்ள படிப்புகளையும் வெளிச்சமாக பண்ணுவோ ***[ஓலை 13 பின் பக்கம்]*** மெண்ணு நீங்கள் கண்டு கேட்டாலும் எங்கள் பேரிலே கோபிச்சுக் கொள்ளாமலும் தூஷணம் சொல்லாமலும் ஞாயமாய்க் கேட்க வேணுமெண்ணும் உங்களுக்கு உபசரணை சொல்லுகிறோம். *[உபசரணை: மரியாதை]* மோஷ்சமடையத்தக்கதாக நல்ல வழியை கவடு இல்லாத மனசோடே நாங்கள் உங்களுக்கு காண்பிக்குமாப்போலே நீங்களும் கவடில்லாத மனசோடே யித்தைக் கேட்டு எங்கள் பேரிலே தயவாயிருந்து எங்களுடைய பிறசங்கங்களை யினிமேல்க் கேழ்க்கத்தக்கதாக இந்த யெருசலேயமென்கிற கோவிலிலே வந்து சறுவேசுரனுக்கும் எங்களுக்கும் சினேகிதரா யிப்போறத்துக்கு பிரயாசப்படக் கடவீர்களொழிய மற்றப்படியல்ல.

பிதாவாகிய சறுவேசுரனும் சுதனாகிய சறுவேசுரனும் யிசிப்பிரீத்து சாந்துவாகிய சறுவேசுரனும் யிந்த மூணு பெரும் ஒரு மெய்யான சறுவேசுரனாயிருக்கிறவர் எங்களையும் உங்களையும் யிந்த தேசத்திலே வாசமாயிருக்கிற பேர்களெல்லாரையும்க் கிருபையோடே பாத்துத் தம்முடைய தேவஒளிவினாலே நம்முடைய புத்திகளை வெளிச்சமாக பண்ணி லோகமெங்கும் மிருக்கிற செனங்களுக்கும் தம்முடைய திருவசனங்களினாலே உபதேசித்தருள வேணுமெண்ணும் முழு மனசோடே வேண்டிக்கொள்ளுகிறோம். நீங்களும் நம்மோடேகூட இது வேண்டிக்கொண்டால் சறுவேசுரன்

எங்களுக்கும் உங்களுக்கும் அனுக்கிறகம் பண்ணி லெஷ்சிப்பா ரென்கிறத்துக்கு சந்தேகமில்லை. சறுவேசுரன் உங்களிடத்திலே யிப்போதும் எப்போதும் யெண்ணெண்ணைக்கும் ஒதவியா யிருக்கக்கடவார். ஆமென்

## பிரசங்கம் 4: மனுஷருடைய மெய்யான பாக்கியங்கள்

**எருசலேயமென்கிற கோவிலிலே சொல்லப்பட்ட நாலாம் பிறசங்கம்:**

போன பிறசங்கத்திலே கிறீஷ்த்து யேசுநாதரானவர் அங்கங்கே சொன்ன உபதேசத்தின் உத்தம மெரையை உங்களுக்குக் கொஞ்சத்துக்குள்ளே வெளிப்படுத்தினோமே. இந்தப் பிறசங்கத்திலே மனுஷருடைய மெய்யான பாக்கியங்கள் எப்படிக் கொத்ததுகளென்று யுங்களுக்கு வெளிப்படுத்துவோம். அதெப்படியென்றால்

- திறீத்துவவானாயிருக்கிற அளவில்லாத சகல நன்மை சுவாபமுள்ள சறுவேசுறன் மனுஷரை நன்மையாக உண்டாக்கினபடியினாலே யவர்கள் பூலோகத்திலேயும் பரலோகத்திலேயும் மெய்யாகவே பாக்கியவான் களாயிருக்க வேணுமெண்ணு சித்தமாயிரு ***[ஓலை 14 முன் பக்கம்]*** ந்த யிந்தக் கட்டளையின்படியே நடக்கிற பேர்கள் பாக்கியவான்கள்: அதேதென்றால்ச் சறுவேசுரன் தம்முடைய சந்தோஷத்தை யவர்களுக்குக் குடுப்பாரென்கிறத்துக்குச் சந்தேகமில்லை.
- சறுவேசுரனை நண்ணாயறியத்தக்கதாகப் பிறையாசப் படுகிற பேர்கள் பாக்கியவான்கள்: அதேதென்றால் யவர்களுக்குச் சறுவேசுரனிடத்திலே ஞானமுள்ள வெளிச்சம் வருமென்கிறத்துக்குச் சந்தேகமில்லை.
- சறுவேசுரன் பேரிலே கருத்துள்ள பேர்கள் பாக்கியவான்கள்: அதேதென்றால்ச் சறுவேசுரன் அவர்களுக்கு அனுக்கிறகம் பண்ணுவாரென்கிறதுக்குச் சந்தேகமில்லைச்

- சறுவேசுரன் யெப்படிக் கொத்தவரெண்ணு அறிகிற பேர்கள் பாக்கியவான்கள்: அதேதென்றால்ச் சறுவேசுர னுடைய பாக்கியத்துக்குப் பாத்திரவானா யிருப்பார்க ளென்கிறதுக்குச் சந்தேகமில்லை.
- சறுவேசுரனுடைய சித்தத்தை யறிகிற பேர்கள் பாக்கியவான்கள்: அதேதென்றால் மெய்யான மோட்சத்துக்கான வழியைத் தப்பித்தமில்லாமல் அறிவார்களென்கிறத்துக்குச் சந்தேகமில்லை.
- சறுவேசுரனுடைய அளவில்லாத சித்தத்தின்படியே நடக்கிற பேர்கள் பாக்கியவான்கள்: அதேதென்றால் யவர்கள் தேவ பிறசாதங்களை அடைவார்க ளென்கிறத்துக்குச் சந்தேகமில்லை.
- சறுவேசுரனுடைய ஆதியந்தமாயிருக்கிற உகந்த மகிமையை யறிகிற பேர்கள் பாக்கியவான்கள்: அதேதென்றால் அவர்கள் மகிமையுள்ள பேர்களா யிருப்பார்களென்கிறத்துக்குச் சந்தேகமில்லை.
- சறுவேசுரனுடைய அளவில்லாத சந்தோஷத்தை யறிகிற பேர்கள் பாய்க்கியவான்கள்: அதேதென்றால் சந்தோஷமுள்ளவர்களாயிருப்பார்களென்கிறத்துக்குச் சந்தேகமில்லை.
- சறுவேசுரனுடைய அளவில்லாத நீதி ஞானத்தை யறிகிற பேர்கள் பாக்கியவான்கள்: அதேதென்றால் நீதி ஞானமுள்ள பேர்களாயிருப்பார்களென்கிறத்துக்குச் சந்தேகமில்லை.
- சறுவேசுரனுடைய அளவில்லாத தயவுள்ள கிறுபையை யறிகிற பேர்கள் பாக்கியவான்கள்: அதேதென்றால் அவருடைய தயவுள்ள கிறுபையை அடைவார்க ளென்கிற ***[ஓலை 14 பின் பக்கம்]*** த்துக்குச் சந்தேகமில்லை.

- சறுவேசுரன் எல்லாத்துக்கும் காரணாமாயிருக்கிறா ரெண்ணு அறிகிற பேர்கள் பாக்கியவான்கள்: அதேதென்றால்ச் சறுவேசுரன் அவர்களிடமாக வந்து எப்போதும் உதவியாய் யிருப்பார் யென்கிறத்துக்குச் சந்தேகமில்லைச்
- சறுவேசுரன் யெங்கும் நிறைஞ்சிருக்கிறாரெண்ணு அறிகிற பேர்கள் பாக்கியவான்கள்: அதேதென்றால் யவர்கள் யெங்கேயிருந்தாலும் சறுவேசுரனுடைய நன்மையைப் பல பல வகையினாலே யறிவார்க ளென்கிறத்துக்குச் சந்தேகமில்லை.
- திறீத்துவவானாயிருக்கிற சறுவேசுரன் ஒரே சறுவேசுரனாயிருக்கிறாரென்று யறிகிற பேர்கள் பாக்கியவான்கள்: அதேதென்றால் இந்தத் தேவ பரம ரகசியத்தை யறிஞ்சபடியினாலே பின்னைச் சறுவேசுரன் யவர்களுக்குப் பல பல பரம ரகசியங்களை யறியப் பண்ணுவா ரென்கிறத்துக்குச் சந்தேகமில்லை.
- சறுவேசுரன் யெந்தப் பிறகாரமாக பரமண்டலத்தையும் பூலோகத்தையும் படைப்பித்தாரெண்ணு யறிகிற பேர்கள் பாக்கியவான்கள்: அதேதென்றால் பரமண்டலத்திலேயும் பூலோகத்திலேயும் உண்டாக்கப் பட்ட சகல பொருள்களினாலே யறிவுள்ள பேர்களா யிருப்பார்களென்கிறத்துக்குச் சந்தேகமில்லை.
- நம்மைப் படைப்பித்தவராயிருக்கிற ஆண்டவன் ஆறெண்ணு அறிகிற பேர்கள் பாக்கியவான்கள்: அதேதென்றால் யவரிடத்திலே ஆற்றும சரீரத்துக்கு வேண்டியிருக்கிற சகல நன்மைகள் வருமென் கிறத்துக்குச் சந்தேகமில்லை.

- நம்மை ரூண்டு லெஷ்சிக்கிறவராயிருக்கிற ஆண்டவன் ஆறெண்ணு அறிகிற பேர்கள் பாக்கியவான்கள்: அதேதென்றால் யவர்கள் மெய்யாகவே ரூண்டு லெஷ்சிக்கப்பட்ட பேர்களா யிருப்பார்களென்கிறத்து க்குச் சந்தேகமில்லை.
- கிறீஷ்த்து ஏசு வென்கிற மெய்யான சுதனாகிய சறுவேசுரன் நமக்காக யிந்த லோகத்திலே மனுஷனாய் வந்தாரெண்ணு அறிகிற பேர்கள் பாக்கியவான்கள்: அதேதென்றால் அவர்கள் சறுவேசுரனுடைய சன்னதியிலே நீதி விளங்கப் பண்ணப்பட்ட பேர்களெண்ணு சொல்லப்படுவார்கள் யென்கிறத்து க்குச் சந்தேகமில்லை.
- கிறீஷ்த்து யேசுநாதரானவர் லோகத்திலே சகல மனுஷர் செய்த பாவங்களுக்காக மரணத்தை யடைஞ்சாரெண்ணு நம்பிக்கையாயிருக்கிற பேர்கள் பாக்கியவான்கள்: அதேதென்றால் பாவங்களுடைய தெண்டினையில்லாத பேர்களாயிருப்பார்களென்கிறத்துக்குச் சந்தேகமில்லை.
- கிறீஷ்த்து ஏசுநாதரா ***[ஓலை 15 முன் பக்கம்]*** னவர் நமக்காக மூணா நாள் மரித்தவர்களிடத்திலே நிண்ணு எழுந்தருளினாரென்றும் விசுவாசமாயிருக்கிற பேர்கள் பாக்கியவான்கள்: அதேதென்றால் அவர்கள் பாவங்களை தீற்கிறத்துக்கு வேண்டின பெலத்தைப் பெறுவார்களென்கிறத்துக்குச் சந்தேகமில்லை.
- கிறீஷ்த்து யேசுயென்கிற மெய்யான சுதனாகிய சறுவேசுரன் நமக்காகப் பரமண்டங்களிலே யேறிச் சறுவத்துக்கும் வல்லவராயிருக்கிற பிதாவாகிய சறுவேசுரனுடைய சன்னதியிலே நமக்காக மண்ணாடுகிறவராயி ருக்கிறாரெண்ணு வணக்கத்தோ

டே நம்பியிருக்கிற பேர்கள் பாக்கியவான்கள்: அதேதென்றால் யவர்கள் யெந்தக் காரியங்களை மண்ணாடினாலும் யவர்களுக்கு லெவிக்குமென்கிறத்துக்குச் [லெவிக்கிறது: லெபிக்கிறது: *to prove profitable*] சந்தேகமில்லை.

- கிறீஷ்த்து யேசுநாதரானவர் பூலோகத்திலே சொன்ன உபதேசம் மெய்யான மோஷ்சத்துக்கான வழியெண்ணு அறிஞ்சு நம்பிக்கையாயிருக்கிற பேர்கள் பாக்கியவான்கள்: அதேதென்றால் அவர்கள் பிசாசினுடைய உபாயங்களையும் பொல்லாத மனுஷதர் தந்திரங்களையும் தள்ளுகிறத்துக்கு வல்லவர்களா யிருப்பார்க ளென்கிறத்துக்குச் சந்தேகமில்லை.
- இசிபிரீஷ்த்துச் சாந்துவானவர் பிதாச் சுதநோடே ஒரே மெய்யான சறுவெசுரனெண்ணு விசுவாசிக்கிற பேர்கள் பாக்கியவான்கள்: அதேதென்றால் யவர்களுக்கு இசிப்பிரீத்துச் சாந்துவினுடைய நன்மைகள் வருமென்கிறத்துக்குச் சந்தேகமில்லை.
- இசிப்பிரீஷ்த்துச் சாந்து மெஞ்ஞானத்தைக் குடுக்கிறவரெண்ணும் தேவ பரம ரகசியங்களைப் போதிவிக்கிறவ ரெண்ணும் விசுவாசத்தோடே நம்பியிருக்கிற பேர்கள் பாக்கியவான்கள்: அதேதென்றால் அவருடைய கிறுபையினாலே கல்வியுள்ள பேர்களா யிருப்பார்க ளென்கிறத்துக்குச் சந்தேகமில்லை.
- திறீத்துவவானாயிருக்கிற ஏக சறுவேசுரனை தாட்சினையாய் வேண்டிக்கொள்ளுகிற பேர்கள் பாக்கியவான்கள்: அதேதென்றால் சறுவேசுரன் அவர்களுக்கு உதவி செய்வா ரென்கிறத்துக்குச் சந்தேகமில்லை.

- யெங்கும் நிறைஞ்சிருக்கிற சறுவேசுரனுக்கு முன்பாகப் பயந்து நடக்கிற பேர்கள் பாய்க்கியவான்கள்: அதேதென்றால்ச் சறுவேசுரன் அவர்களுடைய சத்துருக்களுக்காகப் பெலமுள்ள மதிளாயிருப்பார் யென்றும் யென்கிறத்துக்குச் சந்தேகமில்லைச்
- சறுவேசுரன் பேரிலே தயவுள்ள பேர்கள் பாக்கியவான்கள்: அதேதென்றால் அவர்கள் பேரிலே தயவுள்ள நினவுகளை வைப்பா ரென்கிறத்துக்குச் சந்தேகமில்லை.
- சறுவேசுரனை முழு மனசோடே தேடுகிறவர்க **[ஓலை 15 பின் பக்கம்]** ள் பாக்கியவான்கள்: அதேதென்றால் சறுவேசுரன்த் தம்முடைய கிறுபையினாலே யவர்களைத் தெரிஞ்சு யெடுத்துக் கொள்ளுவா ரென்கிறத்துக்குச் சந்தேகமில்லை.
- சறுவேசுரனைச் சங்கை பண்ணுகிற பேர்கள் பாக்கியவான்கள்: அதேதென்றால் யவர்கள் மோட்ச ராச்சியத்திலே சங்கையுள்ள பேர்களா யிருப்பார்க ளென்கிறத்துக்குச் சந்தேகமில்லைச்
- சறுவேசுரனை விசுவாசமுள்ள மனசோடே தோத்திரம் பண்ணுகிறவர்கள் பாக்கியவான்கள்: அதேதென்றால் யவர்கள் பரலோகத்தினுடைய கூட்டத்துக்குப் பாத்திரவான்களா யிருப்பார்க ளென்கிறத்துக்குச் சந்தேகமில்லை.
- சறுவேசுரனுக்கு நம்பிக்கை விசுவாசத்தோடே பணிவிடை செய்கிறவர்கள் பாக்கியவான்கள்: அதேதென்றால், சறுவேசுரன் அவர்களுக்கு நல்ல பலனைக் கொடுப்பாரென்கிறத்துக்குச் சந்தேகமில்லைச்
- சறுவேசுரன் இந்த லோகத்திலே செய்த ஆச்சரியமான அதிசெயங்களை யனு தினமும் நினைக்கிற பேர்கள்

பாக்கியவான்கள்: அதேதென்றால் இப்படி நினைக்கிறபடியினாலே மகாச் சந்தோஷமா யிருப்பார்க ளென்கிறத்துக்குச் சந்தேகமில்லைச்

- சறுவேசுரன் அருளிச் செய்த வேத வாக்கியத்தை யறியத்தக்கதாகக் கருத்துள்ள பேர்கள் பாக்கியவான்கள்: அதேதென்றால் இது அவர்களுக்கு மாசில்லாத கண்ணாடியாயிருக்கும் மென்கிறத்துக்குச் சந்தேகமில்லை.
- ஞான உபதேசம் கேட்கிறத்துக்கு ஆசையா யிருக்கிறவர்கள் பாய்க்கியவான்கள்: அதேதென்றால் நாளுக்கு நாள் இன்னமதிகமான புண்ணியவான்க ளாயிருப்பார்களென்கிறத்துக்குச் சந்தேகமில்லைத்
- தன்னைத்தான் அறிகிற பேர்கள் பாக்கியவான்கள்: அதேதென்றால் தனக்குண்டான மகிமைக்கு ஒத்திருக்கிற நடக்கையை நடந்து கொள்ளுவார்க ளென்கிறத்துக்குச் சந்தேகமில்லை.
- பாவங்களுக்குள்ளான இறுதயத்தை யறியத்தக்கதாக பிறையாசமுள்ள பேர்கள் பாக்கியவான்கள்: அதேதென்றால் சறுவேசுரன் அவர்களைக் கிறுபையோடே பாத்து அனுக்கிறகம் பண்ணி லெஷிப்பாரென்கிறத்துக்குச் சந்தேகமில்லை.
- செய்த பாவங்களுக்காக மிகவும் மனஷ்த்தாபமா யிருக்கிற பேர்கள் பாக்கியவான்கள்: அதேதென்றால் சறுவேசுரன் அவர்களுக்கு மிகுதியும் ஆறுதலா யிருப்பா ரென்கிறத்துக்குச் சந்தேகமில்லைப்
- பாவங்கள் பேரிலே வற்மமாயிருக்கிற பேர்கள் பாக்கியவான்கள்: அதேதென்றால் அவர்கள் சறுவேசுரனுக்கு சம்மதியா யிருப்பார்க ளென்கிறத்துக்குச் சந்தேகமில்லை.

- செய்த பாவங்களைச் சறுவே ***[ஓலை 16 முன் பக்கம்]*** சுரனுடைய சன்னதியிலே கவடில்லாத மனதோடே யறிக்கைப் பண்ணுகிற பேர்கள் பாக்கியவான்கள்: அதேதென்றால்ச் சறுவேசுரன் அவர்களுக்கு சகல பாவங்களைப் பொறுப்பா ரென்கிறத்துக்குச் சந்தேகமில்லை.
- சறுவேசுரனுடைய சுரூபத்துக்குச் சாயலாக யிருக்கத்தக்கதாகப் பிறையாசப்படுகிற பேர்கள் பாக்கியவான்கள்: அதேதென்றால் சறுவேசுரனுக்கு அவர்கள் உகந்த பிள்ளைகளா யிருப்பார்க ளென்கிறத்துக்குச் சந்தேகமில்லை.
- சறுவேசுரனுடைய சித்தத்துக்கு யேற்கக் கீழ்ப்படிஞ்சு நடக்கிற பேர்கள் பாக்கியவான்கள்: அதேதென்றால் அவருடைய மோட்ஷ்ச ராச்சியத்துக்குச் சுகந்திரமான பேர்களாயிருப்பார்களென்கிறத்துக்குச் சந்தேகமில்லை.
- வணக்கத்தோடே தாட்சியுள்ள பேர்கள் பாக்கியவான்கள்: அதேதென்றால்ச் சறுவேசுரன் அவர்களுடைய இறுதயத்திலே வாசமாயிருப்பா ரென்கிறத்துக்குச் சந்தேகமில்லை.
- சுத்தமுள்ள மனசாயிருக்கிற பேர்கள் பாக்கியவான்கள்: அதேதென்றால் சறுவேசுரனுடைய சினேகமுள்ள பேர்களாயிருப்பார்களென்கிறத்துக்குச் சந்தேகமில்லை.
- ஒளிவுள்ள புத்தியைக் கொண்டிருக்கிற பேர்கள் பாக்கியவான்கள்: அதேதென்றால், சறுவேசுரனோடே ஒருக்கட்டாயிருக்கிறத்துக்குப் ***[AFSt/P TAM 86 ஓலை 63 பி:*** *"ஒருக்கட்டாயிருக்கிறத்துக்குப்" என்ற வார்த்தை "கூடியிருக்கிறத்துக்குப்" என்று மாற்றி எழுதப்பட்டுள்ளது]* பாத்திரவான்களாயிருப்பார்க ளென்கிறத்துக்குச் சந்தேகமில்லைச்

- சரீரத்தைப் பாற்க ஆத்துமத்துக்காகப் பிறையாசப்படுகிற பேர்கள் பாக்கியவான்கள்: அதேதென்றால் அழியாத கெதி மோக்ஷசத்தை யடைவார்களென்கிறத்துக்குச் சந்தேகமில்லை.
- இந்த லோகத்தினுடைய அழிஞ்சுபோற சந்தோஷத்தைப் பாற்க பரலோகத்துகினுடைய சந்தோஷத்துக்காகக் கருத்துள்ள பேர்கள் பாக்கியவான்கள்: அதேதென்றால் முகிவில்லாத சந்தோஷத்தை அடைவார்க ளென்கிறத்துக்குச் சந்தேகமில்லை.
- இந்தப் பூலோகத்திலே அழிஞ்சுபோற வஷ்த்துக்களைச் சட்டை பண்ணாமலிருக்கிறவர்கள் பாக்கியவான்கள்: அதேதென்றால் யவர்கள் அதுகளுக்கு விசாரமில்லாதே நடக்கிறபடியினாலே சறுவேசுரனிடத்திலே சம்பூறண முள்ளவர்களா யிருப்பார்க ளென்கிறத்துக்குச் சந்தேகமில்லை.
- லோகத்திலுண்டான திரவியங்களின் பேரிலே நினவு வையாமலிருக்கிறவர்கள் பாக்கியவான்கள்: அதேதென்றால் யவர்கள் மெய்யான தேவத் திரவியங்களுள்ள பேர்களாயிருப்பார்களென்கிறத்துக்குச் சந்தேகமில்லை.
- லோக சங்கையில்லாத பேர்கள் பாக்கியவானகள்: அதேதென்றால் யவர்கள் சறுவேசுரனுடைய சன்னதியிலே சங்கையுள்ள பேர்களா யிருப்பார்க ளென்கிறத்துக்குச் சந்தேகமில்லை.
- சகல வகையுள்ள துன்பங்களை நீதி ஞாமத்துக்காக ***[AFSt/P TAM 86 ஓலை 64 பி:*** "ஞாமத்துக்காக" என்ற வார்த்தை "ஞாயத்துக்காக" என்று மாற்றி சரியாக எழுதப்பட்டுள்ளது*]* அனுபவிக்கிற பேர்கள்

பாக்கியவான்கள்: அதேதென்றால் யவர்கள் சறுவேசுரனுடைய திருமுகத்துக்கு சம்பிறமமுள்ள பேர்களாயிருப்பார்களென்கிறத்துக்குச் சந்தேகமில்லை.

- யனு தினமும் தவசு பண்ணுகிற பேர்கள் பாக்கியவான்கள்: அதேதென்றால் யவர்களுக்குச் சறுவேசுரனுடைய கிறுபை யுண்டா யிருக்கு மென்கிறத்துக்குச் சந்தேகமில்லைச்
- சறுவேசுரனுடைய திருவச **[ஓலை 16 பின் பக்கம்]** னங்களைப் படிக்கிறத்துக்கு வாஞ்சையாயிருக்கிற பேர்கள் பாக்கியவான்கள்: அதேதென்றால் அவர்களுடைய நம்பிக்கை விசுவாசம் நாளுக்கு நாள் வளத்தியாயிருக்குமென்கிறத்துக்குச் சந்தேகமில்லை.
- சமாதானமுள்ள பேர்கள் பாக்கியவான்கள்: அதேதென்றால் மோஷ்ச ராச்சியம் அவர்களுடைய சுகந்திரமாயிருக்குமென்கிறத்துக்குச் சந்தேகமில்லை.
- கோபதாபமில்லாத பேர்கள் பாக்கியவான்கள்: அதேதென்றால் சறுவேசுரனுக்கும் மனுஷருக்கும் பிறியமாயிருப்பார்களென்கிறத்துக்குச் சந்தேகமில்லைப்
- பசுமையான வார்த்தையைப் பேசுகிற பேர்கள் பாக்கியவான்கள்: அதேதென்றால்ச் சறுவேசுரன் அவர்களுக்கு இன்னம் மதிகமான பசுமையான மனதைக் கொடுப்பாரென்கிறத்துக்குச் சந்தேகமில்லைச்
- சகல மனுஷர் பேரிலே சினேகதமாயிருக்கிற பேர்கள் பாக்கியவான்கள்: அதேதென்றால்ச் சறுவேசுரன் கொடுத்த வார்த்தைப் பாடுகளினுடைய உத்தம மேதையை [அதாவது: மேன்மையை] யடைவார்க ளென்கிறத்துக்குச் சந்தேகமில்லை.
- நமக்குச் சத்துருக்களாயிருக்கிற பேர்களுக்கு உபகாரம் பண்ணுகிற பேர்கள் பாக்கியவான்கள்:

அதேதென்றால்ச் சறுவேசுரன் அவர்களிடத்திலே சினேகிதமாயிருப்பாரென்கிறத்துக்குச் சந்தேகமில்லை.

- நம்மைத் தூஷணம் சொல்லுகிற பேர்களுக்கு நன்மை வர ஒதவி செய்கிற பேர்கள் பாக்கியவான்கள்: அதேதென்றால்ச் சறுவேசுரனுடைய பாக்கியத்துக்கு உடையவர்களா யிருப்பார்க ளென்கிறத்துக்குச் சந்தேகமில்லை.
- அறிவு ஞானமுள்ள பேர்களோடே சஞ்சரிக்கிற பேர்கள் பாய்க்கியவான்கள்: அதேதென்றால் அறிவு ஞானமுள்ள பேர்களா யிருப்பா ரென்கிறத்துக்குச் சந்தேகமில்லைச்
- சறுவேசுரனுடைய கற்பினையின்படியே பயந்து நடக்கிற பேர்களோடே வாசமாயிருக்கிறவர்கள் பாக்கியவான்கள்: அதேதென்றால் சறுவேசுரனுக்குப் பொருந்தியிருக்கிற நடக்கைகளை படிப்பிப்பார்க ளென்கிறத்துக்குச் சந்தேகமில்லை.
- ஞானமுள்ள புத்தியைக் கொண்டிருக்கிற பேர்களோடே சிநேகிதமாயிருக்கிற பேர்கள் பாக்கியவான்கள்: அதேதென்றால் அவர்களுடைய புத்தியைச் சறுவேசுரன் வெளிச்சம் பண்ணுவா ரென்கிறத்துக்குச் சந்தேகமில்லை.
- இந்த லோகத்திலே யுண்டான வஷ்த்துக்களை புத்திக் கண்ணினாலே உத்துப் பார்க்கிற பேர்கள் பாய்க்கியவான்கள்: அதேதென்றால் இப்படி பாற்கிறபடியினாலே சறுவேசுரனுடைய அளவில்லாத மகிமையுள்ள ஞானத்தைச் சந்தோஷசமுள்ள மனதோடே காண்பார்க ளென்கிறத்துக்குச் சந்தேகமில்லை.

- லோகத்திலுண்டான ***[ஓலை 17 முன் பக்கம்]*** ன சகல பொருள்களை சறுவேசுரன் யிட்ட கட்டளையின்படியே அனுபவிக்கிற பேர்கள் பாக்கியவான்கள்: அதேதென்றால் சகல செந்துக்களெல்லாம் யவர்களுக்கு உபகாரமா யிருக்கு மென்கிறத்துக்குச் சந்தேகமில்லை.
- மோட்ச ராச்சியத்துக்குப்போகப் பயணமாயிருக்கிற பேர்கள் பாக்கியவான்கள்: அதேதென்றால்ச் சறுவேசுரனும் தம்முடைய மோட்ச ராச்சியத்திலே யிருக்கிற சம்மனசுக்களும் யவர்களுக்குத் துனையாய் வருவார்களென்கிறத்துக்குச் சந்தேகமில்லை.
- இந்த ஞான வாக்கியங்களை கேட்கிற பேர்களாயிருக்கிற நீங்கள் பாக்கியவான்கள்: அதேதென்றால் சறுவேசுரன் உங்களுக்கு நல்ல வழியைக் காண்பிப்பாரெண்ணு நீங்களறியக்கடவீர்கள் யென்கிறத்துக்குச் சந்தேகமில்லை.
- பொய்யான தேவர்களெண்ணு யறிஞ்சு விடுகிற தமிளர் பாக்கியவான்கள்: அதேதென்றால், மெய்யான சறுவேசுரனை யறிவீர்க ளென்கிறத்துக்குச் சந்தேகமில்லை.
- சறுவேசுரனுக்குப் பொருந்தாத வாக்கியங்களைத் தள்ளுகிற தமிளர் பாக்கியவான்கள்: அதேதென்றால்ச் சறுவேசுரன் அருளிச் செய்த மெய்யான வேத வாக்கியங்களை யறிஞ்சிருப்பீர்க ளென்கிறத்துக்குச் சந்தேகமில்லைச்
- சறுவேசுரனுக்கு யேராத பாவங்களைத் தள்ளுகிற தமிளர் பாக்கியவான்கள்: அதேதென்றால் உங்கள் பேரிலே சறுவேசுரன் கிறுபையா யிருப்பா ரென்கிறத்துக்குச் சந்தேகமில்லை.

- மகமதுயென்கிற நவியை முழு மனசோடே விட்டு கிறீஷ்த்து யேசு வென்கிற மெய்யான சுதனாகிய சறுவேசுரன் பேரிலே விசுவாச நம்பிக்கையா யிருக்கத்தக்கதாக ஆசையாயிருக்கிற இசலாமானவர் பாக்கியவான்கள்: அதேதென்றால் மோட்ச ராச்சியத்தை யடைவீர்க ளென்கிறத்துக்குச் சந்தேகமில்லை.
- மரியாளென்கிற கன்னியாஷ்த்திறியைப் பிறாத்திச்சுக் கொள்ளாமலும் மத்த அற்சிய சீஷ்ட்ட பேர்களுக்கு வேண்டுதலைப் பண்ணாமலும் கிறீஷ்த்துவை மாத்திரம் விசுவாசமுள்ள மனசோடே வேண்டிக் கொள்ளுகிற பறங்கிக்காரர் பாக்கியவான்கள்: அதேதென்றால் கிறீஷ்த்து யேசுநாதரானவர் திருவிளம்பத்தின மெய்யான பாக்கியங்களுக்கு சுகந்திரமாயிருப்பீர்களென்கிறத்துக்குச் சந்தேகமில்லை.
- இப்படிக் கொத்த ஞானமுள்ள தேவப் பொருள்களை கேட்டி [கேட்டு] மனதிலே தறிச்சுக்கொண்டு அதின்படியே நடக்கிற பேர்கள் இந்த லோகத்திலேயும்ப் பரலோகத்திலேயும் பாக்கியவான் கள்: அதேதென்றால் சறுவேசுரன் உங்களை கைவிடாமல் யிப்பொதும் யெப்போதும் எண்ணெண்ணைக்கும் உங்களிடத்திலே வாசமா ***[ஓலை 17 பின் பக்கம்]*** யிருந்துக் கிறுபைப் பண்ணி லெஷ்சிப்பாரென்கிறத்துக்குச் சந்தேகமில்லை.

# பிரசங்கம் 5: சறுவேசுரனை எந்தப் பிரகாரமாக அறிய வேண்டும்?

**<u>யெறுசலேயமென்கிற கோவிலிலே சொல்லப்பட்ட அஞ்சாம் பிறசங்கம்:</u>**

போன பிறசங்கத்திலே மனுஷருடைய மெய்யான பாக்கியங்களெப்படிக் கொத்ததுகளென்று உங்களுக்குக் கொஞ்சத்துக்குள்ளே வெளிப்படுத்தினோமே. இந்தப் பிறசங்கத்திலே நாம் சறுவேசுரனை யெந்தப் பிறகாரமாக யறிய வேணுமெண்ணு வெளிப்படுத்துவோம். அதெப்படியென்றால் சறுவேசுரன் ஒருதர் மாத்திரம் நமக்குக் கத்தராயிருக்கிறபடியினாலே அவருக்கு முன்பாகப் பயந்து நடந்து அவரை யெப்போதும் வணங்கித் தோஷ்த்திரம் பண்ணி யவருக்குச் சந்தோஷமுள்ள மனசோடே யனுதினமும் ஊழியஞ்செயிது அவருடைய சித்தத்துக்கு யேற்கக் கீழ்ப்படிஞ்சு நடக்க வேண்டியிருக்கிறது. ஆனால்ச் சறுவேசுரன் யெப்படிக் கொத்தவரெண்ணும் அவருடைய சித்தமேதெண்ணும் அவருக்குப் பொருந்தியிருக்கிற வழிபாடுகள் யேதெண்ணும் நாம் அறியாமால்ப் போனால் அவருடைய சித்தத்துக்கு யேற்கப் பணிவிடை செய்யப்போகாது.

அதேதென்றால் யாதொரு வேலைகாறன் தன்னாண்டவனுடைய மனதை அறியாமலிருந்தால் அவனுக்கேற்க வேலை செய்யமாட்டானென்கிறதுபோலே நாமும் சறுவேசுரனுடைய சித்தத்தை அறியாமலிருந்தோமானால் அவருக்குப் பொருந்தியிருக்கிற ஊழியங்களைச் செய்யமாட்டோம். இதிநிமித்தியமாகச் சறுவேசுரனுக்குப் பணிவிடை செய்கிறத்துக்கு முன்னே

யவரை நண்ணாக அறிய வேண்டியிருக்கிறது. இப்படி யவரை யறியத்தக்கதாகச் சறுவேசுரன் நமக்குக் கருத்துள்ள மனதைக் கொடுத்தாரென்கிறதுமல்லாமல் நினவுள்ள புத்தியை நமக்கு உண்டாயிருக்கக் கட்டளையிட்டார். இப்படிக் கொத்த நினைவுள்ள புற்றியினாலே நாம் சறுவேசுரனை யெந்தப் பிறகாரமாக அறியலாமென்று நீங்கள் கேட்பீர்களானால் யவரை யறிகிறத்துக்கு ரெண்டு வகை யுண்டெண்ணு நீங்கள் அறியக்கடவீர்கள்.

இதில் முதலாவது சகல உண்டாக்கப்பட்ட செந்துக்களைப் பாத்து அவர்களைப் படைப்பித்தவராயிருக்கிற சறுவேசுரன் ஆறெண்ணு விசாரித்து அறியலாம். அதேதென்றால் உண்டையாயிருக்கிற உண்டாக்கப்பட்ட தோக்க முகிவு யில்லாத வானத்தை நம்முடையக் கண்களினாலே உற்றுப் பாத்தோமானால் அத்தை யுண்டாக்கினவராயிருக்கிற சறுவேசுரன் ஆதியந்தமாய்த் தோக்க மு ***[ஓலை 18 முன் பக்கம்]*** கிவில்லாதவராயிருக்கிறவரெண்ணும் அறியக்கடவோம். வானத்தினுடைய விசாலங்களையும் வானத்தினுடைய உசத்திகளையும் நம்மாலே அளவிடப் போகாததுபோலே இதுகளைப் படைப்பிக்கிறவராயிருக்கிற சறுவேசுரனுடைய மகிமையையும் நாம் புற்றியினாலே அளவிடுகிறதைப் பாற்க மட்டில்லாத விசாலமுள்ள உசத்தியாயிருக்குதெண்ணு அறியலாம்.

லோகமெங்கும் வெளிச்சமாகப் பண்ணுகிற சூரியனை நாம் கண்டோமானால் அப்படிக் கொத்த பிறகாசமுள்ள சூரியனை யுண்டாக்கினவராயிருக்கிற சறுவேசுரன் அளவில்லாத ஒளிவுள்ளவரா யிருக்கிறவரெண்ணும் நாம் அறியலாம். சூரியன் சகல நஷ்செத்திரங்களும் சந்திரனுக்கும் வெளிச்சமென்கிற

பிறைபையைக் [பிறைபை: ஒளி] குடுக்கிறாப்போலே அதுகளுக்கு கத்தனாயிருக்கிற சறுவேசுரனும் பரமண்டலத்திலே இருக்கிற சகல செனங்களுக்கும் பூலோகத்திலே யிருக்கிற சகல மனுஷருக்கும் ஞானமுள்ள வெளிச்சத்தைக் குடுக்கிறவரெண்ணும் யவரவர் நண்ணாக அறியலாம். பூமியைப் பாற்க அனேகம் விசாலமுள்ள யெண்ணப்படாத நஷ்செத்திரங்களை புற்றிக் கண்களினாலே கண்டோமானால் யெல்லாத்தையும் அதுகளைப் படைப்பித்தவராயிருக்கிற சறுவேசுரன் சறுவத்துக்கும் வல்லவராயிருக்கிறவரெண்ணு நாம் அறியக்கடவோம். லோகமும் லோகத்திலுண்டான சகல வஷ்த்துக்களும் வரிசையாகச் சறுவேசுரனாலே உண்டாக்கப்பட்டுது யென்கிறதுமல்லாமல் அதுகளெல்லாம் சறுவேசுரன் யிட்டக் கட்டளையின்படியே தப்பிதமில்லாமல் வரிசையாக யிருக்குதெண்ணு கண்டோமானால் யெல்லாத்தையும் உண்டாக்கின சறுவேசுரன் அளவில்லாத ஞானமுள்ளவரா யிருக்கிறவரெண்ணும் அளவறுக்கப்படாத பெலமுள்ளவரெண்ணும் யவரவர்கள் தங்களிலே தாங்களறியலாம்.

இந்தப் பூலோகத்தில் யிருக்கிற பல பல மிறுக சாதிகளையும் பல பல வகையுள்ள பட்சி சாதிகளையும் பல பல விதங்களுள்ள மற்சங்களையும் பல பல விதங்களுள்ள விருஷ்சங்களையும் பல பல விதங்களுள்ள கனி வகைகளையும் பல பல வகையுள்ள பூச்சிகளையும் நாம் கண்டோமானால் அதுகளைப் படைப்பித்தவரா யிருக்கிற ஆண்டவன் அளவில்லாத சகல நன்மை சுவாபமுள்ளவரா யிருக்கிறவரெண்ணு நாமறியக்கடவோம். இப்படி உண்டாக்கப்பட்ட வஷ்த்துக்களுடைய அலங்காரமுள்ள குண கெதியை நாமறிஞ்சோமானால் யெல்லாத்துக்கும் மேலான வஷ்த்துவாயிருக்கிற

சறுவேசுரன் ***[ஓலை 18 பின் பக்கம்]*** அளவில்லாத அலங்காரமுள்ளவராயிருக்கிறவரெண்ணும் புற்றியுள்ள பேர்கள் அறியலாம். நம்முடைய ஆத்தும சரீரத்தையும் அதுகளினுடைய நன்மைகளையும் புத்திக் கண்களினாலே பாத்தோமானால் நம்மைப் படைப்பிக்கிறவராயிருக்கிற சறுவேசுரன் அளவில்லாத மகிமையுள்ளவாரா யிருக்கிறவரெண்ணு நாம் அறியக்கடவோம்.

அதேதென்றால் நமக்குண்டான அழியாத ஆத்துமத்தையும் நினவுள்ள புத்தியையும் கருத்துள்ள மனதையும்ச் சந்தோஷமுள்ள இறுதயத்தையும், அறிவுள்ள மகிமையையும் ***[AFSt/P TAM 86 ஓலை 73 பி:*** "மகிமையையும்" என்ற வார்த்தை "மதியையும்" என்று மாற்றி எழுதப்பட்டுள்ளது] வல்லமையுள்ள தயிரித்தையும் மகிமையுள்ள குண கெதியையும் அலங்கிறுதமான அவை[ய]ங்களுள்ள சரீரத்தையும் அஞ்சு பஞ்ச யிந்திரியங்களையும் [பஞ்ச யிந்திரியங்கள் (the five senses) ***AFSt/P TAM 86 ஓலை 74 மு:*** "யிந்திரியங்களையும்" என்ற வார்த்தை "பூதியங்களையும்" என்று மாற்றி எழுதப்பட்டுள்ளது. பஞ்ச பூதியங்கள்: five elements; earth, water, fire, air, ethereal matter] இதுகளெல்லாம் நமக்குப் பத்தியோடே ***[AFSt/P TAM 86 ஓலை 74 மு:*** "பத்தியோடே" என்ற வார்த்தை "புத்தியோடே" என்று மாற்றி எழுதப்பட்டுள்ளது] குடுக்கிற சறுவேசுரன் அளவில்லாத நன்மையுடைத்தானா யிருக்கிறவரெண்ணும் முகிவில்லாத ஞானமுள்ளவரா யிருக்கிறவரெண்ணும் அளவறுக்கப்படாத சந்தோஷமுள் ளவராயிருக்கிறவரெண்ணும் முகிவில்லாத கிறுபை தயவுள்ளவரா யிருக்கிறவரெண்ணும் நாம் அறியக்கடவோம்.

இப்படி யறிஞ்சபடியினாலே எல்லாத்துக்கும் காரணமாயிருக்கிற சறுவேசுரனுக்கு எந்தப் பிறகாரமாக நாம் பணிவிடை செய்ய வேணும் மெண்ணு நம்முடைய புத்தியினாலே அறியக்கடவோம். அதேதென்றால்ச் சகல உண்டாக்கப்பட்ட செந்துக்கள் சறுவேசுரனுடைய கட்டளையின்படியே நமக்கு உபகாரமாயிருக்குதெண்ணு அறிஞ்சபடியினாலே நாம் சறுவேசுரனுக்குப் பரிபூரணமாக சினேகிதமாயிருக்க வேணுமெண்ணு அவரவர்கள் தங்களிலே தாங்கள் அறியலாம். இப்படிக் கொத்த வஷ்த்துக்களெல்லாம் சறுவேசுரன் நமக்காகப் படைப்பித்தாப்போலே நம்மைத் தமக்காகப் படைப்பித்தாரொழிய மத்தப்படி அல்ல.

இது இப்படி யிருக்கையிலே இந்தப் பூலோகத்திலே யிருக்கிற அந்தந்த வஷ்த்துக்களெல்லாம் யனுதினமும் நமக்காகப் பிறையாசமாயிருக்கிறாப்போலே நாமும் சறுவேசுரனுக்காக யனுதினமும் பிறையாசமாயிருக்க வேணுமெண்ணு அறியக்கடவோம். அதுகளும் நமக்கு உபகாரமாயிருக்கிறாப்போலே நாமும் சறுவேசுரனுக்கு யெப்போதும் சம்மதியாயிருக்க வேணுமெண்ணு அறியக்கடவோம். அதுகள் நம்முடைய சித்தத்துக்குக் கீழ்ப்படிஞ்சு இருக்கிறாப்போலே நாமும் சறுவேசுரனுடைய சித்தத்தின்படியே சந்தோஷமுள்ள மனதோடே நடக்க வேணுமெண்ணு ***[ஓலை 19 முன் பக்கம்]*** அறியக்கடவோம். அதுகள் நம்முடையக் கட்டளையின்படியே செய்தாப்போலே நாமும் சறுவேசுரனுடைய கட்டளையின்படியே செய்ய வேணுமெண்ணு அறியக்கடவோம். அதுகள் நமக்கு நல்ல கனியைக் குடுக்கிறாப்போலே நாமும் சறுவேசுரனுக்குப் புண்ணியமென்கிற கனிகளைக் குடுக்க வேணுமெண்ணு அறியக்கடவோம். அதுகள் நம்முடைய பேரிலே

பயமாயிருக்கிறாப்போலே நாமும் யெங்கும் நிறைஞ்சிருக்கிற சறுவேசுரன் முன்பாகப் பயந்து நடக்க வேணுமெண்ணு அறியக்கடவோம். அதுகளும் தனக்குண்டான நன்மைகளெல்லாம் நமக்குக் காணிக்கையாகத் தருகிறாப்போலே நாமும் நமக்குண்டான நன்மைகளெல்லாம் சறுவேசுரனுக்குக் காணிக்கையாக ஒப்புக் கொடுக்க வேணுமெண்ணு அறியக்கடவோம்.

இப்படிக் கொத்த ஞாயங்களெல்லாம் உண்டாக்கப்பட்ட வஷ்த்துக்களைப் பாத்து நம்மாலே அறியலாம். இதினிமித்தியமாகச் சறுவேசுரன் லோகத்திலே யிருக்கிற சகல வஷ்த்துக்கள் நமக்குப் படிப்பினையாக யிருக்குதெண்ணு உண்டாக்கினார். இது யிப்படி யிருக்கையிலே நாம் அனுதினமும் இப்படி உண்டாக்கப்பட்ட பொருள்களைப் புற்றிக் கண்களினாலே தெந்து பாத்து அதுகளைப் படைப்பிக்கிறவராயிருக்கிற சறுவேசுரன் ஆறெண்ணும் யவர் யெப்படிக் கொத்தவரெண்ணும் அறியத்தக்கதாக விசாரித்து யவருக்கு யெந்தப் பிறகாரமாகப் பணிவிடை செய்ய வேண்டி யிருக்குதெண்ணு பிறையாசப்படக்கடவோம் மொழிய மற்றப்படி அல்ல. இது தவிர ஒரு ***[AFSt/P TAM 86 ஓலை 76 பி:*** "ஒரு" என்ற வார்த்தை "ஒரே" என்று மாற்றி எழுதப்பட்டுள்ளது*]* சறுவேசுரனுண்டெண்ணும் யவர் யெப்படிக் கொத்தவரெண்ணும் யவருக்குப் பொருந்தியிருக்கிற வழிபாடுகள் யேதெண்ணும் அந்தந்த உண்டாக்கப்பட்ட வஷ்த்துக்களல்லாமல் நமக்குமுண்டான நினவுள்ள புற்றி சாட்சியா யிருக்குதெண்ணு அறியக்கடவோம்.

அதேதென்றால் நாம் யாதொரு புண்ணிய காரியங்களைச் செய்தால்ச் சறுவேசுரன் இதுக்காக

நம்முடைய பேரில் சினேகிதமாயிருப்பாரெண்ணு மனதுள்ள புற்றி சாட்சியாயிருக்கும். நாம் யாதொரு பொல்லாப்பு செய்தால் சறுவேசுரன் நம்முடைய பேரிலே வற்மமாயிருப்பாரெண்ணு நம்முடைய நினைவுள்ள புத்தி சாட்சியாயிருக்கும். யிதினாலேப் பொல்லாப்புகள் நினையாமலும் பொல்லாத காரியங்களைச் செய்யாமலும் சறுவேசுரனுக்கு முன்பாகப் பயமுள்ள மனசோடே நடந்து யெப்போதும் புண்ணியங்களைச் செய்யத்தக்கதாக நாம் பிறையாசமாயிருக்க வேணுமெண்ணு அ ***[ஓலை 19 பின் பக்கம்]*** றியக்கடவோம்.

இதுக்கப்பால் ஏக சறுவேசுரன் நீதி ஞாயமுள்ளவராயிருக்கிறபடியினாலே யவர் சகலமான மனுஷரை ஒரு நாளிலே நடுத்தீற்க வருவாரென்று அறியக்கடவோம். அந்த நடுத்தீர்வையிலே பாவிகளாயிருக்கிற பேர்களை கடினமான ஆக்கினை சறுவேசுரன் யிடுவாரெண்ணும் புண்ணியவான்களுக்கு மோஷ்ச பலனைக் குடுப்பாரெண்ணும் யவர் ரவர்கள் தங்களிலே தாங்கள் தானே அறியலாம். இதினிமித்தியமாகச் சகலமான மனிசர் இது அறியலாமென்கிறத்தினாலே அதின்படியே நடக்காதே போனால்ச் சறுவேசுரனுடைய நடுத்தீர்வையிலே வந்து தங்களுடைய குத்தத்தினாலே நரகத்துக்குப் போவார்களென்கிறத்துக்குச் சந்தேகமில்லை. அதேதென்றால் சறுவேசுரன் திருவிளம்பத்தின திருவசனமாவது ஒரே சறுவேசுரனெண்ணு யவர்களுக்கு வெளிச்சமாயிருக்கும். அதேதென்றால் சறுவேசுரன் தாமே அவர்களுக்கு வெளிச்சம் பண்ணினார்.

இப்படி வெளிச்சம் பண்ணுகிற வகையாவது அரூபமாயிருக்கிற சறுவேசுரனுடைய அளவில்லாத

மகிமையுள்ள சுவாபமேதென்று யவருண்டாக்கின சகல பொருள்களினாலே நாம் அறியலாம். இது அறிஞ்சிருக்கிற பேர்கள் அந்த நடுத்தீர்வையிலேத் தங்களுக்குச் சம்புவிச்ச ஆக்கினைக்காகச் சறுவேசுரன் பேரிலே குத்தம் சாட்ட மாட்டார்கள். அதேதென்றால் ஒரு சறுவேசுரணெண்ணு அறிஞ்சு அவரைச் சங்கை செய்யாமலும் தோஷத்திரம் பண்ணாமலும் அவருக்குப் பொருந்தியிருக்கிற ஆராதனைகளைச் செய்யாமலும் அவருடைய சித்தத்துக்கு யேற்க நடக்காமலும் அவருடைய கற்ப்பினையின் பேரிலே விசாரமில்லாதே யிருந்தார்களென்கிறத்தினாலேச் சறுவேசுரன் அவர்களை நரகத்திலே தள்ளுவா ரென்கிறத்துக்கு ஞாயமாயிருக்கும்.

இப்படிக் கொத்த ஆக்கினைக்குள்ளாயிருக்கிற பேர்களைச் சறுவேசுரன் கைவிடுவாரென்கிறதுமல்லாமல்த் தங்களுடைய புத்திக் குறைச்சலினாலே இருளான நடக்கைகளிலே நடக்கிறார்க ளென்கிறத்துக்குச் சாபமிட்டார். சாபமிட்டபிற்பாடு அவரவர்கள்ப் பல பல விதமுள்ள பொல்லாப்புக்களை செய்கிறதுந் தவிர சறுவேசுரன் யெப்படிக் கொத்தவரெண்ணு விசாரமில்லாதே போனபடியினாலே நாளுக்கு நாள் மோசமுள்ள வழிகளிலே தப்பிதமாக விழுந்தார்கள். சில பேர்கள் சறுவேசுரன் யில்லையென்று நினைச்சுக்கொண்டு தங்களுடைய அகந்தையுள்ள மனதின்படியே நடந்து கொள்ளுகிறார்கள். சில பேர்கள் சறுவேசுரன் ஆரெண்ணு காணாம ***[ஓலை 20 முன் பக்கம்]*** லிருந்தபடியினாலே சறுவேசுரன் உண்டாக்கின அந்தந்த மகிமையுள்ள வஷ்த்துக்களைச் சறுவேசுரனெண்ணு உபசரணை பண்ணுகிறார்கள்.

சில பேர்கள் பிசாசினாலே லோகத்திலே அனுப்பட்ட பேர்களை தேவர்களெண்ணு ஆசரிச்சுக்கொண்டு அவர்களுக்குப் பல பல வகையுள்ள பூசை பலகாரஞ் செய்கிறார்கள். சில பேர்கள் மனுஷர் உண்டாக்கின அநேகஞ் சித்திரங்களையும் சிலைகளையும் பாத்து அரூபமாயிருக்கிற சறுவேசுரனைப்போலே வேண்டிக்கொண்டு கண் கெட்ட குறுடராய்ப் போனார்கள். சில பேர்கள் முழுதும் மதி கெட்டத்தினாலே ஆவிடையார் ***[AFSt/P TAM 86* ஓலை 79 மு: "**ஆவிடையார்" என்ற வார்த்தை "ஆவுடையார்" என்று எழுதப்பட்டுள்ளது*]* லிங்கத்தைப் பூசை பண்ணுகிறார்கள்.

இதுவெல்லாம் மெய்யான சறுவேசுரனை அறியாத பேர்களுக்குச் சாபமாக வந்து சம்புவிச்சுதென்று அறியக்கடவோம். ஆனால் சறுவேசுரன் யெப்படிக் கொத்தவரெண்ணும் தாமுண்டாக்கின பொருள்களினாலே அறியத்தக்கதாக பிறையாசமுள்ள பேர்களுக்குச் சறுவேசுரன் தம்முடைய திருவசனத்தை வெளிச்சம் பண்ணினார். இப்படி வெளிச்சமாகப்பட்ட திருவசனங்களினாலே சறுவேசுரன் ஆரெண்ணும் யவர் யெப்படிக் கொத்தவரெண்ணுமவருடைய சித்தமெ தெண்ணும் சுத்தாங்கமாக அறியக்கடவோம். அதேதென்றால் நாம் யிந்தத் திருவசனத்தைப் படிப்பிக்கிறத்துக்கு ***[AFSt/P TAM* 86 ஓலை 80 மு: "**படிப்பிக்கிறத்துக்கு" என்ற வார்த்தை "படிக்கிறத்துக்கு" என்று சரியாக எழுதப்பட்டுள்ளது*]* ஆசையுள்ள மனதோடே வாசித்து கருத்துள்ள நினவோடே கூர்மையாய்க் கேட்டு அதின்படியே நடக்கிறத்துக்கு வாஞ்சையாயிருக்கிற பேர்களுடைய இறுதயத்திலே

சறுவேசுரன் வந்து அவர்களுடைய புத்திகளை வெளிச்சமாகப் பண்ணுவாரென்கிறத்துக்குச் சந்தேக மில்லை.

இப்படி வெளிச்சம் பண்ணப்பட்ட புற்றியாயிருக்கிற மனுஷர் மோஷ்சமடைகிறத்துக்கு வேண்டியிருக்கிற தேவ பரம ரகசியங்களை சறுவேசுரனாலே அறியக்கடவார்கள். சறுவேசுரன் திருவிளம்பத்தின திருவசனங்களை யறியாத பேர்கள் லோகத்திலே யுண்டாக்கப்பட்ட வஷ்த்துக்களைப் பாத்து இதுகளைப் படைப்பித்தவராயிருக்கிற சறுவேசுரன் ஆரெண்ணு தங்களிலே தங்கள் *[தாங்கள்]* கொஞ்சமாய் யறிந்தாலுமவர் திறீத்துவவானாயிருக்கிற ஏக சறுவேசுரனெண்ணும் யவருக்குப் பொருந்தியிருக்கிற ஆராதனைகளை யேதெண்ணும் மோஷ்சம் மடையத்தக்கதாக யவருடைய சித்தத்துக்குச் சம்மதியான வழிகள் யேதெண்ணும் அறியாமலிருக்கிறபடியினாலே தப்பிதமான வழிகளிலே நடக்கி ***[ஓலை 20 பின் பக்கம்]*** றார்கள். இது இப்படி யிருக்கச் செயிதெச் சறுவேசுரனுடைய திருவசனங்களை அறிஞ்ச பேர்கள் மாத்திரம் மோஷ்சமடைவார்க ளென்கிறத்துக்குச் சந்தேகமில்லை.

அதேதென்றால் இப்படிக் கொத்த திருவசனங்கள் நமக்குண்டான பாவங்களுக்காக யெங்களுடைய ***[AFSt/P TAM 86 ஓலை 81 மு:*** "யெங்களுடைய" என்ற வார்த்தை "நம்முடைய" என்று சரியாக எழுதப்பட்டுள்ளது*]* இடத்திலே இருக்கிற இருளான புற்றியைத் தள்ளுகிறத்துக்கும் தேவ ஒளிவுள்ள வெளிச்சத்தை நமக்கு குடுக்கிறத்துக்கும் வல்லபமா யிருக்கிறதுமல்லாமல் சறுவேசுரனைச் சுத்தாங்கமாக

யறிகிறத்துக்கும் யவருக்குப் பொருந்தியிருக்கிற புண்ணியங்களைச் செய்கிறத்துக்கும் மெய்யான உபாயத்தையும் மெய்யான வழியையும் காண்பிக்கு மொழிய மத்தப்படி யல்ல.

உண்டாக்கப்பட்ட பொருள்களைப் பாத்து சறுவேசுரன் ஆரெண்ணு அறிஞ்ச பேர்கள் சந்திரனைப்போலே பிறகாசமுள்ள பேர்களாயிருப்பார்கள்ச் சறுவேசுரன் அருளிச்செய்த வேத வாக்கியத்தைக் கேட்டு சறுவேசுரன் ஆரெண்ணு அறிஞ்சிருக்கிற பேர்கள் சூரியனைப்போலே பிறகாசமுள்ள பேர்களாயிருப்பார்கள். சறுவேசுரன் உண்டாக்கப்பட்ட செந்துக்களைப் பாத்து யவர் ஆரெண்ணு அறிஞ்சத்தினாலே நாம் கரையேற மாட்டோம்ச் சறுவேசுரன் அருளிச் செய்த வேத வாக்கியத்தைக் கேட்டு அவர் ஆரெண்ணு அறிஞ்சத்தினாலே நாம் மோஷ்சக் கரையேறக்கடவோம்.

இதினாலே தங்களிலே தாங்கள் செந்துக்களிடத்திலேச் சறுவேசுரனை அறிகிற பேர்களுக்கும் இந்தத் திருவசனங்களினாலே சறுவேசுரனை அறிகிற பேர்களுக்கும் அனேகம் வித்தியாசமுண்டெண்ணு நாம்ப் பாத்துக்கொண்டிருக்கிறோம். இப்படிக் கொத்த மெய்யான திருவசனங்கள் மனுஷருக்குள்ளே ஆருக்குண்டெண்ணு நீங்கள் கேட்பீர்களானால் இந்த லோகத்திலே இருக்கிற கிறீஷ்த்தவர்களுக்கு மாற்றிர முண்டெண்ணு அறியக்கடவீர்கள். மற்றச் சனங்க ளெல்லாருக்கும் உண்டான வேத வாக்கியங்களைச் சறுவேசுரன் அருளிச் செய்த வேத வாக்கியங்களல்ல. யவர்கள் சுயமாய் கட்டின வேத வாக்கியங்களாயிருக்கும் மென்கிறத்துக்குச் சந்தேகமில்லை. அதேதென்றால் இப்படிக் கொத்த சுயமாய் உண்டாக்கப்பட்ட பல

வேதங்களினாலே மெய்யான சறுவேசுரனுக்கும் மனுதனுக்குண்டான மகிமைக்கும் யனேகம் யேராத காரியங்களாய் யெழுதியிருக்கிறபடியினாலே யவர்களுக்கு மோஷ்சத்துக்கான வழியில்லையெண்ணு அறிஞ்சிருக்கிறது மல்லாமல் அவ **[ஓலை 21 முன் பக்கம்]** ர்கள் யெல்லாரும் நரகத்துக்குப் போவார்களெண்ணு யறிஞ்சிருப்பீர்களென்கிறத்துக்குச் சந்தேகமில்லைச் சறுவேசுரன் தாம் திருவிளம்பத்தின திருவசனங்களல்லாமல் ஒருவராகிலும் கரையேற மாட்டார்களென்று அறிஞ்சபடியினாலே யனேகம் தீற்கத்தெரிசிகளையும் யனேகம் குருப்பட்டமுள்ள பேர்களையும் தெரிஞ்சுகொண்டு யவர்களை லோகமெங்கும்போய்த் தம்முடைய திருவசனங்களைப் போதிவிக்கத்தக்கதாக அனுப்பிவிச்சார்.

இவர்களுடைய ஞானமுள்ள வாக்கியங்களைக் கேட்டு யதின் பேரிலே விசுவாசமாக நம்பிப் படிச்சுக்கொண்டு ஞானஷ்த்தானம் பெத்த பேர்கள்ச் சறுவேசுரனை நண்ணாக அறிஞ்சு அவருடைய சித்தத்தின்படியே நடந்துகொண்டு மோட்சத்துக்குப் போனார்கள். சறுவேசுரன் அந்தக் காலங்களிலே செய்தாப்போலே இந்தக் காலங்களிலேயும் செய்துகொண்டு வருகிறார்.

அதேதென்றால் யவர் யிந்தத் தேசத்திலே இருக்கிற தமிழரும் சோனகரும் மத்தப் பல சாதிகளும் மிகவும் தப்பிதமாய்ப் போறீர்களென்கிறத்தைக் கண்டபடியினாலே உங்களைக் கிறுபையோடே பாத்துத் தம்முடைய திருவசனங்களை உங்களுக்குப் போதிவிக்கத்தக்கதாக குருப்பட்டமுள்ள பேர்களாயிருக்கிற யெங்களை இரண்டு பேரையும் யிந்தத் தேசத்துக்கு அனுப்பிவிச்சார். நீங்கள்

மோஷ்ச கரையேறத் தக்கதாகச் சறுவேசுரன் உங்கள் பேரிலே யித்தினை தயவாயிருக்கிறாரெண்ணும் நாங்களுங்களுக்காக யித்தினைப் பிறையாசப் படுகிறோம் மெண்ணும்க் கண்டபடியினாலே நீங்கள் மனசு திரும்பிச் சறுவேசுரன் பேரிலே தயவாயிருந்து யவருடைய திருவசனங்களைக் கேட்டு மனதிலே விசுவாசமாக எண்ணிக்கொண்டு அதின் பேரிலே யோசனை பண்ணிக்கொண்டு பொய்யான தேவர்களை விட்டுச் செய்த பாவங்கள்க்காக மகா மனஷ்தாபப்பட்டு கிறீஷ்த்து யேசுயென்கிற மெய்யான சுதனாகிய சறுவேசுரனை விசுவாசமுள்ள மனதோடே வேண்டிக்கொண்டு யவர் கட்டளையிட்ட ஞானஷ்த்தானத்தைப் பெற்று கிறீஷ்த்தவர்களுடைய திருச்சபைக்குள்ப்பட்டு திறீத்துவவானாயிருக்கிற ஏக சறுவேசுரனை மாத்திரம் ஆராதனை பண்ணி மரணபரியந்தம் யவருடைய சித்தத்துக்கு யேற்க கீழ்ப்படிஞ்சு நடந்து யவருக்குகந்த பிள்ளைகளாயிருக்கக்கடவீர்களொழிய மற்றப்படி அல்ல.

நீ ***[ஓலை 21 பின் பக்கம்]*** ங்கள் இப்படிக் கொத்த திருவசனங்களைக் கேட்டு அறிஞ்சு யேத்துக் கொள்ளாதே போனால்ச் சறுவேசுரனுடைய நடுத்தீர்வையிலே குத்தமுள்ள பேர்களாயிருப்பீர்கள். உங்களுக்குள்ளே யவரவர்களுக்குச் சறுவேசுரனாலேச் சுத்தமான மனசுக் குடுத்திருக்கிறபடியினாலே நீங்களவருடைய தயவுள்ள கிறுபையை யேத்துக் கொண்டாலும் உங்கள் சித்தம் யேத்துக்கொள்ளாமலிருந்தாலும் உங்கள் சித்தமாயிருக்கு தெண்ணும் நீங்களறியக்கடவீர்கள்.

சறுவேசுரன் ஆகிலும் நாங்கள் ளெங்கிலும் ஒருத்தரையும் பெலபந்தம் பண்ணப் போறதில்லை.

நீங்களிந்த எருசலேயமென்கிற கோவிலிலே வந்து சறுவேசுரன் அருளிச் செய்த வேத வாக்கியங்களைக் கேட்டாலும் எங்களுக்கும் மகாச் சந்தோஷமா யிருப்பீர்களென்கிறத்துக்குச் சந்தேகமில்லை. நீங்கள் கேட்டதெல்லாம் மனதிலே தரிச்சுக்கொண்டு கிறீஷ்த்து யேசுயென்கிற மெய்யான சுதனாகிய சறுவேசுரன் பேரிலே விசுவாசமாயிருந்து ஞானஷ்த்தானம் பெற்றால் சறுவேசுரனுக்கு மகாப் பிறியமாயிருப்பீர்க ளென்கிறத்துக்குச் சந்தேகமில்லை. ஆனால் இந்த எருசலேயமென்கிற கோவிலிலே வந்து கேளாமலும் கேட்டு விசுவாசியாமலும் விசுவாசிச்சு ஞானஷ்த்தானம் பெறாமல்ப் போனாலும்ச் சறுவேசுரனுடைய கிறுபையைச் சங்கை செய்யாமல்ப் போனாலும், உங்களுடைய பொய்யான தேவதைகளை விடாமல்ப் போனாலும் சறுவேசுரனுக்கும் எங்களுக்கும் ஒரு சேதம் வாராது.

ஆனால்ச் சறுவேசுரன் உங்களைக் கைவிடுகிறதுமல்லாமல் அந்த நடுத்தீற்கிற காலத்திலே உங்கள் பேரிலே மகாக் கோபிச்சுக்கொண்டு யெண்ணெண்ணைக்கும் ஊழிகால முள்ள ஆக்கினையிலே பிசாசினோடேகூட யிருக்கத்தக்கதாகக் கட்டளையிடுவாரென்கிறத்துக்குச் சந்தேகமில்லை. அந்தக் காலத்திலேச் சறுவேசுரன் உங்களுக்குக் குடுத்த தயவுள்ள கிறுபையைச் சங்கை பண்ணாமல் போனீர்களென்கிறபடியினாலே அந்தக் காலத்திலேயே மகாத் துக்கத்தோடே கஷ்த்திப் படுவீர்களென்கிறத்துக்குச் சந்தேகமில்லை.

இப்படிக் கொத்த ஆக்கினையுள்ள துக்கங்களும் கஷ்த்திகளும் உங்களுக்கு வாராதபடிக்கு நீங்கள் இந்த யிரக்கமுள்ள காலத்திலே சறுவேசுரன் திருவிளம்பத்தினத்

திருவசனங்களை நண்ணாய்க் கேட்டு அதின்படியே தப்பிதமில்லாமல் நடந்து ஞானஷ்த்தானம் பெறுகிறத்துக்குக் கருத்துள்ள மனசாயிருக்கக்கட வீர்களொழிய மற்ற ***[ஓலை 22 முன் பக்கம்]*** ப்படியல்ல. நீங்கள் ***[AFSt/P TAM 86 ஓலை 86: பி:*** "நீங்கள்" என்ற வார்த்தை "நீங்களிது" என்று மாற்றி சரியாக எழுதப்பட்டுள்ளது*]* செய்யத்தக்கதாக இத்தினை பிறையாசமுள்ள பேர்களாயிருக்கிறீர்களென்று சறுவேசுரன் கண்டால் யவர் உங்களைக் கிறுபையோடே பாத்து உங்களுடைய புற்றிகளை வெளிச்சமாகப் பண்ணி உங்களுக்கு மோட்சத்தைக் குடுத்து லெஷ்சிப்பா ரென்கிறத்துக்குச் சந்தேகமில்லை.

## பிரசங்கம் 6: சறுவேசுரன் அனாதியுமாய் வின்ன பேதகமில்லாதவருமாய் எல்லாத்துக்கும் காரணமுமாய் இருக்கிறவர்

**<u>யெறுசலேயமென்கிற கோவிலிலே சொல்லப்பட்ட ஆறாம் பிறசங்கம்:</u>**

போன பிறசங்கத்திலேச் சறுவேசுரனை யறிகிறத்துக்கு ரெண்டு வகை யுண்டெண்ணு உங்களுக்கு வெளிப்படுத்தினோமே. இந்தப் பிறசங்சத்திலேச்

- சறுவேசுரன் யனாதியாய் இருக்கிறவரெண்ணும்
- பின்ன பேதகமில்லாதவரா யிருக்கிறவரெண்ணும் *[பின்ன பேதகம்: வின்ன பேதகம்: failure in performance of the promise]*
- யெல்லாத்துக்கும் காரணமாயிருக்கிறவரெண்ணும்ச்
- சகலத்தையும் அறிகிறவரெண்ணும்
- அளவில்லாத ஞானமுள்ளவரா யிருக்கிறவரெண்ணும்
- யெங்கும் நிறைஞ்சிருக்கிறவரெண்ணும்
- சத்தியமுள்ளவரா யிருக்கிறவரெண்ணும்
- பரிசுத்தமுள்ளவாரா யிருக்கிறவரெண்ணும்
- அளவில்லாத நீதியுள்ளவரா யிருக்கிறவரெண்ணும்
- அளவறுக்கப்படாத கிறுபையுள்ளவரா யிருக்கிறவரெண்ணும்
- அவருக்குண்டான பத்து லெஷ்சணங்களில் மூணு லெஷ்சணங்களைச்

சொல்லி யவர் யெப்படிக் கொத்தவரெண்ணும் யுங்களுக்கு வெளிப்படுத்த வேண்டி *[யிருக்கிறது]*.

அப்படியே சறுவேசுரன் அனாதியாயிருக்கிறாரோ யில்லையோ வெண்ணு விசாரிக்கும்போது யவர் அனாதியாயிருக்கிற சத்தியத்தை யெளிசாய் ஒப்பிவிப்போம். அதெப்படியென்றால்ச் சறுவேசுரன் தானாயிருக்கிறவரெண்ணும்ப் பரலோகத்திலேயும் பூலோகத்திலேயும் யுண்டாயிருக்கிற சகல வஷ்த்துக்களை யுண்டாக்கினவரா யிருக்கிறவரெண்ணும் தாம் திருவிளம்பத்தின திருவசனங்களினாலே நாம் அறிஞ்சபடியினாலே யவர் யனாதியாய்த் தோக்க முகிவுமில்லாதவரா யிருக்கிறவ ரெண்ணும் அறியக்கட வோம். ஆனபடியினாலே சறுவேசுரன் சொன்ன வார்த்தையாவது நாம் சகலத்தையும் படைப்பித்தோ மெண்ணு நம்மை யறிகிற பேர்கள் சாட்சியாயிருக்கும். நமக்கு முன்னே வேறே சறுவேசுரன் யில்லை. நமக்கு பின்னாக வேறே சறுவேசுரன் யில்லை.

நா[ம்] மாத்திரம் யெல்லாத்துக்கும் கத்தனாயிருக்கி றோம். நாமல்லாமல் வேறே ஒருதர் ஒத்தாசை பண்ணுகிறவரில்லை. நா[ம்] முந்தினவரும் பிந்தினவருமாயிருக்கிறோம். நமக்குப் பெரியவனுமில்லைச் சரியானவனுமில்லை. நாமல்லாமல் வேறே தெய்வங்களை ஆசரிக்கிற பேர்கள் பயித்தமுள்ள பேர்களாயிருக்கிறார்கள். நமக்கு ஒத்திருக்குமெண்ணு சிலைகளை யுண்டாக்கிற பேர்கள் முழுதும் மதி கெட்ட பேர்களாயிருக்கிறார்கள். அதேதெ **[ஓலை 22 பின் பக்கம்]** ன்றால் இப்படிக் கொத்த சிலைகள் அழிஞ்சுபோம் யென்கிறாப்போலே அதுகளை யுண்டாக்கிற பேர்களும் அதுகளுக்கு ஆராதனை பூசைகள் பண்ணுகிற பேர்களும் அழிஞ்சுபோவார்களென்கிறத்துக்குச் சந்தேகமில்லை.

நம்மைப் பாத்தால் வானமும் பூமியும் நடுங்க வேணும். ஆனபடியினாலே நம்மை அனுசாரி *[அனுசாரி: a companion; assistant; a follower]* பண்ணிக்கொள்ளுங்கோள். நம்முடைய யிடத்திலே மாத்திரம் உங்களுக்குச் சகாயம் வருமொழிய மற்றப்படியல்ல வெண்ணு திருவிளம்பத்தினார். இப்படிக் கொத்த சறுவேசுரன் திருவிளம்பத்தின திருவசனங்களை மோசேசுயென்கிற மகாத் தீற்கத்தெரிசி அறிஞ்சு அவர் சொன்ன வார்த்தையாவது யெல்லாத்துக்குங் கத்தராயிருக்கிற சறுவேசுராத் தேவரீர் இப்போதும் எப்போதும் யெண்ணெண்ணைக்கும் யெங்களுக்கு ஒதவியாய் இருக்கிறாரே. லோகத்தையும் பூமியையும் பறுவதங்களையும் உண்டாக்கப்பட்டத்துக்கு முன்னே தேவரீர் ஆதியந்தமாய் யெப்போதும் முள்ள மெய்யான சறுவேசுரனாயிருக்கிறீர். தேவரீருக்கு ஆயிரம் வருஷம் ஒரு நாள்போலே யிருக்கும். தேவரீர் எங்கள் பேரிலே கிறுபையாயிருமென்கிற வார்த்தைகளைச் சொன்னார். யப்படியே சறுவேசுரன் யனாதியாயிருக்கிறாரெண்ணு அறிஞ்சால் அவருடைய ஞானம் பெலம் நீதி கிறுபை யனாதியாயிருக்கிறாரெண்ணு சொல்ல வேண்டியிருக்கிறது.

அதேதென்றால்த் தாவீதென்கிற ராசாவாகிய தீற்கத்தெரிசி சொன்ன வார்த்தையாவது கத்தனாயிருக்கிற சறுவேசுரனுடைய கிறுபை யவருக்கு முன்பாகப் பயந்து நடக்கிற பேர்களுக்கும் ஆதியந்தமாய் யெப்போதும் முள்ள கிறுபையாயிருக்கும் என்று சொன்னார். அற்சிய சீஷ்ட்ட பாவுலு வென்கிறவர் சறுவேசுரன் தம்முடைய திருக்குமாரனாகிய கிறீஷ்த்து யேசுவுக்காக நமக்குக் குடுத்த தயவு எண்ணெண்ணைக்கும் முகிவு வில்லாத தயவாயிருக்குதென்கிற வார்த்தையைச் சொன்னார்.

யிது குறையத்த சத்தியமாயிருக்கச் செயிதெ நாம் சறுவேசுரனுடைய முகிவில்லாத கிறுபையின் பேரிலே கெட்டி மனதாக நம்பிக்கையாயிருக்கலாம். அதேதென்றால் நம்முடைய விசுவாச நம்பிக்கை சறுவேசுரன் பேரிலே கவடில்லாத மனதோடே நிலையாயிருந்தால் யவருடைய தயவுள்ள கிறுபை யெண்ணெண்ணைக்கும் நம்முடைய பேரிலே முகிவில்லாமல் யிருக்குமென்கிறத்து ***[ஓலை 23 முன் பக்கம்]*** க்குச் சந்தேகமில்லை. யிது தவிர சறுவேசுரன் அனாதியாயிருக்கிறாரென்று அறிச்சால் [அதாவது: அறிஞ்சால்] யிந்தப் பூலோகத்திலே யிருக்கிற அழிஞ்சுபோற வஷ்த்துக்களின் பேரிலே நினவு வைய்யாமல்ச் சறுவேசுரனைப்போலே ஊழிகாலமுள்ள அழியாத பாக்கியங்களைத் தேடி யனுபவிக்கப் பிறையாசப்படுவோமொழிய மற்றப்படி அல்ல. அதேதென்றால் பவுலு வென்கிற அற்சிய சீஷ்ட்ட அப்போஷ்த்தலர் சொன்ன வார்த்தையாவது நம்முடைய கொஞ்சக் காலமுள்ள லேசாயிருக்கிற துன்பங்களுக்காக எப்போதுமுள்ள முகிவில்லாத ஆனந்த கெதிமோஷ்சம் நமக்கு வருமென்கிறத்துக்குச் சந்தேகமில்லை.

அதேதென்றால்க் காணப்படுகிறதெல்லாம் கொஞ்சக் காலமாயிருக்கு தெண்ணும் காணப்படாத அரூபமா யிருக்கப்பட்டதுகள் யெண்ணெண்ணைக்கும் முகிவில்லாம லிருக்குதெண்ணு அறிஞ்சபடியினாலே இந்தப் பூலோகத்திலே காணப்பட்ட யந்தந்த வஷ்த்துக்களின் பேரிலே நம்முடைய கண்களை வைய்யாமல் காணப்படாத அரூபமாயிருக்கிற வஷ்த்துக்களை மாத்திரம்ப் பார்க்கத்தக்கதாகப் பிறையாசமாயிருக்கிறோம். பூலோகத்திலே யிருக்கிறதெல்லாத்தையும் மறந்து பரலோகத்திலே யிருக்கிறத்தைத் தேடிக்கொள்ளுகிறோ

மொழிய மற்றப்படி அல்லவென்று சொன்னார். பின்னையும் சறுவேசுரன் யனாதியாயிருக்கிறதுமல்லாமல் வின்ன பேதகமில்லாதவராயிருக்கிறார்.

அதெப்படியெ ன்றால் யவருக்குண்டான சுவாபமும் தேவ லெஷ்சணங் களும் லவலேச மாத்திரமானாலும் பேதகமில்லாமல் யெப்போதும் ஒரு சீராய் ஒரு நெறையாய் யிருக்குதெண்ணு வேத வாக்கியங்களினாலே அறியலாம். வானமும் பூமியும் இதுகளிலே யிருக்கிற வஷ்த்துக்களெல்லாம் அழிஞ்சுபோ மென்கிறத்துக்குச் சந்தேகமில்லை. ஆனாலதுகளைப் படைப்பிக்கிற வராயிருக்கிற சறுவேசுரன் யிப்பொதும் எப்போதும் சதாகாலத்துக்கும் ஒருகண்டசீராய் *[அதாவது: ஒரே விதமாய்]* முகிவில்லாமல் யிருக்கிறார். லோகத்திலே இரவு பகலென்று வித்தியாசமுண்டாயிருக்கிறாப்போலேச் சறுவேசுரனிடத்திலே இப்படி வித்தியாசமுண்டெண்ணு விசாரிக்க வேண்டாம். நமக்குப் பல பல விசாரங்களும் பல பல நினவுகளும் பல பல ஆலோசினைகளும் உண்டாயிருக்கிறாப்போலே சறுவேசுரனுக்கும் பல பல வகையுள்ள விசாரங்களும் பல பல வகையுள்ள ஆலோசினைகளும் யுண்டெண்ணு நினைச் ***[ஓலை 23 பின் பக்கம்]*** சு சொல்லக்கூடாது. யவருக்குண்டான சுவாபமும் தேவ லெஷ்சணங்களும் யனாதியாயெப்படி யின்னாள் வரைக்கும் யிருந்தார்.

அப்படியே யிப்பொதும் மந்தப்படிதானே யிருக்குமொழிய மற்றப்படி அல்ல. யவர் அந்தக் காலத்திலே யெல்லாத்துக்கும்க் காரணமாயிருந்தாப் போலே யிந்தக் காலத்திலேயும் யெல்லாத்துக்கும் காரணமாயிருக்கிறார். யவர் அந்தக் காலத்திலே அளவில்லாத ஞானமாயிருக்கிறாப்போலே யிந்தக்

காலங்களிலேயும் அளவில்லாத ஞானமாயிருக்கிறார். யவரந்தக் காலத்திலே அளவில்லாத நீதியுள்ளவரா யிருந்தாப்போலே யந்தப்படியே யிந்தக் காலங்களிலேயும் அளவில்லாத நீதியுள்ளவராயிருக்கிறார்.

யவர் அந்தக் காலத்திலே பரிசுத்தமாயிருந்தாப்போலே யந்தப்படிதானே யிந்தக் காலங்களிலேயும் பரிசுத்தமாயிருக்கிறார். ***[AFSt/P TAM 86* ஓலை *93* மு:** *முந்திய வாக்கியம் கீழ்க்கண்ட வாக்கியமாக மாற்றி எழுதப்பட்டுள்ளது "யவர் அந்தந்தக் காலத்திலே அற்சீய சீஷ்ட்டவராயிருந்தாப்போலே யந்தப்படிதானே யிந்தக் காலங்களிலேயும்அற்சீய சீஷ்ட்டவராயிருக்கிறார்"]* யவர்ரந்தக் காலத்திலே அளவில்லா*[த]* தயவாயிருந்தாப்போலே யந்தப்படிதானே யிந்தக் காலங்களிலேயும் அளவில்லாத தயவாயிருக்கிறார். யவர் அந்தக் காலத்திலே அளவில்லாத நிண்ணைய முள்ளவராயிருந்தாப்போலே யந்தப்படிதானே இந்தக் காலங்களிலேயும் அளவில்லாத நிண்ணையமாயிருக்கிறார். யவர் அந்தக் காலத்திலே அளவில்லாத நன்மைசுவாபமாயிருந்தாப்போலே யந்தப்படிதானே யிந்தக் காலங்களிலேயும் அளவில்லாத சகல நன்மைசுவாபமா யிருக்கிறார். யவர் ஆதியோடந்தமாயெப்படிக் கொத்த வராயிருந்தார் யப்படிக் கொத்தவரும் யிப்போதும் யெப்போதும் யெண்ணெண்ணைக்குமிருப்பாரென்கிறத்து க்குச் சந்தேகமில்லை.

இப்படிக் கொத்த ஞாயங்களை அறிஞ்சு நம்பியிருந்தால் யெந்தக் காரியங்கள் வந்தாலும் யிந்தக் கற்த்தனாயிருக்கிற சறுவேசுரனைப் பாத்துத் தயிரமுள்ளச் சந்தோஷமாயிருக்கலாம். அதேதென்றால்ச் சறுவேசுரன் யந்தக் காலத்திலேத் தம்மைச் சினேகித்திருக்கிற

பேர்களெல்லாருக்கும் பல பல வகையுள்ள ஒத்தாசை பண்ணினாரென்கிறதுபோலே யந்தப்படிதானே யிந்தக் காலங்களிலேயும் யவர் ரவர் சறுவேசுரனைச் சினேகிச்சிருந்தால் யவர் தங்களுக்கு ஒத்தாசை பண்ணுவாரென்கிறது நம்பிக்கையாக யிருக்கலாமொழிய மற்றப்படி அல்ல.

இதல்லாமல்ச் சறு ***[ஓலை 24 முன் பக்கம்]*** வேசுரன் வின்ன பேதகமில்லாமல் யிருக்கிறவரெண்ணு நண்ணாக அறிஞ்சால் நம்முடைய நம்பிக்கைச் சறுவேசுரனிடத்திலேயும் மனுஷரிடத்திலெயும் பின்ன பேதகமில்லாமல் இருக்க வேணுமெண்ணு அறியக்கடவோம். அதேதென்றால் கிறீஷ்த்து யேசுயென்கிற மெய்யான சுதனாகிய சறுவேசுரன் திருவிளம்பத்தின திருவசனமாவது பரமண்டங்களிலே யிருக்கிற யுங்களுக்குப் பிதாவாகிய சறுவேசுரன் சகல நன்மையுள்ளவராயிருக்கிறார்போலே யப்படிதானே நீங்களும் சகல நன்மையுள்ளவராயிருக்க வேணும் மென்கிற வார்த்தையைச் சொன்னார்.

இது இப்படி யிருக்கச் செயிதே லோகத்திலே யிருக்கிற பேதகமுள்ள அழிஞ்சுபோற பொருள்கள் மேலே நம்பாமல் நம்முடைய இறுதயத்தை வின்ன பேதகமில்லாமலிருக்கிற சறுவேசுரனுக்கு விசுவாசமுள்ள மனசோடே முழுதும் ஒப்புக் குடுப்போமென்கிறத்துக்கு ஞாயமாயிருக்கும். கிறீஷ்த்துவினுடைய சீஷனாகிற யானிசு என்கிறவன் நமக்குச் சொன்ன வார்த்தைகளாவது லோகமும் லோகத்திலுண்டான வஷ்த்துக்களின் பேரிலே வாஞ்சை யில்லாதே யிருங்கோள். யாதொருத்தனாகிலும் லோகத்தின் பேரிலே வாஞ்சையாயிருந்தால் யவன் பிதாவாகிய சறுவேசுரனுடைய தயவு யில்லாதே

யிருப்பான். அதேதென்றால் லோகத்திலே யிருக்கிற மாங்கிஷ மகிஷ்சியுங் கண் பார்வை மகிஷ்சியும் பெருமையுள்ள வாழ்வும் பிதாவாகிய சறுவேசுரனிடத்திலே யில்லை. லோக வாட்கை யிடத்திலே மாத்திரம் வருமொழிய மற்றப்படி அல்ல.

ஆனபடியினாலே லோகம் அழிஞ்சுபோமென்கிறாப் போலே அதினுடைய மகிட்சியும் அழிஞ்சிபோமென் கிறத்துக்குச் சந்தேகமில்லை. ஆனாலோ வின்ன பேதகமில்லாமல் லிருக்கிறச் சறுவேசுரன் யெண்ணெண் ணைக்குமிருக்கிறாப்போலே யவருடைய சித்ததின்பெடியே நடக்கிற பேர்களுக்கும் யெண்ணெண்ணைக்கும் முகிவில்லாத பாக்கியவான்களாயிருப்பார்களென்கிற த்துக்குச் சந்தேகமில்லை. இதிநிமித்தியமாகத் திரவியங்களைப் பூமியிலே கூட்டி வைய்யாமலிருங்கோள். அதேதென்றால் கூட்டி வச்சீர்களானால் அதுகளை கரையானும் துருவும் பிடிக்கிறதுமல்லாமல்த் திருடர் வந்து சுரங்கமறுத்துக்கொண்டு போவார்கள்ப் பரலோகத்தினுடையத் திரவியங்களைத் தேடுங்கோள். அதேதென்றால் இப்படி தேடிநீர்களானால் அதுகளைக் கரையான் ஆகிலும்த் துருவுயென்கி **[ஓலை 24 பின் பக்கம்]** லும் அரியாது *[அதாவது: தின்னாது]* யென்கிறதுமல்லாமல் கள்ளர் திருடர் சுரங்கமறுக்கவும் மாட்டார்கள்த் திருடவும் மாட்டார்கள்.

உங்களுடைய திரவியங்களெங்கே யிருக்குது அங்கே யுங்கள் இறுதயமும்கூட இருக்குமென்கிற வார்த்தைகளைக் கிறீஷ்த்து யேசுநாதரானவர்த் திருவிளம்பத்தினார். இது தவிர சறு*[வே]*சுரன் யனாதியுமாய் பின்ன பேதகமில்லாமால் லிருக்கிறவருமல்லாமால்ச் சகலத்துக்கும் காரணமாயிருக்கிறார். இப்படி காரணமாயிருக்கிற

வகையாவது அளவில்லாத பெலனாயிருக்கிற சறுவேசுரன் பரலோகத்திலேயும் பூலோகத்திலேயும் யெந்தக் காரியங்கள் வேணுமெண்ணாலும் ஒரு ஷ்செணப் பொழுதிலேத் தாமதமில்லாமல் உண்டாக்கிறத்துக்கு வல்லவராயிருக்கிறார். யவருக்குச் சகலதும் கூடுமொழியக் கூடாத காரியம் மொண்ணுமில்லை என்று சொல்ல வேண்டியிருக்கிறது.

யவர் ஒரு வார்த்தையினாலே வானத்தையும் பூமியையும்ப் படைப்பிச்சாரெண்ணு வேத வாக்கியங்களிலே அறியக்கடவோம். அவர் தம்முடைய பெலத்தினாலே அந்தந்த உண்டாக்கப்பட்ட வஷ்த்துக்க ளெல்லாம் கெட்டுப்போகாமல் நிலையாயிருக்கப் பண்ணினார். யவர் தம்முடைய சித்தத்தின்படியே எல்லாமாகட்டெண்ணு நடத்துகிறத்தினாலே யவருடைய பெலமானாது யெங்கும் பரம்பிச்சுதெண்ணு அறியக்கடவோம். இந்தப் பூலோகத்திலே செய்த அனேகம் ஆச்சரியமான அதிசெயங்கள் யவர் யெல்லாத்துக்கும்க் காரணமாயிருக்கிறாரெண்ணு சாட்சி யாயிருக்கும். இப்படி எல்லாத்துக்கும் காரணமாயிருக்கிற சறுவேசுரனோடே நம்பிக்கை விசுவாசத்தினாலே ஒரு கட்டாஇருக்கிற பேர்களுக்கு [ஒருகட்டா இருக்கிற பேர்கள்: *those that are all of one mind*] யவருடைய பெலமானது லெபிக்குமென்கிறத்துக்குக்குச் சந்தேகமில் லை.

கிறீஷ்த்து யேசுநாதரானவர் திருவிளம்பத்தின திருவசனமாவது நீங்கள் சறுவேசுரன் பேரிலே விசுவாசமாக யிருந்தால்ச் சறுவேசுரனுக்குச் சம்மதியாயிருக்கிறச் சகலமான காரியங்களை செய்கிறத்துக்கு வல்லமையுள்ளவர்களாயிருப்பீர்களென்று

உங்களுக்கு மெய்யாகச் சொல்லுகிறோம். நீங்கள் சந்தேகப்படாமல் விசுவாசமுள்ள மனசோடேச் சறுவேசுரனை வேண்டிக்கொண்டால் உங்களுடைய மண்ணாட்டுகளையெல்லாம் யவர் தருவாரென்கிறத்துக்குச் சந்தேகமில்லை. அதேதென்றால் விசுவாசமுடைத்தானா யிருக்கிறவறுக்கு எல்லாங் கூடுமென்கிற வார்த்தைகளைச் சொன்னார்.

இது ***[ஓலை 25 முன் பக்கம்]*** அறிஞ்சு மெய்யாகவே நம்பிக்கையாக யிருக்கிற பேர்கள் சறுவேசுரன் கட்டளையிட்ட காரியங்களெல்லாம்ச் சந்தோஷமுள்ள மனசோடு செய்யலாமொழிய மற்றப்படியல்ல. அதேதென்றால்ச் சறுவேசுரன் நம்மோடேகூட வாசமாயிருக்கிறபடியினாலே நம்முடைய காரியங்களை யவருடைய சித்தத்தின்படியே செய்யத்தக்கதாக நம்முடைய பெலனாயிருப் பாரென்கிறத்துக்குச் சந்தேகமில்லை. நாம் பல பல விக்கினங்களிலே *[அதாவது: இடையூறுகளிலே]* நிற்கிறபோது சறுவேசுரன் எல்லாத்துக்குங் காரணாமாயிருக்கிறாரெண்ணு நினைச்சால் நமக்குத் தயிரமுள்ள மனசாயிருக்கும். அதேதென்றால்ச் சறுவேசுரன்த் திருவிளம்பத்தின திருவாக்கியமாவது நாம் எல்லாத்துக்கும் காரணமா யிருக்கிறோமெண்ணு நீங்கள் அறிஞ்சு நம்பினால் உங்களுக்கு எந்தப் பொல்லாப்பு வந்தாலும் அய்யம் தேவயில்லை. நாமுங்களுக்குக் கத்தனாயிருக்கிறப் படியினாலே உங்களை நம்முடைய பெலற்றினாலே யுண்டாக்கினபடியினாலேயும் யுங்களை இன்னாள் வரைக்கும் நடத்திக்கொண்டு வருகிறபடி யினாலேயும் உங்களை மூண்டு லெஷ்சிக்கிறபடியினாலேயும் உங்களை எப்போதும் காற்கக் கிறுபையாயிருப்போமெண்ணு அறியக்கடவீர்கள்.

அதேதென்றால் நீங்கள் சலற்றிலே யிறங்கினாலும் நாம் உங்களிடமாயிருந்து நீரோட்டம் கொண்டுபோய் அமுத்தாதபடிக்கு உங்களைக் காற்போம். அக்கினியிலே யகப்பட்டாலும் அந்த அக்கினியிலே அந்த அக்கினி யுங்களைச் சுடாமலும் அதினுடைய காந்தி சரீரத்திலே தாக்காதபடிக்குக் காற்போமென்கிற வார்த்தையைத் திருவிளம்பத்தினார்.

இது தவிர கிறீஷ்த்துச் சொன்ன திருவார்த்தையாவது என்பேரிலே நீங்கள் விசுவாசமா யிருக்கிறபடியினாலேயும் நம்முடைய சித்தத்தின்படியே நடக்கிறபடியினாலேயும் லோகத்திலே யிருக்கிற நம்மை யறியாத பேர்கள் உங்களுக்குப் பல பல தூஷணங்களைச் சொல்லுகிறதும் மல்லாமல் யனேகம் விரோதங்களை வருத்திவிப்பார்கள். அப்படிக் கொத்த வற்மமுள்ள பேர்களானாலும் சரீரத்தை வதைக்கிறத்துக்கு வல்லவனாயிருக்கிற பேர்களென்கிலும் யவர்களுக்கு அஞ்சாமலிருக்கக்கடவீர்கள். ஆத்துமத்தையும் சரீரத்தையும் நரகத்திலே தள்ளுகிறத்துக்கு வல்லவராயிருக்கிற சறுவேசுரனை மாத்திரம்ச் சங்கை பண்ணி யவருக்கு முன்பாகப் பயந்து நடந்துகொள்ளக்கடவீர்களொழிய மற்றப்ப ***[ஓலை 25 பின் பக்கம்]*** டியல்ல.

இது யிப்படியிருக்கச் செயிதே நீங்கள் தமிளரும் சோனகரும் மத்தப் பல சாதிகளுமாயிருக்கிற நீங்கள் இந்த ஞான உபதேசத்தைக் கேட்கிற பேர்களெல்லாரும் சறுவேசுரனுடைய சித்தத்துக்கு யேற்கக் கீழ்ப்படிஞ்சு நடந்துகொள்ளாதே போவீர்களானால் யவர் உங்களை நரகத்திலே தள்ளுகிறத்துக்குப் பெலமுள்ளவராயிருக்கிறார். இதினிமித்தியமாக இப்படி யெல்லாத்துக்கும்ங் காரணமாயிருக்கிற சறுவேசுரனுக்கு மகாத் துரோகி

களாயிருக்கிற அந்தந்த தேவர்களை முழு மனசோடே விட்டு அவருக்குப் பொருந்தாமல் யிருக்கிற அந்தந்த ஆராதனைகளைத் தள்ளி அவருடைய சித்தத்துக்கு யேற்க நடக்கைகளை நடந்து கொள்ள வேணுமொழிய மற்றப்படியல்ல.

நீங்கள் இன்னாள் வரைக்கும் எத்தினை பாவிகளாயிருந்தாலும் இதுக்காக மகா மனஷ்தாபப்பட்டு யெல்லாத்துக்கும் காரணமாயிருக்கிறச் சறுவேசுரனுடைய திருக்குமாரனாகிய நம்முடைய நாதர் ஏசுக் கிறீஷ்த்துவை விசுவாசமுள்ள மனதோடே நம்பி யவர் அருளிச் செய்த வேதவாக்கியத்தின்படியே நடந்து கொண்டால்ச் சறுவேசுரன் உங்களைக் கிறுபையோடே பாத்து நீங்கள் செய்த பாவங்களை நினையாமலும் அதுகளுக்காகத் தெண்டியாமலும்த் தம்முடைய அளவில்லாத தயவினாலே யுங்களைத் தெரிஞ்சுகொண்டு மோஷ்ச ராச்சியத்தினுடைய வற்தமானங்களை வெளிச்சம் பண்ணி இத்தை அடைகிறத்துக்குப் போறவழியை காண்பித்து அனுக்கிறகம் பண்ணி லெஷ்சிப்பார்.

## பிரசங்கம் 7: சறுவேசுரன் சகலத்தையும் அறிகிறவர்

<u>**யெறுசலேயமென்கிற கோவிலிலே சொல்லப்பட்ட ஏழாம் பிறசங்கம்:**</u>

போன பிறசங்கத்திலேச் சறுவேசுரன் யனாதியுமாய் வின்ன பேதகமில்லாதவருமாய் யெல்லாத்துக்கும் காரணமுமாய் இருக்கிற சத்தியத்தை யுங்களுக்கு வெளிப்படுத்தினோமே. இந்தப் பிறசங்சத்திலேச் சறுவேசுரன்ச் சகலத்தையும் அறிகிறவரெண்ணும் உங்களுக்கு வெளிப்படுத்துவோம். அதெப்படியென்றால்ச் சறுவேசுரன் பரமண்டலத்தையும் பூலோகத்தையும் இதிலே இருக்கிற சகல வஷ்த்துக்களையும் உண்டாக்கினபடி யினால் யவரந்தந்த யுண்டாக்கப்பட்ட வஷ்த்துக்களெல்லா த்தையும் ஒண்ணும் குறைபடாமல் பார்க்கிறதுமல்லாமல் யதுகளுக்குண்டானத்தை உள்ளேயும் பிறத்தியிலேயும் வெளிச்சமாக அறியலாம் மென்கிறத்துக்குச் சந்தேகமில் லை.

ஆனபடியினாலே ஆதியோடந்தமாய் யின்னாள் வரைக்கும்ப் பரலோகத்திலேயும் பூலோகத்திலேயும் சம்புவிச்ச காரியங்களெல்லாம் அவர **[ஓலை 26 முன் பக்கம்]** றிகிறதுமல்லாமல் யினிமேல் லோக முகிவுமட்டும் வருகிற காரியங்களெல்லாம் லோக[ம்] முகிஞ்சபிற்பாடு பரலோகத்தில் வருகிற பாக்கியங்களையும் நரகத்திலே வருகிற வேதினை துன்பங்களையும் பிறகாசமாக அறிஞ்சுகொண்டு யிருக்கிறார். இதுதவிர நம்முடைய மனசுகளிலே நினைக்கிற சகல விசாரங்களையும் சகல ஆலோசனைகளையும் அறிகிறத்துக்கு வல்லவராயிருக் கிறார். இப்படி யெல்லாத்தையும் அறிகிறத்துக்கு வல்லவாராயிருக்கிற சத்தியத்தை தாவீதென்கிற ராசா மகா

தீர்க்கத்தெரிசி யறிஞ்சு சறுவேசுரனைப் பிராத்திச்சுக் கொண்ட வார்த்தையாவது

- வானத்தையும் பூமியையும் படைப்பித்தவராயிருக்கிற கத்தரே தேவரீர் யென்னைச் சோதிச்சுக்கொண்டு யென் இறுதயத்திலே இருக்கிறதெல்லாத்தையும் யறிஞ்சிருக்கிறீர்.
- நானிருப்பேனென்றும் நான் யெழுந்திருப்பேனென்றும் தேவரீர் அறிஞ்சிருக்கிறீர்.
- யென்னிடத்திலே வருகிற விசாரங்களெல்லாத்தையும் நான் அறிகிறத்துக்கு முன்னே தேவரீர் அறியலாம்.
- நான் போறபோதும் நிற்கிறபோதும் தேவரீர் யென்னிடத்திலே இருந்து என்னுடைய நடக்கைளெல்லாம் அறிஞ்சிருக்கிறீர்.
- இதோ யென் நாவுனாலே யெந்த வார்த்தை வந்தாலும் யெனக்குக் கத்தராயிருக்கிற தேவரீர் யெல்லாம் அறிஞ்சிருக்கிறீர்.
- நான் என் தாய் வயித்தில்ச் சென்மிக்கிறத்துக்கு முன்னே தேவரீர் என்னை யறிஞ்சீர். நான் லோகத்திலே யெத்தினை நாளிருப்பேனென்றும் வருகிறத்துக்கு முன்னே தேவரீர் யெளிசாயறிஞ்சீர்

யென்கிற வார்த்தைகளை தவீதென்கிறவர் சொன்னார். இப்படிச் சகலத்தையும் அறிஞ்சிருக்கிற சறுவேசுரன் அனேகம் மனுஷர் அந்தந்த தேவர்களை ஆசரிக்கிற பயித்தியத்தை அறிஞ்சு அவர் திருவிளம்பத்தின திருவசனமாவது நாமல்லாமல்த் தேவர்களெண்ணு வணங்கப்படுகிற பேர்கள் யென்னிடத்திலே வாருங்கோ. நீங்கள் லோகந் துவக்கி இன்னாள் வரைக்கும் சம்புவிச்ச காரியங்களை நம்மைப்போலே அறியலாமோ. இனிமேல்

லோக[ம்] முகியுமட்டும் வருகிற காரியங்களை வந்து சம்புவிக்கிறத்துக்கு முன்னே அறிஞ்சு சொல்லலாமோ. யிதோ மண்ணிலே யுண்டாக்கப்பட்ட நீங்களும் நமக்குப் பொருந்தாமல் இருக்கிற நீங்களும் நம்முடைய திருமுகத்துக்கு துற்கந்தமுள்ள பேர்களாயிருக்கிறீர்கள். இதோ யுங்களை வணங்கிப் பூசை பண்ணுகிற பேர்கள் உங்களைப்போலே யவத்தரான [அதாவது: பொய்யரான] பேர்களாயிருக்கிறார்கள். நாம் மாத்திரம் சகலத்தையும் அறிஞ்சு சம்புவிக்கிறத்துக்கு முன்னே வெளிச்சம் **[ஓலை 26 பின் பக்கம்]** பண்ணுகிறத்துக்கு வல்லவாராயிருக்கிறோ மென்கிற வார்த்தைகளைச் சறுவேசுரன்த் திருவிளம்பத்தி னார்.

யிப்படி திருவிளம்பத்தினத்தின்படியேச் சறுவேசுர ன் சகலத்தையும் அறிகிறவரெண்ணும் நல்ல பேர்களும் பொல்லாத பேர்களும் நண்ணாய்ச் சந்தேகமில்லாமல் அறியலாம். பொல்லாத பேர்களோவென்றால் இப்படிக் கொத்த சத்தியமானது யவர்களுடைய இறுதயத்திலே எழுதிவச்சு யிருக்குது. யிதினிமித்தியமாக யவர்கள் யாதொரு பொல்லாப்புச் செய்தால்ச் சறுவேசுரனத்தை யறிஞ்சு யாதொரு நாளிலே யதுக்காக ஆக்கினை யிடுவாரெண்ணு ரகசியமாகத் தங்களிலே தாங்கள் நினைச்சு அறிகிறார்கள். நல்ல பேர்களோ வென்றால்ச் சறுவேசுரனுடைய சித்தத்தின்படியே நடந்து யவரோடே விசுவாசத்தினாலே ஒரு கட்டாயிருக்கிறபடியினாலே யவர்கள் பரலோகத்தினுடைய பரம ரகசியங்களையும் பூலோகத்தினுடைய ரகசியங்களையும் யறிகிறத்துக்கு சறுவேசுரனுடைய தேவ சகாயம் வருமென்கிறத்துக்குச் சந்தேகமில்லை. இப்படிக் கொத்த தேவ சகாயத்தினாலே யனேகம் தீற்கத்தரிசிகளும் அங்கங்கே இருக்கிற ஞானமுள்ள பேர்களும் உண்டானார்களெண்ணு வேத

சாட்சிகளினாலே அறியக்கடவோம். யப்படியே சறுவேசுரன் எல்லாத்தையும் அறிகிறவராயிருக்கச் செயிதெ அவருக்குப் பொருந்தியிருக்கிற தேவ ஆராதனைகளை அறிஞ்சு நாங்கள் செய்கிற பிராத்தினைகளை நண்ணாகக் கேட்டு நம்முடைய மன்னாட்டுகளைக் கேட்டுத் தருவாரெண்ணு கெட்டி மனசாயிருக்கலாம்.

அதேதென்றால் சறுவேசுரனுக்கு மிகவும் பற்றியாயிருக்கிற [அதாவது: பக்தியாயிருக்கிற] தாவீதென்கிற ராசா சொன்ன வாத்தையாவது என்னாண்டவனே யென் மனதிலே யிருக்கிற தாபங்களெல்லாம் தேவரீருக்கு வெளிச்சமாயிருக்கும். நான் விடுகிற பெருமூச்சுகளெல்லாம் தேவரீருக்கு ஒளிகளவாயிருக்காது. தேவரீருடைய கண்கள் நிறையுள்ள பேர்கள் பேரிலே கிறுபையுள்ள பார்வையாயிருக்குது. தேவரீருக்குப் பயந்து நடக்கிற பேர்கள் கூப்பிடுகிற சத்தம் தேவரீர் கேட்டு யனுக்கிறகம் பண்ணுவீரென்கிற வார்த்தைகளைச் சொன்னார்.

தானியேலென்கிற தீற்கத்தெரிசி சொன்ன வார்த்தையாவது ஒளிக்கப்பட்ட காரியங்களெல்லாம் சறுவேசுரன் வெளிச்சமாய் யறியப் பண்ணுகிறார். இருளிலே செய்யப்பட்ட காரியங்களெல்லாம் பிறகாசமாய் யவர் அறிகிறார். அதேதென்றால் யவரிடத்திலே யெப்போதும் வெளிச்சமாயிருக்குது **[ஓலை 27 முன் பக்கம்]** யென்கிற வார்த்தைகளைச் சொன்னார். இந்தத் தானியேலென்கிற தீர்க்கத்தெரிசிச் சறுவேசுரனைப் பாத்துப் பிறாத்திச்சுக் கொள்ளுகிறபோதுச் சறுவேசுரனாலே அனுப்பப்பட்ட காபிரியேலென்கிற சம்மனசு அவரண்டையிலே வந்து சொன்ன வார்த்தையாவது தானியேலே நீர் பிறிச்சுக்கொள்ளத் [அதாவது:

பிறாத்திச்சுக்குக்கொள்ளத்] துவக்கிறத்துக்கு முன்னேச் சறுவேசுரன் நம்முடைய [உம்முடைய] மனதிலே இருக்கிற விசாரங்களைக் கண்டு உம்முடைய பிறாத்தினையை நன்றாக கேட்டபடியினாலே தம்முடைய சித்தத்தை யுமக்கு அறிக்கை பண்ணத்தக்கதாக நம்மை வரக்காட்டினார் ரென்கிற வார்த்தைகளைச் சொல்லிச்சுது.

கொறுநேலியயென்கிற புண்ணியமுடைத்தானாயிருக்கிற சேர்வைகாறன் ***[AFSt/P TAM 86* ஓலை 107** பி: "சேர்வைகாறன்" என்ற வார்த்தை "பாளையகாறன்" என்ற வார்த்தையாக மாற்றி எழுதப்பட்டுள்ளது] சறுவேசுரனை நாளுக்கு நாள் வேண்டிக்கொள்ளுகிறபோது அந்தப்படிதானே அவரண்டையிலே ஒரு சம்மனசானவர் வந்து சொன்ன வார்த்தையாவது கொறுநேலியென் கிறவனே உன்னுடைய புண்ணியங்களை சறுவேசுரன் கண்டு உன்னுடைய பிராத்தினையைக் கேட்டுத் தம்முடைய சன்னதியிலே உன்னைக் கிறுபையாய் நினைச்சாரென்கிற வார்த்தைகளைச் சொல்லிச்சுது. இப்படி சொல்லியிருக்கிறபடியினாலே சறுவேசுரன் சகலத்தையும் அறிஞ்சிருக்கிறவரெண்ணும் சொல்லக்கட வோம். இப்படிக் கொத்த குறையத்த சத்தியத்தை அந்த நடுத்தீற்கிற நாளையிலே சறுவேசுரன் அவரவர்களுக்கு வெளிச்சம் பண்ணுவார்.

அதேதென்றால் யாவருக்கும்ப் பொதுவாயிருக்கிற நடுத்தீர்வையிலே சறுவேசுரன் யவரவர்கள் இந்த லோகத்திலே செய்த சகல பொல்லாப்புக்களையும் சகல புண்ணியங்களையும் யவரவர்களுடைய இருதயத்திலே நினைக்கப்பட்ட சகல நன்மைகளையும் சகல தின்மைக ளையும் யொண்ணும் மறவாமல் வெளியரங்க மாகப் பண்ணுவார். ஆனபடியினாலே சலொமோவென்கிற

அறிவு ஞானமுள்ள ராசாச் சொன்ன வார்த்தையாவது நல்ல காரியங்கள் ஆனாலும் பொல்லாத காரியங்களென்கிலும் ஒளிக்கப்பட்ட காரியங்களெல்லாம்ச் சறுவேசுரனுடைய யந்த நடுத்தீர்வையிலே உள்ப்பட வேணுமென்கிற வார்த்தைகளைச் சொன்னார்.

அப்படிக் கொத்த கடினமான நடுத்தீர்வையிலே சறுவேசுரன் மனுஷருடைய இறுதயத்திலே ***[ஓலை 27 பின் பக்கம்]*** மூடியிருக்கப்பட்டதுகளெல்லாத்தையும் கிறீஷ்த்து யேசுயென்கிறவராலே நடுத்தீற்க வருவாரென்று வேத வாக்கியங்களினாலே யறியக்கடவோம். அதேதென்றால்ப் பாவுலு வென்கிற கிறீஷ்த்துவினுடைய சீஷனானவன் சொன்ன வார்த்தையாவது கற்றனாயிருக்கிற சறுவேசுரன் நடுத்தீற்க வருகிறபோது இருளாக மூடியிருக்கப்பட்டதுகளெல்லாம் வெளிச்சமாய்க் காணப்பண்ணுவாரென்கிறதுமல்லாமல் இறுதயங்களுடைய ஆலோசினைகள் யெல்லாத்தையும்த் தெரியப்பண்ணுவார்.

அப்பொழுது பொல்லாத காரியங்களைச் செய்கிறவர்களுக்குக் கடினமான ஆக்கினையுள்ள பலன்கள் வருமென்கிறத்துக்கு ஞாயமாயிருக்கும். புண்ணியங்களைச் செய்கிற பேர்களுக்கு மோட்ச பலன் வருமென்கிறத்துக்கு ஞாயமாயிருக்குமென்கிற வார்த்தைகளை பாவுலு வென்கிறவர் சொன்னார். இப்படிக் கொத்த ஞானமுள்ள வாக்கியங்களை மெய்யாகவே விசுவாசமாக நம்பினால் பாவங்களைச் செய்யாமலும் ஆங்காரமான விசாரணைகளை நினையாமலும் கவட்டு மனசுள்ள பேர்களாயிருக்காமலும் பொல்லாத காரியங்களைப் பண்ணாமலும் எல்லாத்தையுமறிஞ்சிருக்கிறவராயிருக்கிறச் சறுவேசுரனுக்கு முன்பாகப் பயந்து நடந்து கொள்ளுவீர்களொழிய மற்றப்படியல்ல. அதேதென்றால்

சீராகுயென்கிற புத்தியுள்ளவன் சொன்ன வார்த்தையாவது ஆம்பிள்ளையாயிருக்கிற மனுஷர் மோக ஆகாமியக் கவனம் பண்ணுகிறவன் மதிக் கெட்டத்தினாலே யென்னை ஆர் பார்க்கலாமெண்ணு தன்னிலே தான் நினைச்சுக் கொண்டிருக்கிறான். நான் யிருட்டிலே யிருக்கிறபடியினாலேயும் மறைவிலே யிருக்கிறபடியினா லேயும் நான் ஆருக்குப் பயப்படப்போறேனெண்ணும் பரலோகத்திலே இருக்கிற சறுவேசுரன் என்னுடைய பாவங்களை நினைக்கயில்லை யெண்ணும் சொல்லுகிறவன் மனுஷருடைய கண்களுக்கு மாத்திரம்ப் பயப்படுவானொழிய [சறுவேசுரனுடைய கண்களுக்கல்ல.] சறுவேசுரனுடைய கண்கள் சூரியனைப் பாற்க்க யனேகம் பிறகாசமுள்ள ஒளிவாயிருந்து மனுஷர் யெந்த காரியங்களை செய்தாலும்த் தெரிஞ்சு மூலையிலே ஒளித்தாலும் எளிசாக அறிவாரென்று நினையாமலிருக் கிறபடியினாலே யப்படிக் கொத்த பாவங்களிலே விழுந்தானென்கிற வார்த்தைகளை சீராகுவென்கிறவர் சொன்னார்.

இது தவிர சறு ***[ஓலை 28 முன் பக்கம்]*** வேசுரன்த் தாம் திருவிளம்பத்தின திருவசனமாவது யெல்லாத்துக்கும் கத்தனாகிய சறுவேசுர னாமே நாம் மாத்திரம் இறுதயத்திலே யிருக்கிற உள்ளிந்திரியங்களைச் சோதிச்சு அறிகிறோம். அவரவர் நடக்கைகளுக்குத் தக்க பலன்களைக் கொடுப்போமென்கிற வார்த்தைகளைத் திருவளம்பத்தினார். யிப்படி திருவிளம்பத்தின திருவசனங்களைத் தாவீதென்கிறவர் அறிஞ்சு அவர் சொன்ன வார்த்தையாவது யெனக்குக் கத்தராயிருக்கிற சறுவேசுரா யென்னுடைய இருதயத்தை அளவிடத் தக்கதாகச் சோதினை பண்ணியருளும். யென்னுடைய விசாரங்கள் யெப்படிக் கொத்ததுகளென்று

அறியத்தக்கதாக வெளிச்சம் பண்ணியருளும். தேவரீர் நான் பொல்லாத வழிகளிலே நடக்கிறத்தைக் கண்டால் அந்தப் பொல்லாத வழியை விட்டு யென்னை நல்ல வழியை மோஷ்ச ராச்சியத்துக்கு கூ[ட்]டிக் கொள்ளுமென்கிற வார்த்தைகளைச் சொல்லி வேண்டிக் கொண்டார். கடசியிலே சறுவேசுரன் யெல்லாத்தையும் அறிஞ்சிருக்கிறவரெண்ணும் நாம் மெய்யாகவே விசுவாச நம்பிக்கையாயிருந்தால் லோகத்துக்கடுத்த விசாரங்களை விட்டு எத்தினை தரித்திரியவானாயிருந்தாலும் சறுவேசுரன் நம்முடைய எளிமையை யறிஞ்சு ஆத்தும சரீரத்துக்கு அடுத்த போசனமும் வஷ்த்திரங்களும் குடுப்பாரெண்ணும் நம்முடைய பேரிலே யெப்போதும் தயவாயிருப்பாரெண்ணும் கெட்டி மனாசாயிருக்கடவோ மொழிய மற்றப்படியல்ல.

அதேதென்றால் நம்முடைய நாதர் கிறீஷ்த்து யேசு வென்கிற மெய்யான சுதனாகிய சறுவேசுரன்த் தம்முடைய சீஷர்களுக்குத் திருவிளம்பத்தின திருவசனமாவது ரெண்டாண்டவனுக்கு ஒருதன் வேலை செய்யக் கூடாது. அதேதென்றால் ஒருவர் பேரிலே அபபச்சமும் ***[AFSt/P TAM 86* ஓலை *107*** பி: "அபபச்சமும்" என்ற பதம் "அவபஷ்சமும்" என்று எழுதப்பட்டுள்ளது] ஒருவர் பேரிலே பட்சமும் ஒருதருக்குக் கீழ்ப்படிந்தும் ஒருவருக்குக் கீழ்ப்படியாமலும் இருப்பான். நீங்கள் சறுவேசுரனுக்கும் திரவியத்துக்கும் வேலை செய்ய மாட்டீர்கள். ஆனபடியினாலே உங்களுடைய சீவனுக்கு என்ன போசனம் பண்ணுவீர்களென்றும் உங்களுடைய உடலுக்கு என்ன வேஷ்சை தரிப்பீர்களென்றும் பிராமரிக்கச் செய்யாதேயென்றும் [பிராமரிக்கச் செய்யாதே: எண்ணாதே] முங்களுக்குச் சொல்லு ***[ஓலை***

***28 பின் பக்கம்]*** கிறோம். போசனத்தைப் பாற்க ஆற்றும[ம்] நல்லதல்லவோ. வேட்சையைப் பார்க்க யுடல் நல்லதல்லவோ. ஆகாசத்தில்ப் பட்சி சாதிகளைப் பாருங்கோ. அதுகள் விரைக்கவும் மறுக்கவும் களஞ்சியங்களிலே ரெப்பவும் இல்லையேப் பரமண்டடங்களிலே யிருக்கிற யுங்களுடைய பிதா அதுகளுக்குத் தீவனம் குடுக்கிறார். அதுகளை பாற்க நீங்கள் நல்லவர்களல்லவோ.

உங்களிலே ஆராலே ஆகிலும் விசாரித்துத் தன்னுடைய அளவைப் பார்க்க ஒரு முழம் உசத்தியாக தண்னை [தன்னை] யுண்டாக்கலாமோ. வேட்சையின் பேரிலே யேன் நினவு வைக்கிறீர்கள்? விரியு [அதாவது: விராலி] வென்றிருக்கிற நாமத்தைக் கொண்டிருக்கிற புட்பத்தைப் பாருங்கோ. அதெப்படி வளருகிறது. பிறையாசப்படவும் நூல் நூக்க [நூக்கவும்] யில்லைச் சாலோமோ வென்கிற நாமத்தைக் கொண்டிருக்கிற ராயன் தன்னுடைய பெருமைகளிலே யெல்லாம் அந்த ஒரு புட்பத்தைப்போலே அலங்காரமான வேஷ்சை தரிக்க யில்லை என்று உங்களுக்குத் சொல்லுகிறோம். நிலங்களினுடைய வைக்கல் இன்றைக்கு யிருக்கிறதும் நாளைக்கடுப்பிலே போடுகிறதும் [அதாவது: போடப்படுகிறதும்] சறுவேசுரன் அந்தப் பிறகாரமாக வேஷ்சை தரித்தால் விசுவாசக் குறையுள்ள யுங்களுக்கு எத்தினை அதிகம் மெப்படி அசனம் பண்ணுவோம். [அசனம் பண்ணு: to eat] எப்படி தாகத்தைத் தீற்ப்போம். எப்படி வேஷ்சை தரிப்போமென்று சொல்லிப் பிராமரிக்கச் செய்யாதே. அதேதென்றால் இந்த வஷ்த்துக்களை அக்கியானிகள் தேடுகிறார்களே. இதுகளெல்லாம் உங்களுக்கு வேண்டியிருக்கிறது வென்றும் உங்களுடைய பிதா அறிவார்.

முதல்ச் சறுவேசுரனுடைய ராச்சியத்தையும் நீதியையும் தேடுங்கோ. வேறே வஷ்த்துக்களெல்லாம் அதிகமாக உங்களுக்கு வருமென்றுந் திருவிளம் பற்றினார். இப்படிக் கொத்த ஞானமுள்ள வேத வாக்கியங்களை நீங்கள் தமிளரும் இசலாமான பேர்களு[ம்] இப்ப இந்தக் கோவிலிலே இருக்கிற கிறீஷ்த்தவர்களுமாயிருக்கிற நீங்களும் புற்றியினாலே நண்ணாக யறிஞ்சு மனதிலே தரிச்சுக்கொண்டு ஆற்றும சரீரத்தினாலே அதின்படியே நடந்துகொண்டால் யெல்லாத்தையுமறிஞ்சிருக்கிற சறுவேசுரன் நீங்கள் தப்பிதமான வழிகளிலே நடக்கிறீர்களென்கிறத்தைக் கண்டு ஒங்கள் பேரிலே கிறுபையாயிருந்து மோ ***[ஓலை 29 முன் பக்கம்]*** சஷ்த்துக்குப்போற வழியைப் பிறையாசமுள்ள மனதோடே தேடத் தக்கதாக வல்லமையைக் குடுத்து கெதிமோட்சம் தருவாரென்கிறத்துக்குச் சந்தேகமில்லை.

# பிரசங்கம் 8: சறுவேசுரன் அளவில்லாத ஞானமுள்ளவர்

**<u>யெறுசலேயமென்கிற கோவிலிலே சொல்லப்பட்ட எட்டாம் பிறசங்கம்:</u>**

போன பிறசங்கத்திலே சறுவேசுரன் எல்லாத்தையும் அறிஞ்சிருக்கிறவரெண்ணும் உங்களுக்குக் கொஞ்சத்துக்குள்ளே வெளிப்படுத்தினோமே. யிந்தப் பிறசங்கத்திலே சறுவேசுரன் அளவில்லாத ஞானமுள்ளவரா யிருக்கிறவரெண்ணு உங்களுக்கு வெளிப்படுத்துவோம். அதெப்படியென்றால் பரமண்டலத்தையும்ப் பூலோகத்தை யும்ப் படைப்பித்த சறுவத்துக்கும் வல்லவாராயிருக்கிறச் சறுவேசுரனுடைய ஞானம் அளவில்லாத ஞானமாயிருக்கு தெண்ணும் அந்தந்த உண்டாக்கப்பட்ட வஷ்த்துக்களெல் லாம் நடத்துக்கிறத்தினாலே அறிஞ்சிருக்கிறதுமல்லாமல் அவரருளிச் செய்த வேத வாக்கியத்தினாலே எளிசாயறிந்திருக்கிறோம்.

இப்படிக் கொத்த அளவில்லாத ஞானமென்கிற தேவ லெஷ்சனத்தினாலேச் சறுவேசுரன் பரமண்டலத்திலேயும் பூலோகத்திலேயும் யிருக்கிறதெல்லாத்தையும் அறிஞ்சு அறிவுள்ள மகிமையினாலே ஆண்டுகொண்டு யெல்லாத் தையும் வரிசையாக யிருக்கப்பண்ணித் தம்முடைய நீதியுள்ள ஆலோசினையின்படியே யெல்லாம் நடத்துகிறத் துக்கு வல்லமையுடைத்தானாயிருக்கிறார். அதேதென்றால் யியோப்புயென்கிற புற்றியுள்ளவன் சொன்ன வாத்தை யாவதுச் சறுவேசுரனுக்கு அளவில்லாத ஞானம் பெலம் ஆலோசினை புத்தியுண்டாயிருக்கிறபடியினாலே தம்மு டைய சித்தத்தின்படியே யெல்லாம் ஆகட்டெண்ணு நாங்கள் பாத்துக்கொண்டிருக்கிறோம் யென்கிற

வார்த்தைகளை இயோப்புயென்கிறவர் சொல்லுகிறதும் தவிர யேச்சையாயென்கிற தீர்க்கத்தெரிசி சொன்ன வார்த்தையாவது போதிவிக்கிறவர்களானாலும்த் தமக்கு ஆலோசனை பேசுகிற பேர்களென்கிலும் சறுவேசுரனுக்குத் தேவையில்லை. யவர் யாதொரு காரியங்களைச் செய்கிறத்துக்கு ஒருவரையும் கேழ்க்கிறதில்லை யென்கிற வார்த்தைகளை யேசைய்யாயென்கிறவர் சொன்னார். பாவுலு வென்கிறவர் கிறீஷ்த்துவினுடைய சீஷனானவன்ச் சறுவேசுரன் மாத்திரம் அளவில்லாத ஞானமுள்ளவரா யிருக்கிறவரெண்ணு சொன்னார்.

தானியேலென்கிற தீர்க்கத்தெரிசி சொன்ன ***[ஓலை 29 பின் பக்கம்]*** வாத்தையாவது பரமண்டங்களிலே இருக்கிற சறுவேசுரா தேவரீருடைய திருநாமத்தை எப்போதும் தோஷ்த்திரம் பண்ணுகிறேன். அதேதென்றால் தேவரீர் ஞானமும் பெலனுமாயிருக்கிறீர். தேவரீர் புத்தியுள்ள பேர்களுக்கு ஞானத்தைக் குடுத்துக்கொண்டு வருகிறீர். ஒளிக்கப்பட்டதுகளெல்லாத்தையும் யெளிசாயறிந்திருக்கிறீர் *[AFSt/P TAM* ***86 ஓலை 116*** *பி: "யெளிசாயறிந்திருக் கிறீர்" என்ற பதம் "வெளிச்சமாய் யறிஞ்சிருக்கிறீர்" மாற்றி எழுதப்பட்டுள்ளது]*. அதேதென்றால் தேவரீர் இடத்திலே யெப்போதும் வெளிச்சமென்கிற ஞானம் யிருக்குமென்கிற வார்த்தைகளைத் தானியேலென்கிறவர் சொன்னார். இப்படிக் கொத்த சறுவேசுரனுக்குண்டான அளவில்லாத ஞானத்தை அவருண்டாக்கின பொருள்களினாலே வெளிச்சமாய் அறியக்கடவோம்.

அதேதென்றால் இந்தப் பூலோகத்தையும் இதிலே யிருக்கிற சகல வஷ்த்துக்களெல்லாத்தையும் வரிசையாக யவர் உண்டாக்கினாரென்கிறதுமல்லாமல் அலங்காரமான மகிமையுள்ள குணகெதியை உண்டாக்கப்பட்ட

வஷ்த்துக்களெல்லாத்துக்கும் கொடுத்தாரெண்ணு நாம் புத்தியினாலேப் பாத்து அறிஞ்சோமானால் அதுகளைப் படைப்பித்தவராயிருக்கிற சறுவேசுரன் அளவில்லாத ஞானமுள்ளவராயிருக்கிறவரெண்ணு அறியக்கடவோம். தவீதென்கிற ராசாத் தீற்க்கத்தெரிசி சறுவேசுரன் பண்ணின அற்புதங்களைப் பாத்துக்கொண்டுச் சொன்ன வாத்தையாவது யெல்லாத்துக்கும் கத்தனாயிருக்கிற சறுவேசுரா தேவரீர் செய்த அற்புதங்களை அளவிட்டுப் பாத்தோமானால் மட்டில்லாத விசாலமாயிருக்குது. தேவரீர் செய்த காரணங்களெல்லாம் அறிவு ஞானமுள்ள காரணங்களாயிருக்குது யென்கிற வார்த்தைகளைத் தாவீதென்கிறவர் சொன்னார்.

யெரேமிய்யாயென்கிறத் தீற்க்கத்தெரிசி சொன்ன வார்த்தையாவது சறுவேசுரன் தம்முடைய பெலத்தினாலே பூமியை யுண்டாக்கினதுந் தவிரத் தம்முடைய அளவில்லாத ஞானத்தினாலே வானத்தை யுசத்தியாகத் திஷ்ட்டிச்சாரென்கிற வார்த்தைகளைச் சொன்னார். இப்படி சொல்லியிருக்கிறபடியினாலேச் சறுவேசுரன் அளவில்லாத ஞானமுள்ளவராயிருக்கிறவரெண்ணு அந்தந்த உண்டாக்கப்பட்ட பொருள்களினாலே அறிகிறதுமல்லா மல் யவர் மனுஷரை ரூண்டு லெஷ்சிக்கத்தக்கதாக அருளிச் செய்த வகை **[ஓலை 30 முன் பக்கம்]** களினாலே அப்படிக் கொத்த அளவில்லாத ஞானமாயிருக்கிற சத்தியத்தை நாம் அறியக்கடவோம்.

அதேதென்றால் பிசாசுக்கும் பாவத்துக்கும் அடிமைகளான மனுஷரை ரூண்டு லெஷ்சிக்கிறத்துக்குப் பரலோகத்திலே ஆகிலும் பூலோகத்திலேயென்கிலும் ஒருவராலே அறிவு ஞானமுள்ள புற்றியைச் சொல்லி ஒத்தாசை பண்ணத் தக்க பேர்களில்லை. பிதாவாகிய

சறுவேசுரன் தம்முடைய அளவில்லாத நீதிக்காக இப்படிக் கொத்த பாவிகளாயிருக்கிற பேர்களுக்கு ஒதவி செய்யக்கூடாது அவருடைய அளவில்லாத நீதிக்கும் அளவில்லாத தயவுக்கும் சரீசமானமாய்ப் பொருந்தி யிருக்கிற வகைகளை நம்முடைய புற்றியினாலே நினைக்கப் போகாது. ஆனால் சறுவேசுரன் அளவில்லாத ஞானமாயிருக்கிறபடியினாலே யெங்களை மூண்டு லெஷ்சிக்கிறத்துக்கும் ஞானமுள்ள வகையை அறிஞ்சு கொண்டார். அதாவது பிதாவாகிய சறுவேசுரனுடைய ஏக சுதனாகிய கிறீஷ்த்து யேசு வென்கிறவர் நமக்காக மனுஷாஅவதாரம் பண்ணி நாம் செய்த பாவங்களெல் லாம்த் தம்முடைய பேரிலே யேத்துக்கொண்டு அதுகளினாலே வருகிற தெண்டினைக்குள்ப்பட்டு மரணத்தை அடைஞ்சு யடக்கப்பட்டு பாதாளங்களிலே இறங்கி எழுந்தருளிப் பரமண்டலங்களிலே யேறிப் பாவங்களை நிவாரணம் பண்ணித் தம்முடைய பிதாவினுடைய அளவில்லாத நீதிக்கும் அளவில்லாத தயவுக்கும்ச் சரியாக லோகத்தை மூண்டு லெஷ்சிச்சார்.

இப்படி லோகத்தை மூண்டு லெஷ்சிக்கிற வகையை புத்தியில்லாத பேர்கள் கேட்டால் பயித்தியமுள்ள வகையெண்ணு பித்தரைப்போலே நினைச்சுக் கொண்டிருக்கிறார்கள். ஆனாலோ புத்தியுள்ள பேர்கள் லத்தைக் கேட்டு அறிஞ்சால் இதுவே ஞானமுள்ள வகையெண்ணு சொல்லிக் கொண்டிருக்கிறார்கள். அதேதென்றால் பாவுலு வென்கிறவர் கிறீஷ்த்துவினுடைய சீஷனானவன் லோகத்தை மூண்டு லெஷ்சிக்கிற வகையை விசாரிச்சுக்கொண்டு சொன்ன வார்த்தையாவதுச் சறுவேசுரன் எங்களை மூண்டு லெஷ்சிக்கிற சித்தமாயிருக்கிற ஞானத்தை ஒருவராலே தன்னுடைய ***[ஓலை 30 பின் பக்கம்]*** புத்தியினாலே அளவிடப்

போகாது. அவருடைய நடுத்தீற்கிற ஞாயத்தை மட்டிடப் போகாது. அவருடைய வழிகள் யெங்களுக்குத் தெரிய வராது. அவருக்குண்டான நினவுகளை ஒருவராகிலும் அறியப் போகாது.

அவருடைய ஆலோசனைகளை மனுஷராலே நிந்தை பண்ணப் போகாது என்கிற வார்த்தைகளைப் பாவுலுயென்கிறவர் சொன்னார். யவரவர்கள் பிறந்தநாள்த் துவக்கி யின்னாள் வரைக்கும்ச் சறுவேசுரனாலேத் தங்களுக்குச் சம்புவிச்சதெல்லாம் மனதினாலே விசாரிச்சுக் கொண்டால் அவர் அளவில்லாத ஞானமுள்ளவராயிருக்கிறவரெண்ணு அறியக்கடவோம்.

அதேதென்றால்த் தம்மைச் சினேகித்திருக்கிற பேர்கள் எத்தினை தின்மைகளிலே யிருந்தாலும் யெத்தினை சத்துருக்களுடைய மறவிலே யிருந்தாலும்ச் சகலமான மனுஷருடைய ஒதவி ஒத்தாசை யில்லாதே யிருந்தாலும் யெத்தினை துக்கமான சலிப்புகளிலே யிருந்தாலும்ச் சறுவேசுரன் அவர்களைத் தம்முடைய அளவில்லாத ஞானத்தினாலே தெரிஞ்சுகொண்டு கைவிடாமல் அந்தப் பொல்லாப்புகளெல்லாம் அவர்களுக்கு நல்லதாயிருக்கப் பண்ணுவாரெண்ணுப் பாத்துக் கொண்டிருக்கிறோம்.

ஆனபடியினாலே தாவீதென்கிறவர் சொன்ன வார்த்தையாவது நீங்கள் பூலோகத்திலே அழிஞ்சு போற பாக்கியங்களைத் தேடுகிற பேர்களே புத்தியில்லாமலிருக்கிற யவத்தரான பேர்களே சறுவேசுரன்த் தமக்குப் பயந்து நடக்கிற பேர்களை இந்தப் பூலோகத்திலே ஆச்சரியமான வழிகளிலே கூட்டிக் கொள்ளுகிறாரெண்ணு பாத்து அறிஞ்சு கொள்ளுங்கோள்.

இப்படி அறிஞ்சபடியினாலே உங்களுடைய நடக்கைகள்ப் பிசாசினுடைய உபாயங்களினாலே வருமெண்ணு பாத்துக் கொண்டிருக்கிறதுமல்லாமல் நல்ல பேர்களுடைய நடக்கைகள்ச் சறுவேசுரனுடைய ஞானத்தினால் வருமெண்ணுப் பாத்துக் கொண்டிருக்கக்கடவீர்களென்கிற வார்த்தைகளைத் தாவீதென்கிறவர் சொன்னார்ச் சறுவேசுரனைச் சினேகிச்சிருக்கிற பேர்களுக்கு சம்புவிக்கிறதெல்லாம் யவர்களுக்குப் பிறையோசனமாய் யிருக்குதெண்ணுப் பாவுலு வென்கிறவர் சொல்லுகிறதுந் தவிர யோசேப்பென்கிறவர்த் தம்முடைய சகோதரங்களுக்குச் சொன்ன வார்த்தையாவது நீங்கள் யெனக்குப் பொல்லாப்புச் செய்ய நினைச்சீர்கள்.

ஆனால்ச் சறுவேசுர ***[ஓலை 31 முன் பக்கம்]*** ன்த் தம்முடைய அளவில்லாத ஞானத்தினாலே யப்படிக் கொத்த பொல்லாப்பு யெனக்கு நல்ல நன்மையாயிருக்கப் பண்ணினாரெண்ணுப் பாத்துக் கொண்டிருக்கிறீர்கள்.

அதேதென்றால் நீங்கள் யென்னைப் பிறத்தியில்ச் சனங்களுக்கு அடுமையாக கொஞ்சப் பொன்னுக்காக வித்தீர்கள். ஆனாலோச் சறுவேசுரன் யென்னைக் கிறுபையோடே பாத்து தம்முடைய அளவில்லாத ஞானத்தினாலே யென்னை மகா ராசாவாக உண்டாக்கி னார் யென்கிற வார்த்தைகளை யோசெப்பென்கிறவர் சொன்னார். அப்படியே சறுவேசுரன் தம்முடைய அளவில்லாத ஞானத்தைத் தம்மைச் சினேகித்திருக்கிற பேர்களுக்குத் தெரியப் பண்ணினாரெண்ணு வேத வாக்கியங்களினாலே அறியக்கடவோம். அதேதென்றால்ச் சறுவேசுரனுடைய

- சித்தம் அளவில்லாத ஞானமுள்ள சித்தமாயிருக்குது. அவருடைய புற்றி அளவில்லாத ஞானமுள்ள புற்றியாயிருக்குது.
- அவருடைய ஆலோசனை அளவில்லாத ஞானமுள்ள ஆலோசனையாயிருக்குது
- அவருடைய நினவுகள் அளவில்லாத ஞானமுள்ள நினவுகளாயிருக்குது.
- அவருடைய நீதி அளவில்லாத ஞானமுள்ள நீதியாயிருக்குது
- அவருடைய பெலம் அளவில்லாத ஞானமுள்ள பெலமாயிருக்குது.
- அவருடைய மகிமை அளவில்லாத ஞானமுள்ள மகிமையாயிருக்குது.
- யவருடைய கிறுபை அளவில்லாத ஞானமுள்ள கிறுபையாயிருக்குது.
- யவருடைய தயவு அளவில்லாத ஞான்முள்ள தயவாயிருக்குது.
- அவருடைய மோட்ச ராச்சியம் அளவில்லாத ஞானமுள்ள ராச்சியமாயிருக்குது.
- அவரருளிச் செய்த வேத வாக்கியம் அளவில்லாத ஞானமுள்ள வேத வாக்கியமாயிருக்குது.

யவர் எல்லாத்தையும் யுண்டாக்கிறத்துக்கும் நடத்துகிறத்துக்கும் லெஷ்சிக்கிறத்துக்கும் வல்லமை அளவில்லாத ஞானமுள்ள வல்லமையாயிருக்குது. அவர் செய்த அற்புதங்கள் அளவில்லாத ஞானமுள்ள அற்புதங்களாயிருக்குது.

ஆனபடியினாலே சறுவேசுரன் அளவில்லாத ஞானமுள்ளவராயிருக்கிறவரெண்ணுப் பரலோகத்திலேயும் பூலோகத்திலேயும் உண்டாக்கியிருக் கிற வஷ்த்துக்களெல்லாம்ச் சாட்சியாயிருக்கும். இப்படிக் கொத்த அளவில்லாத ஞானமுள்ளவராயிருக்கிற சற்றியத்தை அறிஞ்சு மெய்யாகவே நம்பிக்கையா யிருப்பீர்களானால்ச் சறுவேசுரனுக்குக் கீழ்ப்படிஞ்சு நடந்து உங்களுக்குண்டானப் பயித்தியத்தை அ ***[ஓலை 31 பின் பக்கம்]*** றியத்தக்கதாக பிறையாசப்படக்கடவீர்களொழிய மற்றப்படியல்ல. அதேதென்றால் அளவில்லாத ஞானமுள்ள சறுவேசுரனுக்கு முன்பாக அந்தந்தத் தேவர்களை வணங்கிப் பூசை புலக்காரம் பண்ணுகிறது பெரிய பயித்தியமல்லவோ.

மனுஷருடைய கையினாலே யுண்டாக்கப்பட்ட சிலைகளை உபசரனை பண்ணுகிறது பெரிய பயித்தியமல்லவோ. மெய்யான சறுவேசுரனுக்கு அந்தந்தப் பொருந்தாத ஆராதனைகளைச் செய்கிறது பெரிய பயித்தியமல்லவோப் புத்திக் குறைச்சலுள்ள மனுஷர் யுண்டாக்கின மோசமுள்ள வேதங்களை அங்கீகரிக்கிறது பெரிய பயித்தியமல்லவோ.

அந்தந்தத் தப்பிதமான வழிகளிலே நடக்கிறது பெரியப் பயித்தியமல்லவோ. சறுவேசுரனுடைய ஞானமுள்ள சித்தத்துக்குக் கீழ்ப்படிஞ்சு இருக்காமல் நம்முடைய யவத்தமான [பொய்யான] சித்தத்தின்படியே நடந்து கொள்ளுகிறது பெரிய பயித்தியமல்லவோப் பரலோகத்திலே வருகிற கெதிமோஷ்சத்தை மறந்து பூலோகத்திலே அழிஞ்சுபோற பாக்கியத்தின் பேரிலே நம்பி நினவு வைக்கிறது பெரிய பயித்தியமல்லவோ. அழியாத ஆற்றுமத்தைப் பார்க்க அழிந்துபோற

சரீரத்துக்காகப் பிறையாசப் படுகிறது பெரிய பயித்தியமல்லவோப் பாவங்களைச் செய்கிறத்துக்காக பிசாசுக்கு அடுமையாயிருக்கிறது பெரிய பயித்தியமல்லவோ.

யெண்ணெண்ணைக்கும் ஊழிகாலமுள்ள திரவியங்களை ஆசையில்லாமல் பூலோகத்தினுடைய ஒரு நொடியிலே அழிஞ்சுபோற திரவியத்தின் பேரிலே யிச்சையாயிருக்கிறது பெரிய பயித்தியமல்லவோ. மோட்சத்துக்கான வழியை விட்டு நரகத்துக்குப்போற வழிகளை விசாரமில்லாத மனதோடேச் சந்தோஷமாய் நடக்கிறது பெரிய பயித்தியமல்லவோ.

யிப்படிக் கொத்த பயித்தமுள்ள வகைகளை அறியாமலிருக்கிறது பெரிய பயித்தமல்லவோ. அறிஞ்சிருக்கிற பயித்தத்தை விடாமலிருக்கிறது பெரிய பயித்தமல்லவோ.

இது இப்படி யிருக்கச் செயிதேச் சறுவேசுரன் மாத்திரம் அளவில்லாத ஞானமுள்ளவர் யெண்ணு யறிஞ்சு விசுவாசித்தீர்களானால் உங்களுடைய பயித்தியமுள்ள அக்கியானங்களெல்லாம்த் தள்ளிச் சறுவேசுரனாலே அறிவு ஞானமுள்ள பேர்களாயிருக்கத் தக்கதாகப் பிறையாசப்படக்கடவீர்களொழிய மற்றப்படிய ல்ல ஆனால் யிப்படி பிறையாசப் படுகிறது உங்களுடைய பெலத்தினாலே வாராதுச் சறுவேசுரனு ***[ஓலை 32 முன் பக்கம்]*** டைய தேவ சகாயத்தினாலே வருமென்கிறபடி யினாலே யவரை விசுவாசமுள்ள மனதோடே வேண்டிக் கொள்ளத்தக்கதாக உங்களுக்குப் பொறியாயிருக்கும். அதேதென்றால் யாக்கோபுயென்கிறவர் கிறீஷ்த்துவினு டைய சீஷனானவன் சொன்ன வார்த்தையாவது

உங்களுக்கே யாதொருதன் தனக்கு ஞானம் வேண்டியிருக்குதெண்ணு அறிஞ்சிருக்கிறவன்ச் சறுவேசுரனைப் பிறாத்திச்சுக் கொள்ளுவான். ஆனால் யவர் தனக்கு ஞானங் குடுப்பாரெண்ணும் கெட்டி மனசாயிருக்கலாம் மென்கிற வார்த்தைகளை யாக்கோபுயென்கிறவர் சொன்னார்.

ஆனபடியினாலே சாலொமோ வென்கிற ராசா ராத்திரி காலத்திலே நித்திரை பண்ணுகிறபோது சறுவேசுரன் அவரண்டையிலே வந்து நீ யென்னிடத்திலே என்ன கேட்டாலும் நாமுனக்குக் குடுப்போமெண்ணுத் திருவிளம்பத்தினார். சாலொமோ வென்கிறவர் இத்தைக் கேட்டுச் சொன்ன பிறத்தி யுத்தாரமாவது தேவரீர் நாம் பாத்திரமில்லாதவனாயிருக்கிறவனை மகா ராசாவாகப் பண்ணினீர். யென்னுடைய ராசாங்கத்துக்கு அநேகஞ் செனங்களைக் கீழ்ப்படிஞ்சு இருக்கக் கிறுபை பண்ணினீர்.

இப்படிக் கொத்த சனங்களை ஞாயமாய் ஆண்டுகொண்டு யவரவர்கள் பேரிலே நிறையுள்ள பார்வையாயிருந்து தேவரீருடைய சித்தத்தின்படியே யெப்போதும் நடந்துகொள்ளுகிறத்துக்கு வேண்டியிருக்கிற அறிவுள்ள ஞானத்தை தேவரீர் எனக்கு தந்தருள வேணுமெண்ணு தாட்சியுள்ள மனதோடே வேண்டிக் கொள்ளுகிறேன் என்கிற வார்த்தைகளை சாலொமோ வென்கிறவர் சொன்னார்.

அதுக்குச் சறுவேசுரன் சொன்ன பிறத்தி யுத்தாரமாவது நீ லோகத்திலே நீடிச்ச வாழ்வை யென்னிடத்திலே கேழ்க்காமலும் திரவியத்தின் பேரிலே அவட்ச்செய்யாய் ***[AFSt/P TAM 86 ஓலை 127 மு:*** அவெஷ்ச்சையாய்] கேட்க்காமலும் லோகத்தினுடைய ஆதிக்கத்தைக்

கேழ்க்காமலும் லோகத்தினுடைய செல்வத்தைக் கேட்க்காமலும் லோகத்திலே பெரிய உயித்தங்களைப் பண்ணுகிறத்துக்கு வல்லமையைக் கேட்க்காமலும் அறிவு ஞானமுள்ள புற்றியை மாத்திரம் நீ யென்னிடத்திலே கேட்க்கிறபடியினாலே நாமுனக்குச் சகலமான மனுஷர்களைப் பார்ற்க்க அதீகமான அறிவு ஞானமுள்ள புற்றியைக் குடுப்போமென்கிறதும் மல்லாமல் லோகத்தினுடைய பாக்கியங்களெல்லாம் உனக்கு ஒக்கத் தருவோமென்கிற வார்த்தைகளைச் சறுவேசுரன் திருவிளம் பத்தினார். இப்படித் திருவிளம்பத்தினதின்படியே ***[ஓலை 32 பின் பக்கம்]*** நீங்கள் அந்தப் பிறகாரமாகச் சறுவேசுரனை வேண்டிக்கொள்ளுவீர்களானால் உங்களுக்கு அறிவு ஞானமுள்ள புற்றி வருமென்கிறத்துக்குச் சந்தேகமில்லை.

அதேதென்றால்ச் சறுவேசுரன் யந்தக் காலத்திலே தமக்குப் பயந்து நடக்கிற பேர்கள் கூப்பிடுகிற சத்தம் நண்ணாகக் கேட்டு அனுக்கிறகம் பண்ணினாரென்கிறதுபோலே யந்தப்படிதானே யிந்தக் காலங்களிலேயும்த் தமக்கு பயந்து நடக்கிற பேர்கள் கூப்பிடுகிற சத்தம் கேட்டு அனுக்கிறகம் பண்ணுவாரெண்ணு கெட்டி மனசாயிருக்கக்கடவீர்கள். இதினிமித்தியமாக சறுவேசுரனுடைய அளவில்லாத ஞானத்தை நண்ணாயறிஞ்சு கொள்ளுங்கோள். அவருடைய சித்தத்துக்கு யேற்கக் கீழ்ப்படிஞ்சு நடந்து கொள்ளுங்கோள். யவருடைய தயவுள்ள கிறுபையைத் தேடிக் கொள்ளுங்கோள்.

யவரை யெப்போதும் விசுவாசமுள்ள மனசோடே வேண்டிக் கொள்ளுங்கோள். யவரருளிச் செய்த வேத வாக்கியத்தைக் யனுதினமுங் கேட்டு மனதிலே

அங்கீகரிச்சுக் கொள்ளுங்கோள். யவர் காண்பித்த மோட்சத்துக்கான வழியை நடந்து கொள்ளுங்கோள்.

இப்படிக் கொத்த ஞாயங்களைச் செய்துகொண்டு வந்தீர்களானால் அளவில்லாத ஞானமுள்ள சறுவேசுரன் உங்களுக்குண்டான இருளான புத்தியைத் தள்ளி உங்களை வெளிச்சமாகப் பண்ணித் தம்முடைய அறிவுள்ள ஞானத்தை உங்களுக்குக் குடுத்து உங்களிடத்திலே யெப்போதும் ஒத்தாசையாயிருந்து அனுக்கிறகம் பண்ணி லெஷ்சிப்பார்.

## பிரசங்கம் 9: சறுவேசுரன் எங்கும் நிறைந்திருப்பவர்; அளவில்லாத சத்தியமுள்ளவர்

<u>**யெறுசலேயமென்கிற கோவிலிலே சொல்லப்பட்ட ஓன்பதாம் பிறசங்கம்:**</u>

போன பிறசங்கத்திலேச் சறுவேசுரன் அளவில்லாத ஞானமுள்ளவராயிருக்கிற சற்றியத்தை யுங்களுக்கு வெளிப்படுத்தினோமே. இந்தப் பிறசங்கத்திலேச் சறுவேசுரன் யெங்கும் நிறைஞ்சிருக்கிறவரெண்ணும் அளவில்லாத சற்றியமுள்ளவராயிருக்கிறவரெண்ணும் உங்களுக்கு வெளிப்படுத்துவோம் அதெப்படியென்றால் தெய்வீக அரூபமாயிருக்கிறச் சறுவேசுரன்ப்

- பரலோகத்தினுடையச் சகல ஷ்த்தலங்களிலேயும்
- பூலோகத்தினுடைய சகல ஷ்த்தலங்களிலேயும்
- பாதாளங்களினுடையச் சகல ஷ்த்தலங்களிலேயும்

மெய்யாகவே யெங்கும் நிறைஞ்சிருக்கிறவரெண்ணு அவரருளிச் செய்த வேத வாக்கியங்களினாலேச் சந்தேகப்படாமல் எளிசாக அறியக்கடவோம். ஆனபடியினாலே யேற்சைய்யா என்கிற தீற்கத்தெரிசியைக் ***[ஓலை 33 முன் பக்கம்]*** கொண்டுச் சறுவேசுரன்த் திருவிளம்பத்தின திருவசனமாவதுப் பரலோகத்துக்கும் பூலோகத்துக்கும் கத்தனாகிய சறுவேசுரனாமே. வானம் நமக்கு ஒரு சிங்காதனம்போலே யிருக்குது.

பூமி நமக்கு ஒரு படித்துறைபோலே யிருக்குது. நமக்குப் பரலோகத்திலே யானாலும் பூலோகத்திலே யென்கிலும் பாதாளங்களிலே யாகிலும் ஒருதரும் ஒலிகளவாயிருக்கப் போகாது யென்கிற வார்த்தைகளைச் சறுவேசுரன் திருவிளம்பத்தினார். இப்படி திருவிளம்பத்தின

திருவசனங்களை தாவீதென்கிற அறிவுஞானமுள்ள ராசா அறிஞ்சு யவர் சொன்ன வார்த்தையாவது யெனக்குக் கத்தராயிருக்கிற சறுவேசுரா தேவரீர் எங்கும் நிறைஞ்சிருக்கிறீர். நான் யெங்கே யிருந்தாலும் இருட்டுக்குள்ளே ஒளிச்சாலும் தேவரீருடைய திருமுகத்துக்கு ஒளிகளவாயிருக்கக் கூடாது. அதேதென்றால் நான் வானத்துக்கு உசர யேறினாலும் தேவரீர் யென்னிடத்திலே இருக்கிறீர். நான் பாதாளங்களிலே யிறங்கினாலும் தேவரீர் யவடத்திலேயும் நிறைஞ்சிருக்கிறீர். நான் சமுத்திரன் *[சமுத்திரத்தின்]* முகிவிலே போனாலும் பூமியினுடைய முகிவிலே போனாலும் சந்திர சூரியனுடைய யிஷ்தலத்திலே போனாலும் தேவரீர் யவடத்திலேயும் நிறைஞ்சிருக்கிறீர் யென்கிற வார்த்தைகளைத் தாவீதேன்கிறவர் சொன்னார்.

கிறீஷ்த்து யேசுவென்கிறவருடைய சீஷனானவன் அற்சிய சீஷ்ட்ட பாவுலுயென்கிறவர் அந்தக் காலத்திலே கவட்டுத் தேவர்களை வணங்கி பூசை புலக்காரம் பண்ணுகிற அக்கியானிகளண்டையிலே வந்து அவர்களுடைய பயிற்றியமுள்ள ஆராதனைகளைப் பாத்து யவர் சொன்ன வார்த்தையாவது யெங்கும் நிறைஞ்சிருக்கிற சறுவேசுரன் கோவில்களிலே வனங்கப் படுகிற சிலைகளைப்போலேயெண்ணு அங்கீகரிக்கிறபடியினாலே பயித்தியமுள்ள பேர்களாயிருக்கிறீர்களல்லவோ. வானத்தையும் பூமியையும் இதிலே யிருக்கிற அந்தந்த உண்டாக்கப்பட்ட வஷ்த்துக்களையும்ப் புத்திக் கண்களினாலே பாத்துச் சறுவேசரன் யெப்படிக் கொத்தவரெண்ணு அறிஞ்சு கொள்ளுங்கோள். இப்படி பாத்து அறிஞ்சீர்களானால் எல்லாத்தையும் படைப்பித்தவருமாய் நடத்துகிறவருமாய் இருக்கிறச் சறுவேசுரன் உங்களுக்குள்ளே அவரவர்களுக்குத்

தூரமாயிருக்க யில்லையெண்ணு அறியக்கடவீர்கள். அதேதென்றா ***[ஓலை 33 பின் பக்கம்]*** ல்ச் சறுவேசுரனாலே யுண்டாயிருக்கிறோம்ச் சறுவேசுரனாலே பிழைக்கிறோம், சறுவேசுரனாலே நாங்கள் லெஷ்சிக்கப்படுகிறோம் யென்கிற வார்த்தைகளைப் பாவுலு வென்கிறவர் சொன்னார். இப்படி அவர் சொல்லியிருக்கிறபடியினாலே சறுவேசுரன் யெங்கும் நிறைந்திருக்கிறவரெண்ணு நம்முடைய புத்தியினால் அறியக்கடவோம். ஆனபடியினாலேச் சறுவேசுரனுடைய அரூபமாயிருக்கிற சுவாபமும் எங்கும் நிறைஞ்சிருக்குது. அவருடைய அளவில்லாத மகிமை யெங்கும் நிறைஞ்சிருக்குது. அவருடைய அளவில்லாத ஞானம் யெங்கும் நிறைஞ்சிருக்குது. யவருடைய அளவில்லாத நீதி யெங்கும் நிறைஞ்சிருக்குது. யவருடைய அளவில்லாத பெலம் யெங்கும் பரம்பிச்சிருக்குது. யவருடைய அளவில்லாத கிறுபை யெங்கும் நிறைஞ்சிருக்குது.

யவருடைய *[அளவில்லாத]* தயவு யெங்கும் நிறைஞ்சிருக்குது. யவர் யெல்லாத்தையும் நடத்துகிற வல்லமை யெங்கும் நிறைஞ்சிருக்குது. யவருடைய அளவில்லாத நன்மை யெங்கும் நிறைஞ்சிருக்குது. உண்டாக்கப்பட்ட வஷ்துக்களை ஒரு ஷ்சென மாத்திரமானாலும் யவர் கைவிட்டால் யதுகளெல்லாம் நிற்மூலமாய்ப் போமென்கிறத்துக்குச் சந்தேகமில்லை. இப்படிக் கொத்த எங்கும் நிறைந்திருக்கிறச் சத்தியத்தை அறிஞ்சு மெய்யாகவே நம்பிக்கையாயிருப்பீர்களானால் யெங்கும் நிறைந்திருக்கிற சறுவேசுரனுக்கு முன்பாகக் கவடில்லாத சுத்தாங்கமுள்ள மனதோடே யெப்போதும் நடக்கக்கடவீர்களொழிய மற்றபடியல்ல. அதேதென்றால் அபிராமென்கிற புண்ணியமுடைத்தானா யிருக்கிறவனண் டையிலேச் சறுவேசுரன் வந்து திருவிளம்பத்தின

திருவசனமாவது நாம் எங்கும் நிறைஞ்சிற அளவில்லாத காரணமுள்ள சறுவேசுரனானபடியினாலே நீய் நமக்கு முன்பாக நடந்து நம்முடைய பேரிலே தாபமுள்ளவனாய் யிருக்க வேணுமென்கிற வார்த்தைகளைச் சறுவேசுரன் திருவிளம்பத்தினார். யப்படிபோல யிந்தக் காலத்திலேயும் சறுவேசுரன் யவர்களுக்குச் சொன்ன வாத்தையாவது உங்களுக்குக் கற்றாவான சறுவேசுரன் நாமே. நாம் யெங்கும் நிறைஞ்சிருக்கிறவரெண்ணும் நீங்களறிஞ்சபடி யினாலே நமக்குப் பயந்து நடந்து கொள்ளுங்கோ ***[ஓலை 34 முன் பக்கம்]*** ள். நம்முடைய சித்தத்துக்கு யேற்கக் கீழ்ப்படிஞ்சு பிழைச்சுக் கொள்ளுங்கோள். நம்முடைய நன்மைகள் யெங்கும் பரம்பிச்சிருக்கிறத்தை நண்ணாயறிஞ்சு யனுதினமும் நினைச்சுச் சினேகித்துக் கொள்ளுங்கோள். நமக்குப் பொருந்தியிருக்கிற ஆராதனைகளை நல்ல மனசாய்ச் செய்யுங்கோள். நீங்கள் லோகத்திலே யெங்கே யிருந்தாலும் நாம் யெங்கும் நிறைஞ்சிருக்கிறோமெண்ணு அறிஞ்சு நம்மை யெப்போதும் வேண்டிக்கொள்ளுங்கோள். நமக்கு முன்பாக தேவர்களெண்ணு வணங்கப்படுகிற பேர்களைத் தள்ளிப் பொடுங்கோள்.

நமக்குத் பொருந்தாத பாவங்களை முழு மனசாக விட்டுப் பொடுங்கோ யென்கிற வார்த்தைகளைச் சறுவேசுரன் அவரவர்களுக்கு வேத வாக்கியங்களினாலே அறியப் பண்ணினார். யெரேமிய்யா என்கிற தீற்கத்தெரிசியைக்கொண்டுச் சறுவேசுரன் திருவிளம்பத்தின திருவசனமாவது நாம் தூரமாயிருக்கிற சறுவேசுரனா யிராமல் அவரவர்களுக்குக் கிட்ட யெங்கும் நிறைஞ்சிருக்கிற சறுவேசுரனாயிருக்கிறோமல்லவோ. யாதாமொருதனானாலும் நமக்கு முன்பாக ஒளிகளவாயிருக்கலாமெண்ணு நீங்கள் நினைச்சுக்

கொண்டிருக்கிறீர்களோ. பரலோகத்திலேயும் பூலோகத்தி லேயும் யெங்கும் நிறைஞ்சிருக்கிற சறுவேசுரன் நாமல்லவோ யென்கிற வார்த்தைகளைச் சறுவேசுரன் திருவிளம்பத்தினார். இது இப்படி யிருக்கச் செய்தே நீங்கள் யாதொரு பொல்லாப்புச் செய்வீர்களானால் யெங்கும் நிறைஞ்சிருக்கிற சறுவேசுரன் எல்லாத்தையும் யறிஞ்சிருக்கிறவரெண்ணு நினைச்சுக் கொள்ளுங்கோள். இப்படி நினைச்சீர்களானால்ச் சறுவேசுரனுக்கு யேராத காரியங்களைச் செய்யாமலிருப்பீர்களென்கிறத்துக்குச் சந்தேகமில்லை. இப்படி யெங்கும் நிறைஞ்சிருக்கிறச் சறுவேசுரனுக்கு நீங்கள் பிள்ளைகளாக யிருப்பீர்களானால் மெத்தச் சந்தோஷமா யிருக்கக்கடவீர்களொழிய மத்தப்படியல்ல. அதேதென்றால் நீங்கள் யெத்தினை தின்மைகளிலே யிருந்தாலும் யெங்கும் நிறைஞ்சிருக்கிற சறுவேசுரன் உங்களிடத்திலே யெப்போதும் ஒத்தாசையாயிருப்பாரென்கிறத்துக்குச் சந்தேகமில்லை.

நீங்கள் யெத்தினை சலிப்புகளினாலே யிருந்தாலும் யெங்கும் நிறைஞ்சிருக்கிற சறுவேசுரன் உங்களுக்கு ஆறுத ***[ஓலை 34 பின் பக்கம்]*** றுதலாக யிருப்பாரென்கிறத்துக்குச் சந்தேகமில்லை. உங்களைச் சகலமான மனுஷர் கைய் விட்டாலும் யெங்கும் நிறைஞ்சிருக்கிற சறுவேசுரன் உங்களிடத்திலே நிண்ணு லெஷ்சிப்பாரென்கிறத்துக்குச் சந்தேகமில்லை. அவரவர் உங்களைச் சங்கை பண்ணாமல் தூஷணமான வார்த்தைகளைச் சொன்னாலும் யெங்கும் நிறைஞ்சிருக்கிற சறுவேசுரன் உங்களிடத்திலே கிருபையாயிருந்துச் சங்கை வருத்திவிப்பாரென்கிறத்துக்குச் சந்தேகமில்லை. நீங்கள் யெத்தினை தரித்திரியவான்களாயிருந்தாலும் யெங்கும் நிறைஞ்சிருக்கிற சறுவேசுரன் உங்களிடத்திலே திரவியங்களாயிருப்பாரென்கிறத்துக்குச் சந்தேகமில்லை.

நீங்கள் மோஷ்சமடையத்தக்கதாக யெத்தினை கடினமான துக்கங்களை அனுபவிச்சாலும் யெங்கும் நிறைஞ்சிருக்கிற சறுவேசுரன் உங்களிடத்திலே ஒதவியாயிருப்பாரென் கிறத்துக்குச் சந்தேகமில்லைப் பரலோகத்துக்குப்போற வழியிலே யெத்தினை விசாலமுள்ள உசத்தியான பறுவதங்கள் மேலே யேறிப் பயணம் போனாலும் யெங்கும் நிறைஞ்சிருக்கிற சறுவேசுரன் உங்களுக்குத் துணையாக வந்து அனுக்கிறகம் பண்ணுவாரென் கிறத்துக்குச் சந்தேகமில்லை.

இப்படிக் கொத்த ஞாயங்களைத் தவீதென்கிற ராசா அறிஞ்சு சொன்ன வார்த்தையாவது நான் யெத்தினை துக்கங்களுள்ள வழிகளிலே நடந்தாலும் பொல்லாப்பு வருகிறத்துக்காக யென்னிடத்திலே பயமென்கிறது யில்லை. அதேதென்றால் யெங்கும் நிறைஞ்சிருக்கிற சறுவேசுரன் யென்னிடத்திலே நிண்ணு அவர் திருவிளம்பத்தின திருவசனங்கள் எனக்கு ஆறுதலாயிருக்குது யென்கிற வார்த்தைகளைத் தாவீதேன்கிறவர் சொன்னார்ச் சறுவேசுரன் எங்கும் நிறைஞ்சிருக்கிறதுந் தவிர அளவில்லாத சற்றியமுள்ளவராயிருக்கிறார். இப்படி அளவில்லாத சற்றியமாயிருக்கிற வகையாவதுச் சறுவேசுரன் புண்ணியவான்களுக்கு யெந்த வார்த்தைப்பாடு கொடுத்தாலும் பாவிகளாயிருக்கிற பேர்களுக்கு யெந்த ஆக்கினையுள்ள தெண்டினை வருமெண்ணுக் கட்டளையிட்டாலும் இதெல்லாம் மெய்யாகவே வருமென்கிறத்துக்குச் சந்தேகமில்லை. அதேதென்றால் சாமொயேலென்கிற தீற்கத்தெரிசி சொன்ன வார்த்தையாவது யெங்களுக்குக் கத்தனாயிருக்கிறச் சறுவேசுரன் ***[ஓலை 35 முன் பக்கம்]*** பொய் சொல்லக் கூடாது. வானத்துக்கும் பூமிக்கும் பிசக்கு வந்தாலும்

சறுவேசுரன் திருவிளம்பத்தின வார்த்தைக்குப் பிசக்கு வாராது யென்கிற வார்த்தைகளை சாமொயேலென்கிற தீற்கத்தெரிசிச் சொல்லுகிறதுந் தவிரத் தாவீதென்கிற ராசாச் சொன்ன வார்த்தையாவதுக் கத்தனாயிருக்கிற சறுவேசுரன் சொன்ன வார்[த்]தையெல்லாம் சற்றியமுள்ள வார்த்தையாயிருக்குது. அவர் கொடுத்த வார்த்தைப்பாடுகளை மெய்யான வார்த்தைப்பாடுகளா யிருக்குதென்கிற வார்த்தைகளைத் தாவீதென்கிறவர் சொன்னார். யோசுவாயென்கிற ராசாச் சாகிறபோது இசரேயலென்கிற செனங்களெல்லாரையும்த் தங்கிட்ட வர அழைச்சுக்கொண்டு சொன்ன வார்த்தையாவது இதோ சகலமான மனுஷர்களைப்போலே நான் இண்ணைக்குச் சாகிறேன்ச் சறுவேசுரன் உங்களுக்குச் சொன்ன வார்த்தையெல்லாம் ஒண்ணும் குறை வராமல் வந்துதெண்ணு நீங்கள் பாத்துக் கொண்டிருக்கக்கடவீர்கள்.

அப்படிக் கொத்த நல்ல வார்த்தைப்பாடுக ளெல்லாம் உங்களுக்கு வந்ததுபோலே யந்தப்படிதானே நீங்கள் சறுவேசுரனுடைய கர்ப்பினையை மீறி வேறே தேவர்களை ஆசரிச்சு வணங்கி பூசை புலக்காரம் பண்ணுவீர்களானால் சறுவேசுரன் திஷ்ட்டிச்ச பொல்லாப்புகளெல்லாம் உங்களுக்கு வருமென்கிறத்துக்குச் சந்தேகமில்லை யென்கிற வார்த்தைகளை யோசுவா யென்கிறவர் சொன்னார். யப்படியே சறுவேசுரன் திருவிளம்பத்தின திருவசனங்களெல்லாம் சற்றியமுள்ளதா யிருக்குது. இது அறிஞ்சு மெய்யாகவே நம்பிக்கையாக இருக்கிற பேர்கள் பொய்யுள்ள மனுஷராலே உண்டாக்கப்பட்ட வேதங்களைத் தள்ளி அளவில்லாத சற்றியமுள்ள சறுவேசுரன் அருளிச் செய்த வேத வாக்கியத்தை மாத்திரம் அங்கீகரிச்சுக்கொண்டு வருவீர்களொழிய மற்றப்படியல்ல. அதேதென்றால்

தேசத்திலே தேவர்களெண்ணு அந்தந்த வணங்கப் படுகின்ற பேர்கள் இருதயத்தினாலேயும் வாயினாலேயும் நடக்கையினாலேயும் மிகவும் கவடுள்ள பேர்களாயிருந்தபடியினாலே பொய்யான மோசமுள்ள வேதங்களைப் போதிவிக்கத் தக்கதாக இந்த லோகத்திலே யிருந்தார்களொழிய மற்றப்படியல்லச் சகலமான மனுஷர்கள் யெத்தினை புற்றியுள்ளவர்களாயிருந்தாலும்ச் சறுவேசுரனோடே ஒருகட்டாயிருக்காதே போனால் யவர்கள் சொ **[ஓலை 35 பின் பக்கம்]** ல்லி யெழுதி வைத்த உபதேசங்களெல்லாம் தப்பறையுள்ள உபதேசங்களாயிருக்குதெண்ணுச் சறுவேசுரன் அருளிச் செய்த வேத வாக்கியங்களைக் கேட்க்கிற பேர்கள் நண்ணாயறியலாமென்கிறத்துக்குச் சந்தேகமில்லை.

இதிநிமித்தியமாக சறுவேசுரன் மாற்றிரம் அளவில்லாத சற்றியமுள்ளவராயிருக்கிறபடியினாலே யவரருளிச் செய்த வேதமானது மாத்திரம் மெய்யான மோஷசத்துக்கான வழியெண்ணு அங்கீகரிக்கக்கடவீர்களொழிய மற்றப்படியல்ல. இது தவிரச் சறுவேசுரன் அளவில்லாத சற்றியமுள்ளவரா யிருக்கிறவரெண்ணு அறிஞ்சு விசுவாச நம்பிக்கையாய் யிருப்பீர்களானால் கவடுள்ள மனசாயிராமல்ச் சறுவேசுரனைப்போலேச் சற்றியமுள்ள பேர்களாயிருக்கத் தக்கதாகப் பிறையாசப்படக்கடவீர்களொழிய மற்றப்படியல்ல. அதேதென்றால்

- யுங்களுடைய இருதயம் சற்றியமுள்ள இருதயமாயிருக்க வேணும்.
- யுங்களுடைய மனசு சற்றியமுள்ள மனசாயிருக்க வேணும்.

- யுங்களுடைய விசாரங்கள் சற்றியமுள்ள விசாரங்களாயிருக்க வேணும்.
- யுங்களுடைய நாவுனாலே பிறப்படுகிற பேச்சுகளெல்லாம் சற்றியமுள்ள பேச்சுகளாயிருக்க வேணும்.
- யுங்களுடைய நடக்கைகளெல்லாம் சத்தியமுள்ள நடக்கைகளாயிருக்க வேணும்.
- யுங்களுடைய விசுவாசம் சற்றியமுள்ள விசுவாசமாயிருக்க வேணும்.
- யுங்களுடைய நம்பிக்கை சற்றியமுள்ள நம்பிக்கையா யிருக்க வேணும்.
- யுங்களுடைய தயவு சற்றியமுள்ள தயவாயாயிருக்க வேணும்.
- யுங்களுடைய யுடம்பிடிக்கை சற்றியமுள்ள யுடம்பிடிக்கையாயிருக்க வேணும்.
- யுங்களுடைய புண்ணியங்கள்ச் சற்றியமுள்ள புண்ணியங்களாயிருக்க வேணும்.
- யுங்களுடைய ஆராதனைகள் சற்றியமுள்ள ஆராதனைகளாயிருக்க வேணும்.
- யுங்களுடைய வேண்டுதலை சற்றியமுள்ள வேண்டுதலையாயிருக்க வேணும்.
- யுங்களுடைய ஊழியங்கள் சற்றியமுள்ள ஊழியங்களாயாயிருக்க வேணும்.
- யுங்களுடைய அறிவு சற்றியமுள்ள அறிவாயாயிருக்க வேணும்.
- யுங்களுடைய ஞாயம் சற்றியமுள்ள ஞாயமாயிருக்க வேணும். நீங்கள் யென்ன நினைச்சாலும் சற்றியமுள்ள புத்தியினால் நினைக்க வேணும். நீங்கள் யெந்தக்

காரியங்களைச் செய்தாலும் சற்றிய **[ஓலை 36 முன் பக்கம்]** முள்ள மனசினாலே செய்ய வேணும்ச் சறுவேசுரனுக்கும் சகலமான மனுஷருக்கு[ம்]ச் சற்றியமுள்ள இருதயத்தினாலே நிலையா[ய்] யெப்போதும் நடந்து கொள்ள வேணும்.

இப்படி நடந்து கொள்ளுவீர்களானால் அளவில்லாத சற்றியமுள்ள சறுவேசுரனுக்குப் பிள்ளைகளாக யிருப்பீர்களென்கிறதுமல்லாமல் யவர் கொடுத்த வார்த்தைப்பாடுகளினுடைய சுகந்திரமான பேர்களாயிருக்க க்கடவீர்கள். அதேதென்றால் லோகந் துவங்கின னாள் வரைக்கும் சறுவேசுரன் தமக்குப் பிள்ளைகளாயிருக்கிற பேர்களெல்லாருக்கும் யெத்தினை நன்மைகளைக் கொடுத்தாரெண்ணு அத்தினை நன்மைகளையும் இந்தக் காலங்களிலே தமக்குப் பிள்ளைகளாக இருக்கிற பேர்களுக்கு குடுப்பாரெண்ணு கெட்டி மனதாக யிருக்கலாம்.

நீங்கள் மரணபரியந்தம் அளவில்லாத சற்றிய முள்ள சறுவேசுரனுடைய சித்தத்துக்கு யேற்கக் கீழ்ப்படிஞ்சு நடந்து கொள்ளுவீர்களானால் யவர் தாமருளிச் செய்த சற்றியமுள்ள வேத வாக்கியத்திலேயே பூதியிருக்கிறாப்போலே ***[AFSt/P TAM 86* ஓலை 142** பி: “பூதியிருக்கிறாப்போலே” என்ற பதம் “எழுதியிருக்கிறாப் போலே” என்று எழுதப்பட்டுள்ளது] உங்களை மோட்ச ராச்சியத்திலே யெடுத்துக்கொண்டு யெண்ணெண்ணைக் கும் ஊழிகாலமுள்ள சந்தோஷத்தையும் அழியாத பாக்கியத்தையும் முகிவில்லாத வைபோகத்தையும் அளவி ல்லாத கெதி மோஷ்சத்தையும் தருவாரென்கிறத்துக்கு [ச]ந்தேகமில்லை.

## *பிரசங்கம் 10: சறுவேசுரன் அளவில்லாத நீதியுள்ளவர்*

**<u>யெறுசலேயமென்கிற கோவிலிலே சொல்லப்பட்ட பத்தாம் பிறசங்கம்:</u>**

போன பிறசங்கத்திலே சறுவேசுரன் யெங்கும் நிறைஞ்சிருக்கிறத்தையும் யவர் அளவில்லாத சற்றியமாயிருக்கிறத்தையும் உங்களுக்கு வெளிப்படுத்தி னோமே. யிந்தப் பிறசங்கத்திலே சறுவேசுரன் அளவில்லாத நீதியுள்ளவராயிருக்கிறத்தை உங்களுக்கு வெளிப்படுத்துவோம். அதெப்படியென்றால் சகலத்தையும் படைப்பித்தவராயிருக்கிற சறுவேறுசுரன் அளவில்லாத நீதியுள்ளவராயிருக்கிறபடியினாலேத் தாம் உண்டாக்கின மனுஷருக்குண்டான நன்மைகளைச் சினேகித்து அவரவர்கள் செய்த புண்ணியங்களுக்குத் தக்க பலன்களைக் குடுக்கிறதுமல்லாமல் மனுஷருக்குண்டான தின்மைகளின் பேரிலே வற்மமாயிருந்து அவரவர்கள் செய்த பாவங்களுக்குத் தக்க ஆக்கினையிடுவாரெண்ணு வேத வாக்கியங்களினாலே அறியக்கடவோம்.

ஆனபடியினாலே மோசேசுயென்கிற மகாத் தீற்கத்தெரிசியை ***[ஓலை 36 பின் பக்கம்]***க் கொண்டுச் சறுவேசுரன் திருவிளம்பத்தின திருவசனமாவது நாமுமக்குக் கற்றாவானச் சறுவேசுரன் நீதியுள்ள பிலனாயிருக்கிற படியினாலே நமக்கு வற்மமாயிருக்கிற பேர்களை தலைமுறை தலைமுறையாகத் தெண்டிப்போம். நம்மைச் சினேகித்திருக்கிற பேர்களுக்கும் நம்முடைய கற்பினையின்படியே நடக்கிற பேர்களுக்கும் தலைமுறை தலைமுறையாகக் கிறுபைப் பண்ணுவோமென்கிற வார்த்தைகளைச் சறுவேசுரன்த் திருவிளம்பத்தினார்.

இப்படி திருவிளம்பத்தினபடியினாலேச் சறுவேசுரன் அளவில்லாத நீதியுள்ளவாயிருக்கிறவரெண்ணு அறியக்கட வோம். அதேதென்றால்ச் சறுவேசுரனுக்குண்டான தேவ லெஷ்சணங்களெல்லாம் அளவில்லாத நீதியுள்ள லெஷ்சணங்களாயிருக்குது. அவருடைய ஆலோசனை அளவில்லாத நீதியுள்ள ஆலோசனையாயிருக்குது. யவர் கட்டளையிட்ட கற்பினைகளெல்லாம் அளவில்லாத நீதியுள்ள கற்பினைகளாயிருக்குது. யவருண்டாக்கின பொருள்களெல்லாம் அளவில்லாத நீதியுள்ள மகிமையோ டே யுண்டாக்கினாரென்கிறதுமல்லாமல் அதுகளெல்லாம் அளவில்லாத நீதியோடே ஆண்டுகொண்டு நடத்துகிறார்ப் பரலோகத்திலேயும் பூலோகத்திலேயும் யவர் செய்த காரணங்களெல்லாம் அளவில்லாத நீதியுள்ள காரணங்களாயிருக்குது. துரோகிகளாயிருக்கிற பாவிகளுக்கு யவரிட்ட ஆக்கினைகளெல்லாம் அளவில்லாத நீதியுள்ள ஆக்கினைகளாயிருக்குது. நன்மையுடைத்தானாயிருக்கிற புண்ணியவான்களுக்கு யவர் கொடுத்த உச்சிதமான பலன்கள் நீதியுள்ள உச்சிதமான பலன்களாயிருக்குது.

ஆதியோடந்தமாய் இன்னாள் வரைக்கும் சறுவேசுரனாலே நினைக்கப்பட்டதுகளும்ச் செய்யப்பட்ட துகளும் அளவில்லாத நீதியுள்ளதாயிருக்குதுப் பரலோகத்திலே ஆனாலும் பூலோகத்திலேயென்கிலும் பாதாளங்களிலே ஆகிலும்ச் சறுவேசுரன்த் தம்முடைய அளவில்லாத நீதிக்குப் பொருந்தாத காரியங்களைச் செய்தாரெண்ணு சொல்லக்கூடாது. இப்படிக் கொத்த அளவில்லாத நீதியுள்ள சற்றியத்தைச் சறுவேசுரன் யெங்களை மூண்டு லெஷ்சிக்கிற வகையினாலேக் காண்பிச்சார். அதேதென்றால் நாங்கள் செய்த பாவங்களுக்காக யெங்களுக்கு மோஷ்சம் குடுக்கத்தக்க தாக யவருடைய அளவில்லாத நீதிக்குப்

பொருந்தியிராமல்த் தமக்குத் துரோகிகளாயிருக் ***[ஓலை 37 முன் பக்கம்]*** கிற எங்களை நரகத்திலே தள்ளத் தக்கதாக தம்முடைய அளவில்லாத நீதிக்குச் சரியாய் யிருந்தாலும் அப்படியே நாங்களெல்லாரும் கெட்டுப் போவோமென் கிறத்துக்குச் சறுவேசுரன் யிட்ட சாபம் அளவில்லாத நீதியுள்ள சாபமாயிருந்துது. யிப்படிக் கொத்த சாபத்துக்குள்ளாயிருக்கிற யெங்களைத் தம்முடைய நீதிக்குப் பொருந்தியிருக்கிற வகையாக மூண்டு லெஷ்சிக்கத்தக்கதாக கிறீஷ்த்து யேசு வென்கிற சுதனாகிய சறுவேசுரன் லோகத்திலே வந்து மனுஷாவதாரம் எடுத்தபடியினாலே யனேகம் பாடுபட்டத்தினாலே யெங்களை மூண்[டு] லெஷ்சித்தருளினாரொழிய மற்றப்படியல்ல.

அதேதென்றால் பாவிகளாயிருக்கிற யெங்களுக்கு ஞாயமாயிருக்கிற கஷ்த்திகள் வராதபடிக்கு கிறீஷ்த்து யேசு வென்கிற சுதனாகிய சறுவேசுரன் அப்படிக் கொத்த கஷ்த்திகளெல்லாம்த் தம்முடைய பேரிலே யேத்துக்கொண்டு பாடுபட்டார். பிதாவாகிய சறுவேசுரன்த் தம்முடைய அளவில்லாத நீதியின்படியே எங்களை ஆக்கினை யிடாதபடிக்கும் சுதனாகிய சறுவேசுரன் அப்படிக் கொத்த நீதியுள்ள ஆக்கினையை நமக்காக பாடுபட்டருளினார். எங்களுக்குண்டான பாவங்களை நிவாறணம் பண்ணுகிறத்துக்குத் தம்முடைய பிதாவினுடைய அளவில்லாத நீதியின்படியே மரணத்தை யடைஞ்சார். நாங்கள் செய்த பாவங்களுக்காக நரகத்திலே தள்ளாதபடிக்குச் சுதனாகிய சறுவேசுரன் நமக்காக நரகத்திலே இறங்கி பிசாசினுடைய வல்லமையைக் குறைச்சுப் போட்டார். யவர் மரணத்தை யடைஞ்சு பாதாளங்களிலே யெறங்காதே போனால்த் தம்முடைய பிதாவினுடைய அளவில்லாத நீதிக்குச் சரியாகப்

பாவிகளாயிருக்கிற யெங்களை மூண்டு லெஷ்ச்சிக்கக் கூடாது. இது யிப்படி இருக்கையிலேச் சறுவேசுரன் அளவில்லாத நீதியுள்ளவராயிருக்கிறவரெண்ணு அறியக்கட வோம். இது மெய்யான சத்தியமாயிருக்குதெண்ணு அவரவர்களுக்குண்டான புற்றி சாட்சியாயிருக்கும். அதேதென்றால் பாவங்களைச் செய்கிறது சறுவேசுரனு டைய அளவில்லாத நீதிக்குப் பொருந்தாத காரியமெண்ணு அவரவர்கள் தங்களிலே தாங்கள் அறியலாமெண்ணும் புண்ணியங்களைச் செய்கிறது சறுவேசுரனுடைய அளவில்லாத நீதிக்குப் பொருந்தியிருக்குதெண்ணு அவரவர்கள் தங்களிலே தாங்கள் அறியலாமென்றும் பாத்துக் கொண்டிருக்கிறோம்.

யிதிநிமித்தியமாகச் சறுவேசுரன் அளவில்லாத நீதியுள்ளவராயிருக்கிறவரெண்ணு லோகமெங்கும் இருக்கிற செனங்களெல்லாம் அறிஞ்சபடியினாலே அந்தந்த மதங்களிலே யிருக்கிற பல பல சாதிகளெல்லாம் சிறிது நீதியுள்ள காரியங்களைத் தங்களுக்குண்டான புற்றியின்படியே செய்கிறார்களென்று அறிஞ்சு இருக்கிறோம். யிப்படிக் கொத்த அளவில்லாத நீதியின்படியேச் சறுவேசுரன் இந்த லோகத்திலே இருக்கிற பெருமையுள்ள பேர்களைத் தாழ்த்தி தாழ்ச்சியுள்ள பேர்களை ஒசத்தினார்த் தம்முடைய அளவில்லாத நீதியின்படியே கவட்டு மனசாயிருக்கிற பேர்கள் பேரிலேக் கோபிச்சுக்கொண்டு சுத்தாங்கமுள்ள இருதயத்தைக் கொண்டிருக்கிற பேர்களுக்குக் கிறுபையுள்ள தயவைக் காண்பித்தார்த் தம்முடைய அளவி ***[ஓலை 37 பின் பக்கம்]*** ல்லாத நீதியின்படியேத் தமக்குப் பகையாயிருக்கிறத் திரவியவான்களைத் தரித்திரமுள்ள பேர்களாயிருக்கப் பண்ணி எளிமையான பேர்களைத் தனவான்களாயிருக்க உண்டாக்கினார்த் தம்முடைய

அளவில்லாத நீதியின்படியே பாவ சாதிகளெல்லாம் ஆக்கினையுள்ள தெண்டினையிட்டு புண்ணியமுடைத்தா னாயிருக்கிற பேர்களெல்லாருக்கும் தேவ ஆசீர்பாதத்தைக் குடுத்தார்த் தம்முடைய அளவில்லாத நீதியின்படியேத் தம்மைச் சங்கை பண்ணாமலிருக்கிற பேர்களைக் கைவிட்டுத் தம்முடைய பேரிலே பற்றியுள்ள தாபமாயிருக்கிற பேர்களைத் தெரிஞ்சு எடுத்துக் கொண்டார்த் தம்முடைய அளவில்லாத நீதியின்படியே ஆகாத விரோதமுள்ள நடக்கைகளை நடந்துகொள்ளுகிற பேர்களெல்லாரையும் நரகத்திலே தள்ளி ஞாயமுள்ள நடக்கைகளை நடந்துகொள்ளுகிற பேர்களுக்கு மோட்ச பலனைக் குடுத்தார். லோகந் துவக்கி யின்னாள் வரைக்கும் பொல்லாத பேர்களுக்கும் நல்ல பேர்களுக்கும் சறுவேசுரனாலே சம்புவிச்சதெல்லாம் அளவில்லாத நீதியுள்ளதாயிருந்துது.

இதிநிமித்தியமாகச் சறுவேசுரன் நமக்கு சந்தோஷமாயிருக்கிற காரியங்களைச் செய்தாலும் நமக்குச் சலிப்பாயிருக்கிற காரியங்களை வருத்திவிச்சாலும் இதுகளெல்லாம்த் தம்முடைய அளவில்லாத நீதியின்படியே செய்கிறபடியினாலே நாமவருடைய சித்தத்தை நிந்தை பண்ணைக் கூடாது. இப்படிக் கொத்த அளவில்லாத நீதியை அந்தக் கடினமான நடுத்தீற்கிற காலத்திலே சறுவேசுரன் சகலமான மனுஷருக்கும்க் காண்பிப்பார். ***[AFSt/P TAM 86 ஓலை 150 பி:*** "காலத்திலே" என்ற வார்த்தை "காரியங்களை" என்ற வார்த்தையாக மாற்றி எழுதப்பட்டுள்ளது*]* அதேதென்றால் இந்த லோகத்தில் அவரவர்கள் யெந்தப் பிறகாரமாக நடந்தார்களந்தப் பிறகாரமாகச் சறுவேசுரன்த் தம்முடைய அளவில்லாத நீதியின்படியே அவர்களை நடுத்தீற்ப்பாரெண்ணு வேத வாக்கியங்களினாலே

அறியக்கடவோம். அதேதென்றால்ப் பாவுலு வென்கிறவர் கிறீஷ்த்துவினுடையச் சீஷனானவன்ச் சொன்ன வார்த்தையாவதுச் சறுவேசுரன் லோகமெல்லாம் நடுத்தீற்க வருகிறபோது அவரவர் நடக்கைகளுக்குத் தக்க பலன்களைக் கொடுப்பார்.

அதாவது பொறுமையோடே புண்ணியங்களைச் செய்கிறதினாலேப் பர **[ஓலை 38 முன் பக்கம்]** லோகத்தினுடைய அழியாத வாழ்வை அடையத்தக்கதாக பிறையாசப்படுகிற பேர்களுக்குச் சறுவேசுரன் முகிவில்லாத தேவசங்கையும் அழியாத மகிமையும் பல பல வகையுள்ள அளவறுக்கப்படாத சந்தோஷத்தையும் குடுத்துக்கொண்டு வருவார். ஆனால்ச் சண்டை பண்ணுகிற பேர்களுக்கும் சற்றியத்துக்குக் கீழ்ப்படியாமலிருக்கிற பேர்களுக்கும் நீதிக்குப் பொருந்தாமலிருக்கிற நடக்கைகளை நடந்துகொள்ளுகிற பேர்களுக்கும் அளவில்லாத நீதியுள்ள சறுவேசுரன் அந்த நடுத்தீர்வையிலேத் தம்முடைய கோபத்தைக் காண்பித்து அவர்களைக் கடினமான ஆக்கினை யிடுவாரெண்ணு பெரியோர்களாகிலும் சிறியோரென்கிலும் ராசாகுகளாகிலும் எளிமையான பேர்களாகிலும் சகலமான மனுஷரெல்லாரும் அந்த நடுத்தீர்வையிலே வந்து அவரவர்களை சறுவேசுரன் ஒருவனுடைய முகத்தையும் பார்க்காமல் அளவில்லாத நீதியுள்ள நடுத்தீர்வை யிடுவாரென்கிற வார்த்தைகளை பாவுலு வென்கிறவர் சொன்னார்.

இப்படிக் கொத்த சறுவேசுரன் அளவில்லாத நீதியுள்ளவராயிருக்கிறவரெண்ணு நீங்கள் அறிஞ்சு விசுவாசித்தீர்களானால் அப்படிப்பட்ட சறுவேசுரனுக்கு வணக்கத்தோடேயும் பயமுள்ள மனசொடேயும் பணிவிடை செய்யக்கடவீர்களொழிய மற்றப்படியல்ல.

அதேதென்றால்ச் சறுவேசுரன்த் திருவிளம்பத்தின திருவசனமாவது னாமுனக்கு அளவில்லாத நீதியுள்ள கத்தனாகிய சறுவேசுரனாயிருக்கிறபடியினாலே நம்முடைய நீதிக்குப் பொருந்தாமலிருக்கிற காரியங்களைச் செய்யாமல் நீதியுள்ள நடக்கையை நடந்து கொள்ளுங்கோள். அவஞாயக்காரரோடே சஞ்சரிக்காமால் ஞாயமுள்ள பேர்களோடே வாசமாயிருங்கோ என்கிற வார்த்தைகளைச் சறுவேசுரன் திருவிளம்பத்தினார்.

இப்படி திருவிளம்பத்தினத்தின்படியே நீங்கள் உங்களுடைய இ றுதயத்தினாலேயும் வாயினாலேயும் நடக்கையினாலேயும் நீதியுள்ள பேர்களாயிருக்க வேணுமென்கிறதுந் தவிர நீதியுள்ள காரியங்களைச் செய்ய வேணுமெண்ணால்ச் சறுவேசுரன் அதுக்கு வேண்டியிருக்கிற தேவப்பிறசாதமும் தேவ சகாயமும்க் குடுப்பாரெண்ணு கெட்டி மனசாயிருக்கலாம். பிசாசும் லோகமும் பாவிகளா ***[ஓலை 38 பின் பக்கம்]*** யிருக்கிற பேர்களும் உங்களுக்கு நிந்தையோடே பல பல வகையுள்ள பொல்லாப்புகளை செய்தால்ச் சறுவேசுரன் அதுகளையெல்லாம் நம்முடைய அளவில்லாத நீதியின்படியே யாதொரு நாளிலே நடுத்தீற்க வருவாரெண்ணு அறியக்கடவீர்கள்.

யிப்படிக் கொத்த ஞாயங்களைத் தமிளாராயிருக்கிற நீங்கள் கேட்கிறபடியினாலே உங்களுடைய மனதுகளிலே என்ன நினைச்சுக் கொண்டிருக்கிறீர்களோ. யிதோ உங்களுடைய தேவர்களெல்லாரும் நம்முடைய சறுவேசுரனுடைய அளவில்லாத நீதிக்குப் பொருந்தாத பேர்களாயிருக்கிறார்கள். அவர்களுடைய நடக்கைகளெ ல்லாம் மெய்யான சறுவேசுரனுடைய அளவில்லாத நீதிக்குப் பொருந்தாத நடக்கைகளாயிருக்குது. அவர்கள்

செய்த காரியங்களெல்லாம் மெய்யான சறுவேசுரனுடைய அளவில்லாத நீதிக்குப் பொருந்தாத காரியங்களாயிருக்குது. அவர்கள் உண்டாக்கின வேதங்கள் மெய்யான சறுவேசுரனுடைய அளவில்லாத நீதிக்குப் பொருந்தாத வேதங்களாயிருக்குது. இதிநிமித்தியமாக நீங்கள் அவர்களுடைய சம்மந்தமாயிருக்கிறபடியினாலே உங்களுடைய வழிபாடுகளெல்லாம் மெய்யான சறுவேசுரனுடைய அளவில்லாத நீதிக்குப் பொருந்தாத வழிபாடுகளாயிருக்குது.

உங்களுடைய ஆராதனைகளெல்லாம் மெய்யான சறுவேசுரனுடைய அளவில்லாத நீதிக்குப் பொருந்தாத ஆராதனைகளாயிருக்குது. உங்களுடைய பூசை புலக்காரம் பண்ணுகிற வகைகளெல்லாம் மெய்யான சறுவேசுரனுடைய அளவில்லாத நீதிக்குப் பொருந்தாத பூசை புலக்காரம் பண்ணுகிற வகைகளாயிருக்குது. உங்களுடைய நடக்கைகளெல்லாம் மெய்யான சறுவேசுரனுடைய அளவில்லாத நீதிக்குப் பொருந்தாத நடக்கைகளாயிருக்குது. இது இப்படி யிருக்கச் செய்தே மெய்யான சறுவேசுரனுடைய ஞானம் உங்களுக்கு உண்டாயிருக்க யில்லைப் பாவங்களைத் தள்ளத்தக்கதாக மெய்யான உபாயம் உங்களுக்கு உண்டாயிருக்க யில்லை. புண்ணியங்களை செய்யத்தக்கதாக மெய்யான வழி உங்களுக்கு உண்டாயிருக்க யில்லைப் பரலோகத்தி னுடைய பரம ரகசியங்களை யறிகிறத்துக்கு வேண்டியிருக்கிற தேவ ஒளிவுயென்கிற அறிவுள்ள புற்றி யுங்களுக்கு யுண்டாயிருக்க யில்லை. கெதிமோட்சத்தை அடையத் தக்கதாகக் கருத்துள்ள மன ***[ஓலை 39 முன் பக்கம்]*** சு உங்களுக்குண்டாயிருக்க யில்லைச் சறுவேசுரனை நன்றாக யறிகிறத்துக்கும் அவருக்குப் பொருந்தியிருக்கிற ஆராதனைகளைச் செய்கிறத்துக்கும்

அவரை நீதியுள்ள வகையினாலே வேண்டிக் கொள்ளுகிறத்துக்கும் அவருடைய சித்தத்தின்படியே நடக்கிறத்துக்கும் வேண்டியிருக்கிற தேவப் பிறசாதமும் தேவச் சகாயமும் உங்களுக்கு உண்டாயிருக்க யில்லை. நீங்களந்தந்தத் தப்பிதமான வழிகளிலே நடந்து கொள்ளுகிறபடியினாலே உங்களுடைய புத்தி யிருளாக மூடிப் போச்சுது. உங்களுடைய மனசு சறுவேசுரனுடைய சித்தத்துக்கு யேற்கக் கீழ்ப்படிஞ்சு நடவாமல் யபத்தமுள்ள மனசாய்ப் போச்சுது.

நீங்கள் அளவில்லாத நீதியுள்ள சறுவேசுரனுக்கு உங்களிடத்திலே இடங் குடாமல்ப் பாவத்துக்கும்ப் பிசாசுக்கும் இடங் குடுக்கிறீர்கள். சறுவேசுரனுடைய அளவில்லாத நீதியுள்ள கிறுபையை யின்னாள் வரைக்கும்ச் சட்டை பண்ணாமல்ப் பிசாசினாலே லோகத்துக்கு அனுப்பப்பட்ட அந்தந்தப் பில்லிசூனியமுள்ள பேர்களை அங்கிகரிச்சு யவர்களுடைய மந்திரங்களைப் படிச்சு முழுதும் மதிகெட்ட பேர்களாக நடக்கிறீர்கள். தயாபரனான சறுவேசுரன்த் தம்முடைய அளவில்லாத நீதியுள்ளக் கிறுபையின்படியே யனேகந்தரம் உங்களைத் தெரிஞ்சுகொண்டு உங்களுக்கு அனேகந்திரம் மோட்சத்துக்கான வழியைக் காண்பித்து யனேகந்தரம் உங்களை ரெட்சித்துக்கொண்டு வந்தார். ஆனால் நீங்கள் பிசாசினுடைய பல பல உபாயங்களினாலே யேத்திக்கொண்டுச் சறுவேசுரன் உங்களுக்குக் காண்பிச்ச அளவில்லாத நீதியுள்ள இரக்கத்தைச் சங்கை பண்ணாமல் உங்களுடைய யவத்தமுள்ள மனசின்படியே புத்திக்கண் கெட்ட குறுடராய்ப் போனீர்கள். இதோ யிந்தக் காலம் உங்களுக்கு இரக்கமுள்ள காலமாயிருக்குதுச் சறுவேசுரன் தம்முடைய அளவில்லாத நீதியின்படியே உங்களெல்லாரையும் நரகத்திலே தள்ளத் தக்கதாக

யனேகம் ஞாயமாயிருந்துது. ஆனால் யித்தைச் செய்யாதபடிக்கு உங்களுக்கு மெய்யான மோட்சத்துக்குப் போற வழியைப் போதிவிக்கத்தக்கதாகச் சறுவேசுரன் யெங்கள் இரண்டு பேரையும் உங்கள் கிட்ட அனுப்பிவிச்சார்.

இப்படி அனு ***[ஓலை 39 பின் பக்கம்]*** ப்பிவிச்சபடியினாலே உங்களுடையத் தப்பிதமான வழிகள் யெப்படிக் கொத்ததுகளெண்ணும் மெய்யான சறுவேசுரன் ஆரெண்ணும் யவர் யெப்படிக் கொத்தவரெண்ணும் யவருடைய அளவில்லாத நீதிக்குப் பொருந்தியிருக்கிற ஆராதனைகளேதெண்ணும் யவரருளிச் செய்த வேதமானது யேதெண்ணும் மோட்சமடையத் தக்கதாக நீதியுள்ள வகைகள் யேதெண்ணும் நீங்கள் எங்களுடைய பிறசங்கங்களினாலேயும் நடக்கைகளினாலேயும்ப் பாத்துக் கேட்டு நண்ணாயறிஞ்சு கொள்ளுங்கோ. அந்தந்தப் பொய்யான தேவர்களை வணங்கிப் பூசைப் புலக்காரம் பண்ணாமலும்ச் சறுவேசுரனுடைய அளவில்லாத நீதிக்குப் பொருந்தாத ஆராதனைகளைச் செய்யாமலும் அந்தந்த மோசமுள்ள வழிகளிலே நடக்காமலும் யினிமேல்ச் சறுவேசுரனை நண்ணாக யறிஞ்சு யவரை மாத்திரம்த் தோத்திரம் பண்ணி யவருடைய அளவில்லாத நீதிக்குத் தக்க நடக்கைகளை நடந்து கொள்ளுங்கோ.

இப்படி நடந்து கொள்ளுவீர்களானால் அளவில்லாத நீதியுள்ள சறுவேசுரனுடைய கிறுபை யுங்களுக்கு வருமென்கிறத்துக்குச் சந்தேகமில்லை. யவருடைய தேவப் பிறசாதம் உங்களுக்கு வருமென்கிறத்துக்குச் சந்தேகமில்லை. அவருடைய தேவ சகாயம் *[உங்களுக்கு]* வருமென்கிறத்துக்குச் சந்தேகமில்லை. யவருடைய நன்மை உங்களுக்கு வருமென்கிறத்துக்குச் சந்தேகமில்லை.

யவருடைய தேவ ஒளிவு உங்களுக்கு வருமென்கிறத்துக்குச் சந்தேகமில்லை. யவருடைய தயவு உங்களுக்கு வருமென்கிறத்துக்குச் சந்தேகமில்லை. யவருடைய அழியாத பாக்கியமும் உங்களுக்கு வருமென்கிறத்துக்குச் சந்தேகமில்லை. யவருடைய முகிவில்லாத சந்தோஷம் உங்களுக்கு வருமென்கிறத்துக்குச் சந்தேகமில்லை. யவருடைய யெண்ணெண்ணைக்கும் நிலையாயிருக்கிற கெதிமோட்சம் உங்களுக்கு வருமென்கிறத்துக்குச் சந்தேகமில்லை.

## *பிரசங்கம் 11: சறுவேசுரன் அளவில்லாத கிறுபையுள்ளவர்*

**யெறுசலேயமென்கிற கோவிலிலே சொல்லப்பட்ட பதினோராம் பிறசங்கம்:**

போன பிறசங்கத்திலே சறுவேசுரன் அளவில்லாத நீதியுள்ளவராயிருக்கிற சத்தியத்தை யுங்களுக்கு வெளிப்படுத்தினோமே. யிந்தப் பிறசங்கத்திலே சறுவேசுரன் அளவில்லாத கிறுபையுள்ளவராயிருக்கிற சத்தியத்தை உங்களுக்குக் கொஞ்சத்துக்குள்ளே வெளிப்படுத்துவோம். அதெப்படியென்றால் தயாபரரான சறுவேசுரன் பரலோகத்திலேயும் பூலோகத்திலேயும் உண்டா ***[ஓலை 40 முன் பக்கம்]*** யிருக்கிற பொருள்களெல்லாத்தையும்த் தம்முடைய அளவில்லாத கிறுபையினாலே நன்மையாக உண்டாக்கினதுந் தவிர அதுகளெல்லாம் யித்தையில் வரைக்கும்த் தம்முடைய அளவில்லாத கிறுபையினாலே நடத்தி லெஷ்சித்துக்கொண்டு வருகிறார்.

ஆனபடியினாலே

- அளவில்லாத நன்மை சுவாபமாயிருக்கிற சறுவேசுரனைத் *[சறுவேசுரன்]* தம்முடைய அளவறுக்கப்படாத கிறுபையின்படியே மனுஷனைத் தம்முடைய தேவ சுரூபத்துக்குச் சரியாக உண்டாக்கினார்.
- இப்படிக் கொத்த அளவில்லாத கிறுபையின்படியே சறுவேசுரன் சகலமான செந்துக்களை மனுஷனுக்காகப் படைப்பித்தார்.
- இப்படிக் கொத்த அளவில்லாத கிறுபையின்படியே சறுவேசுரன் மனுஷனுக்கு இத்தினை மகிமையுள்ள

அழியாத ஆத்துமத்தையும் அலங்கிறுதமான அவையங் களுள்ள சரீரத்தையும் உண்டாயிருக்கப் பண்ணினார்.

- இப்படிக் கொத்த அளவில்லாத கிறுபையின்படியேச் சறுவேசுரன் மனுஷனுக்கு அனேகம்ப் பாக்கியங்க ளைக் குடுத்தார்.
- இப்படிக் கொத்த அளவில்லாத கிறுபையின்படியே சறுவேசுரன் மனுஷனைத் தமக்கு உகந்த பிள்ளையா கத் தெரிஞ்சு யெடுத்துக்கொண்டார்.
- இப்படிக் கொத்த அளவில்லாத கிறுபையின்படியே சறுவேசுரன் அந்தந்த உண்டாக்கப்பட்ட வஷ்த்துக்க ளை யெல்லாத்தையும் ஆண்டு கொண்டிருக்கத் தக்கதாக மனுஷனுக்கு வல்லமையைத் தந்தருளினார்.
- இப்படிக் கொத்த அளவில்லாத கிறுபையின்படியே சறுவேசுரன் பல பல வகையுள்ள உபகாரங்களைச் செயிதுகொண்டு வந்தார்.
- இப்படிக் கொத்த அளவில்லாத கிறுபையின்படியேச் சறுவேசுரன் மனுஷனைப் பிசாசினாலே யேத்தாதபடிக் கு நல்ல கற்பினைகளைக் கட்டளையிட்டருளினார்.
- இப்படிக் கொத்த அளவில்லாத கிறுபையின்படியே அந்தந்த நன்மைகளெல்லாத்தையும் இழந்துபோன மனுஷனைச் சறுவேசுரன் நரகத்திலே தள்ளாமல் அவனுக்கு மோட்சத்துக்கான வழியைக் காண்பிச்ச ருளினார்.
- இப்படிக் கொத்த அளவில்லாத கிறுபையின்படியே சறுவேசுரன் எங்களுடைய முந்தின பிதாவுக்கும் மாதாவுக்கும்த் தம்முடைய தேவ ஆசிறுபாதத்தை கொடுத்து அவர்களிடத்திலேச் சகலமான மனுஷரும் பிறக்கத் தக்கதாகத் தயவு பண்ணியருளினார்.

- இப்படிக் கொத்த அளவில்லாத கிறுபையின்படியே பாவத்துக்கும் பிசாசுக்கும் அருமையான மனு ***[ஓலை 40 பின் பக்கம்]*** ஷரை மூண்டு லெஷ்சிக்கத் தக்கதாகச் சறுவேசுரன்த் தம்முடைய ஏக சுதனாகிய நம்முடைய நாதர் ஏசுக் கிறீஷ்த்துவை பூலோகத்திலே அனுப்பிவிச்சருளினார்.
- இப்படிக் கொத்த அளவில்லாத கிறுபையின்படியே மனுஷர் அந்தந்தத் தப்பிதமான வழிகளிலே நடக்காதபடிக்குச் சறுவேசுரன்த் தம்முடைய ஞானமுள்ள வேத வாக்கியத்தை யவர்களுக்கு அருளிச் செய்தார்.
- இப்படிக் கொத்த அளவில்லாத கிறுபையின்படியே மனுஷருக்குள்ளே ஒருவராகிலும் கெட்டுப் போக வேணுமெண்ணு சறுவேசுரனுக்குச் சித்தமாயிராமல்ச் சகலமான மனுஷரும் மோட்சமடையத் தக்கதாக யவர் சித்தமாயிருக்கிறார்.
- இப்படிக் கொத்த அளவில்லாத கிறுபையின்படியே சறுவேசுரன் லோகமெங்கும் இருக்கிற செனங்களுக் குள்ளே யவர்களிடத்திலே யவர் யிருந்து அவர்களைத் தெரிஞ்சுகொண்டு வருகிறார்.
- இப்படிக் கொத்த அளவில்லாத கிறுபையின்படியேச் சறுவேசுரன் அனேகம் தீற்கத்தெரிசிகளையும் அனேகம் குருப்பட்டமுள்ள பேர்களையும் லோகமெங்கும் ஞானத்தைப் போதிவிக்கத் தக்கதாக அங்கங்கே அனுப்பிவிச்சார்.
- இப்படிக் கொத்த அளவில்லாத கிறுபையின்படியே சறுவேசுரன் மனுஷரெல்லாருக்கும் அனுதினமும் அனேகம் நன்மைகளைச் செய்துகொண்டு வருகிறார்.

- இப்படிக் கொத்த அளவில்லாத கிறுபையின்படியே அந்தப் பிறகாசமுள்ள சூரியனைத் தன்னுடைய வெளிச்சத்தைப் பொல்லாத பேர்களுக்கும் நல்ல பேர்களுக்கும்க் குடுக்க வேணுமெண்ணு சறுவேசுரன் கட்டளை யிட்டருளினார்.
- இப்படிக் கொத்த அளவில்லாத கிறுபையின்படியே சறுவேசுரன் புண்ணியவான்களுக்கும் பாவிகளுக்கும் அண்ணாடகந் தீவனங்கொடுத்து அவர்களை நடத்திக்கொண்டு வருகிறார்.
- இப்படிக் கொத்த அளவில்லாத கிறுபையின்படியேப் பாவங்களைத் தள்ளத் தக்கதாகச் சறுவேசுரன் மனுஷருக்கு பல பல நன்மையான உபாயங்களைக் காண்பிக்கிறார்.
- இப்படிக் கொத்த அளவில்லாத கிறுபையின்படியே புண்ணியங்களை செய்யத் தக்கதாக சறுவேசுரன் மனுஷனுக்கு ஞானமுள்ள வகைகளைக் குடுத்துக் கொண்டு வருகிறார்.
- இப்படிக் கொத்த அளவில்லாத கிறுபையின்படியே சுதனாகிய சறுவேசுரன் மனுஷருக்காக யிந்தப் பூலோகத்திலே வந்து மனுஷாவதாரம் பண்ணினார்.
- இப்படிக்கொத்த அளவில்லாத கிறுபையின்படியே அவர் தம்முடைய மகிமையுள்ள மொ **[ஓலை 41 முன் பக்கம்]** க்கிஷத்தை விட்டு நம்மைப்போலே யெளிமையான மனிசனாய் இந்தப் பூலோகத்திலே முப்பத்தி மூணு வருஷமாயிருந்துத் தம்முடைய ஞான உபதேசத்தை லோகமெங்கும் பரம்பிச்சருளினார்.
- இப்படிக்கொத்த அளவில்லாத கிறுபையின்படியே கிறீஷ்த்து யேசு வென்கிற சுதனாகிய சறுவேசுரன்த்

தாம் பாடுபட்டத்தினாலே மனுஷருடைய பாவங்க ளெல்லாத்தையும் நிவாறணமாகப் பண்ணினார்.

- இப்படிக் கொத்த அளவில்லாத கிறுபையின்படியே இசிப்பிரீத்து சாந்துவாகிய சறுவேசுரன் விசுவாசமுள்ள பேர்களுடைய இறுதயத்திலே வாசமாயிருந்து அவருடைய புற்றியை வெளிச்சமாகப் பண்ணி மோஷ்ச கரை யேறத்தக்கதாகக் கருத்துள்ள மனத்தைக் கொடுத்து அனுக்கிறகம் செய்துகொண்டு வருகிறார்.
- இப்படிக் கொத்த அளவில்லாத கிறுபையின்படியே திறீத்துவவானாயிருக்கிற ஏக சறுவேசுரன் தவசு பண்ணுகிற பேர்களிடத்திலே தயவாயிருந்து அவர்கள் செய்த பாவங்களெல்லாம் பொறுத்து அவர்களைத் தமக்கு ஒகந்த பிள்ளைகளாக யிருக்கப் பண்ணுவார்.
- இப்படிக் கொத்த அளவில்லாத கிறுபையின்படியே சறுவேசுரன் தம்மைச் சினேகித்திருக்கிற பேர்களுக்கும்த் தம்முடைய சித்தத்துக்கு யேற்கக் கீழ்ப்படிஞ்சு நடக்கிற பேர்களுக்கும்த் தம்முடைய கையிலே பிராணனை முழுதும் ஒப்புக் கொடுக்கிற பேர்களுக்கும்த் தேவப் பிறசாதமும் தேவ சகாயமும் வருத்திவிப்பார்.
- இப்படிக் கொத்த அளவில்லாத கிறுபையின்படியே மரணபரியந்தம் விசுவாச நம்பிக்கையாயிருக்கிற பேர்களைச் சறுவேசுரன்த் தம்முடைய மோட்ச ராச்சியத்துக்கு எடுத்துக்கொண்டு யெண்ணெண் ணைக்கும் ஊழி காலமுள்ளச் சந்தோஷத்தையும் முகிவில்லாத வைபோகத்தையும் கெதிமோட்சத்தையும் குடுத்துக்கொண்டு வருவார்.

இப்படிக் கொத்த அளவில்லாத கிறுபையாயிருக்கிற சத்தியத்தைச் சறுவேசுரன் அருளிச் செய்த வேத

வாக்கியத்தினாலே அறியக்கடவோம். அதேதென்றால் சாலமோ வென்கிற ஞானமுள்ள ராசாச் சொன்ன வார்த்தையாவது எல்லாத்துக்கும் காரணமாயிருக்கிற சறுவேசுரா தேவரீர் உண்டாக்கப்பட்ட சகல பொருள்களின் பேரிலே கிறுபையா யிருக்கிறீர். மனுஷருடைய பாவங்களை பொறுத்துக்கொண்டு யவர்களை நன்மையுள்ள பேர்களா ***[ஓலை 41 பின் பக்கம்]*** யிறுக்கக் கிறுபை பண்ணுகிறீர். ஒரு செந்துக்களுக்கானாலும் வற்மமாயிராமல் லோகத்தில் யுண்டாயிருக்கிறதெல்லாத்துக்கும் சிநேகிதமாயிருக்கிறீர் யென்கிற வார்த்தைகளைச் சாலொமோ வென்கிறவர் சொல்லுகிறதுந் தவிரத் தாவீதென்கிறவர் சொன்ன வார்த்தையானது யெனக்குக் கத்தராயிருக்கிற சறுவேசுரா பூமியின் மேலே வானம் யெங்கும் நிக்கிறாப்போலே தேவரீருடைய நன்மையுள்ள கிறுபை லோகமெங்கும் நிறைஞ்சிருக்குது. தேவரீர் மனுஷருக்கும் மத்த செந்துக்களெல்லாத்துக்கும் கிறுபையுள்ள ஒத்தாசையாயிருக்கிறீர் யென்கிற வார்த்தைகளை தாவீதென்கிறவர் சொன்னார்ச் சறுவேசுரன்ச் சகலமான மனுஷருக்கும்த் தயவாயிருந்து தாம் உண்டாக்கின வஷ்த்துக்களெல்லாத்தையும் கிறுபையாக லெஷ்சித்துக்கொண்டு வருகிறாரென்று சகல தீற்கத்தெரிசிகள் யெழுதி வைத்தார்கள்.

இது யிப்படி யிருக்கச் செயிதே ஒருதராகிலும் கெட்டுப் போக வேணுமெண்ணு அளவில்லாத கிறுபையுள்ள சறுவேசுரன் பேரில் குத்தமில்லை. யாதாமொருவன் அந்தந்தப் பாவங்களைச் செய்ய வேணுமெண்ணு அளவில்லாத கிறுபையுள்ள சறுவேசுரன் பேரில் குத்தமில்லை. அக்கியானிகள் *[அக்கியானிகளாக]* தமிளரும் இசலாமான பேர்களும் மற்றப் பல பல

சாதிகளும் அந்தந்தத் தப்பிதமான வழிகளிலே நடக்கிறீர்களென்று அளவில்லாத கிறுபையுள்ளவரா யிருக்கிற சறுவேசுரன் பேரிலே எள்ப் பிறமாணமாகிலும் [அதாவது: எள்ளளவாகிலும்] குற்றமில்லை. இந்த பூலோகத்திலேச் சகலமான மனுஷருக்கும் அந்தந்த ஆக்கினையுள்ள தின்மைகள் வருமெண்ணு அளவில்லாத கிறுபையுள்ள சறுவேசுரன் லவலேச மாத்திரமானாலும் குத்தமில்லை. இது நிமித்தியமாக பாவிகளாயிருக்கிற பேர்களெல்லாரும்த் தங்களுடைய குற்றத்தினாலே இந்த லோகத்திலே தப்பிதமாக நடந்து நரகத்திலே யெண்ணெண்ணைக்கும் முகிவில்லாமல் கிடப்பார்கள்.

அதேதென்றால்ச் சறுவேசுரன் அளவில்லாத கிறுபையுள்ளவராயிருக்கிறபடியினாலே அவர் ரவர்கள் மோட்சக் கரை யேறத் தக்கதாக பல பல வகையுள்ள தயவு பண்ணிக்கொண்டு வருகிறார். இப்படிக் கொத்த அளவில்லாத கிறுபையுள்ள தயவை சட்டை பண்ணாமல் லிருக்கிற பேர்களெல்லாரும் கெட்டுப் போவார்களெண்ணு ***[ஓலை 42 முன் பக்கம்]*** ச்சறுவேசுரனுடைய அளவில்லாத நீதிக்குச் சரியாயிருக்குது. ஆனபடியினாலே இப்படிக் கொத்த அளவில்லாத கிருபையுள்ள சறுவேசுரனுக்குப் பொருந்தாத பாவங்களை செய்கிற பேர்களெல்லாரும் இந்த ஞான வாக்கியத்தைக் கேட்டு அறிஞ்சீர்களானால்ப் பிசாசினுடைய மனதின்படியே இனிமேல் நடக்காமல் மெய்யான சறுவேசுரனுடைய அளவில்லாத கிருபையின் படியே புண்ணியவான்களாயிருக்கப் பிறையாசப்படக்கட வீர்களொழிய மற்றப்படியல்ல நீங்கள் இப்படி பிறையாசப்படுகிறத்தினாலே புண்ணியவான்களாயிருந்து அளவில்லாத கிருபையுள்ள சறுவேசுரனுக்கு சுவந்திரமுள்ள பிள்ளைகளாக யிருப்பீர்களென்கிறத்துக்கு பிற்பாடு

சந்தோஷமுள்ள நம்பிக்கையாக யிருக்கக்கடவீர்கள். அதேதென்றால் நீங்கள் லோகத்திலே யெங்கே யிருந்தாலும் உங்களுக்கு யெத்தினை குறைச்சல்கள் வந்தாலும் யெங்கும் நிறைஞ்சிருக்கிற சறுவேசுரன் யுங்கள் பேரிலே யெப்போதும் கிருபையாயிருப்பார். ஆனபடியினாலே தாவீதென்கிற மகா தீர்க்கத்தெரிசி சொன்ன வார்த்தையாவது யெல்லாத்துக்கும் கத்தனாயிருக்கிற சறுவேசுரா தேவரீருடைய அளவில்லாத கிறுபையின் பேரிலேச் சந்தோஷமுள்ள மனசாயிருக்கிறேன்.

அதேதென்றால் தேவரீர் யென்னுடைய யெளிமையைக் கிறுபையோடே பாத்து தின்மையிலே நின்று என்னுடைய ஆத்துமத்தை லெஷ்சித்துக்கொண்டு வந்தீரென்கிற வார்(த்)தைகளைத் தாவீதென்கிறவர் சொன்னார். இப்படிக் கொத்த அளவில்லாத கிருபையுள்ள சறுவேசுரனை பாத்து நீங்கள் யெந்தக் காரியங்களை மண்ணாட வேணுமெண்ணாலும் அந்தக் காரியங்களெல்லாம் உங்களுக்கு மெய்யாகவே வருமென்கிறத்துக்குச் சந்தேகமில்லை. அதேதென்றால் அளவில்லாத நன்மை சுவாபமாயிருக்கிற சறுவேசுரன் உங்கள் பேரிலே கிறுபையாயிருந்தால் நீங்களவரை வேண்டிக்கொள்ளத் தக்கதாகவும் அவரோடே சஞ்சரிக்கத் தக்கதாகவும் அவருக்குச் சிநேகிதராயிருக்கத் தக்கதாகவும் உங்களுக்குப் பிறையோசனமாயிருக்குது.

- இது இப்படி யிருக்கச் செயிதே லோகத்துக்கடுத்த காரியங்களை ஆசைப்படாமல் யெல்லாத்துக்கும்க் காரணமாயிருக்கிற சறுவேசுரனுடைய அளவில்லாத கிறுபையை அடையத்தக்கதாகக் கருத்துள்ள மனசா ***[ஓலை 42 பின் பக்கம்]*** யிருங்கோ.

- பாவ வியாபாரமாயிருக்கிற தெல்லாத்தையும் முழு மனசோடே விட்டுச் சறுவேசுரனைப்போலே சகலமான மனுஷர்கள் பேரிலே கிறுபையுள்ள பேர்களாயிருங்கோ.
- பிசாசினுடைய ஆங்காரமுள்ள மனசின்படியே நடக்காமல் சறுவேசுரனுடைய அளவில்லாத கிறுபையுள்ள சித்தத்தின்படியே சந்தோஷமாய் நடந்து கொள்ளுங்கோ.
- அந்தந்தப் பில்லிசூனியமுள்ள தேவர்களுக்கு ஆராதனைகளைச் செய்யாமல் அளவில்லாத கிறுபையுள்ள சறுவேசுரனுக்கு மாத்திரம் முழு மனசோடே பணிவிடை செய்யுங்கோ.
- யாதாமொருதன் உங்களுக்குப் பொல்லாப்புச் செய்தால் நீங்கள் அளவில்லாத கிறுபையுள்ள சறுவேசுரனைப் பாத்து அவனுக்கு நன்மைகளைச் செய்யுங்கோ.
- நீங்களந்தந்தத் தப்பிதமான வழிகளிலே நடக்கிறீர்களென்று அறிஞ்சால் அளவில்லாத கிறுபையுள்ள சறுவேசுரனைப் பாத்து அவரருளிச் செய்த மெய்யான வேதத்தின்படியே நடந்து கொள்ளுங்கோ.
- நீங்கள் இன்னாள் வரைக்கும் பாவத்துக்கும் பிசாசுக்கும் லோகத்துக்கும் அடுமைகளாக யிருந்து பயித்தியக்காறறைப்போலே பிழைச்சுக் கொண்டிருந் தீர்களென்று அறிஞ்சீர்களானால் அளவில்லாத கிறுபையுள்ள சறுவேசுரனைப் பாத்து இனிமேல் அவருக்கு நித்திய அடுமைகளாக யிருங்கோ.

இப்படி யிருந்தீர்களானால் சறுவேசுரன் தம்முடைய அளவில்லாத கிறுபையினாலே உங்களைத்

தெரிஞ்சுகொண்டுத் தம்முடைய ஆசிறுபாதத்தைக் குடுத்து உங்கள் பேரிலே யெண்ணெண்ணைக்கும் கிறுபையாயிருந்து உங்களை மோட்ச ராச்சியத்துக்குப் பாத்திரவான்களாயிருக்கப் பண்ணி உங்களுக்கு ஊழி காலமுள்ளச் சந்தோஷத்தைத் தருவாரென்கிறத்துக்குச் சந்தேகமில்லை.

## ***பிரசங்கம் 12: ஒருவராய் இருக்கிற சறுவேசுரன் திரித்துவராய் இருக்கிறார்***

**<u>எறுசலேயமென்கிற கோவிலிலே சொல்லப்பட்ட பனிரெண்டாம் பிறசங்கம்:</u>**

போன பிறசங்கத்திலேச் சறுவேசுரன் அளவில்லாத கிறுபையாயிருக்கிறத்தை யுங்களுக்கு வெளிப்படுத்தி னோமே. இந்தப் பிறசங்கத்திலே ஒருதராயிருக்கிற சறுவேசுரன் திறீத்துவவானாயிருக்கிறாரென்கிற பரம ரகசியத்தை யுங்களுக்கு வெளிப்படுத்துவோ[ம்]. அதெப்படியென்றால் ஒருதராயிருக்கிற சறுவேசுரனானவர் அளவில்லாத ஞானமாயிருக்கக் கொள்ளத் தாம் தம்மை குறையத்த பிறகாரமாக அறிந்து அனாதியாகத் தம்முடைய சாயலாயிருக்கிற புத்தியைத் தம்முடைய யிடத்திலே செனிப்பிக்கிறார்.

அப்படிக் கொத்த புத்தி வார்த்தையானது தானே ***[ஓலை 43 முன் பக்கம்]*** த் தம்மைச் செனிப்பிக்கிறவ ரோடே தேவ சுபாவத்திலே ஒரே பொருளுமாய் ஒரே சறுவேசுரனுமா யிருக்கிறதுமல்லாமல்ப் புத்தியின் வழியால்ச் செனிப்பிக்கிறத்தினாலே தம்மைச் செனிப்பிக்கிறவருடைய சாயலாக அனாதியாயெப்போதும் செனிக்கிறதென்று ***[AFSt/P TAM 86, ஓலை 171 பி : "செனிக்கிறதென்று" என்ற வார்த்தையானது "செனிப்பிக்கி றதெண்ணு" என்று மாற்றி எழுதப்பட்டுள்ளது]*** சொல்ல வேண்டியிருக்கிறது. ஆனபடியினாலே பராபர வஷ்த்துவா கிறச் சறுவேசுரனிடத்திலே முன் சொன்னாப்போலே புத்தி வார்த்தையைச் செனிப்பிக்கிறவரும் செனிக்கிற புத்தி வார்த்தையும் விளங்கி யிருக்கக் கொள்ள செனிப்பிக்கிறவரை பிதாவென்று[ம்] செனிக்கிற புத்தி

வார்த்தையை சுதனென்றும் சொல்லி மெய்யாக சறுவேசுரனிடத்திலே பிதாச் சுதனென்கிற யிரண்டு பேர்கள் யுண்டெண்ணு விசுவாசிக்கக்கடவோம். பின்னையும் பிதாச் சுதனென்கிற இரண்டு பேர்கள் தேவ சுவாப[ம்] மனசு முதலானதுகளிலே அற்பமாகிலும் பின்ன பேதகமில்லா[மல்] ஒரே பொருளாயிருக்கிறதினாலே இந்த யிரண்டு பேர்கள் ஒரே சறுவேசுரன் ஒரே கத்தன் ஒரே பராபர வஷ்த்துவென்று சொல்லக்கூடுமோழிய இரண்டு சறுவேசுரனானாலுமிரண்டு கற்தாக்களென்கிலும் இரண்டு பொருள்களாகிலும் மென்று சொல்லக் கூடாது. இதுக்கப்பாலறிய வேண்டினதாவது முகிவில்லாத ஞானமாயிருக்கிற சறுவேசுரனானவர் தாம் தம்மை யறிஞ்சிருக்கிறதினாலேத் தமது சாயலாகிற புற்றி வார்த்தையை அனாதியாய் யெப்போதும் செனிப்பிக்கிறாரே.

அப்படிபோல பின்ன பேதக[ம்] மட்டுமில்லாமல்ச் சகல நன்மையாயிருக்கக் கொள்ள அனாதியாய் யெப்போதும் தாம் தம்மை சினேகிச்சுக் கொண்டிருக்கிறார். ஆனபடியினாலே பிதாவுக்குஞ் சுதனுக்குமுண்டான பின்ன பேதகமில்லாத ஒரே மனசு இடத்திலே நின்று சினேகமானது அனாதியாய் யெப்போதும் வருகிறது. அப்படிக் கொத்த சினேகிதத்துக்கு இஷ்ப்பிரீத்துச் சாந்து வென்கிற பேர் செல்லும். இப்படி தேவ சுவாபத்திலே பிதாவோடேயும் சுதனோடேயும் சினேகமென்கிறவர் இஷ்ப்பிரீத்து சாந்துவானவர் மூணு பேர்களாயிருந்து ஒரே சறுவேசுரனும் ஒரே கத்தனும் ஒரே பொருளென்றும் ஆசரிக்கப் படுகிறார். இந்த மெரையாக பராபர வஷ்த்துவாகிய சறுவேசுரனிடத்திலே பிதாச் சுதன் இஷ்ப்பிரீத்துச் சாந்து வென்கிற மூணு

பேர்களாயிருக்கிறத்தினாலே சறுவேசுரனானவர் திறீத்துவவானாயிருக்கிறாரென்று விசுவாசிக்கக்கடவோம். பின்னையும் பிதாச் சுதன் இஷ்ப் பிரீத்துச் சாந்து மூணு பேர்களாயிருந்து ஒரே தேவ சுபாபத்திலே மெய்யா ***[ஓலை 43 பின் பக்கம்]*** கவே பின்ன பேதகமில்லாமல் ஒரே பொருளாயிருக்கக் கொள்ள பிதாச் சுதன் இஷ்ப்பிறீத்துச் சாந்து வென்கிற இந்த மூணு பேர்கள் ஒரே சறுவேசுரனென்றும் ஒரே பராபர வஷ்த்து வென்றும் ஒரே கத்தனென்றும் சொல்லக் கூடுமொழிய முப்பொருளானாலும் பல பல கத்தாக்களென்கிலும் மென்று சொல்லக் கூடாது என்கிற சத்தியத்தைச் சறுவேசுரன் தானேத் தம்முடைய வேதத்திலே வெளிப்படுத்தினாரென்று அறிந்திருக்கிறோம். இப்படிக் கொத்த திறீத்துவேகத்துவமென்கிற பரமரகசியம் மனுஷனுடைய புற்றிக்கு மேலான ரகசியமாயிருக்கக் கொள்ள மனுஷனானவன் அத்தைச் சுவாபமான ஞானங்களிலே ஒப்பிவிக்க மாட்டான்.

அது எப்படிக் கொத்ததென்று இந்த லோகத்திலுள்ள பொருள்களினாலேக் குறையில்லாமல் உபமையாகவும் வெளிப்படுத்த மாட்டான். ஆனால் மனோ வாக்கு கேட்டதாயிருக்கிற இந்தப் பரம ரகசியமானது நம்மாலே ஒப்பிவிக்கவும் வெளிப்படுத்தவுங் கூடாதிருந்தாலும் அது மனுஷனுடைய புத்திக்கு ஒத்திருக்கிறதென்று ஒரு உவமையினாலே சொல்லிக் காட்டுகிறோம். அதெப்படியென்றால் மூணு மடிப்புள்ள ஒரு சீலையானது மெய்யாகவே ஒரு சீலையாயிருக்கிறதென்றும் அதிலே மெய்யாகவே மூணு மடிப்பு யிருக்கிறதென்று[ம்] சொல்ல வேணுமப்படிக் கொத்த சீலை மடிப்பு வகையிலே மூணு மடிப்பாயிருந்தாலும் மூண்று சீலையாயிராமால் ஒரு சீலையாயிருக்கிறதென்று சொல்ல வேண்டியிருக்கிறது.

அப்படிபோல திறீத்துவவானாயிருக்கிற சறுவேசுரனானவர் மெய்யாகவே ஒரே சறுவேசுரனாயிருக்கிறாரெண்ணு அப்படிக் கொத்தச் சறுவேசுரனிடத்திலே இஷ்ப்பிரீத்துச் சாந்து வென்கிற மூணு பேர்களாயிருக்கிறார்களென்று சொல்ல வேணும்ச் சறுவேசுரன் மூணு பேர்களாயிருந்தாலும் மூணு சறுவேசுரன்ாயிராமல் ஒரே .சறுவேசுரனாயிருக்கிறாரென்று சொல்ல வேண்டி யிருக்கிறது. இப்படிக் கொத்த தேவ பரம ரகசியத்தை வேறே யுகமையினாலே யொப்பிவிப்போம்.

அதெப்படியென்றால் ஒரு சூரியன் மாத்திரம் லோகத்திலே யுண்டெண்ணு அவரவர்கள் சரீரக் கண்களினாலேப் பாத்துக் கொண்டிருக்கலாம். அந்தச் சூரியனிடத்திலே யிருந்து லோகமெங்கும் வெளிச்சமுண்டாச்சுது. அந்த வெளிச்சத்தினாலே லோகமெங்கும் உஷ்டிணமுண்டாச்சுது. சூரியன் யில்லாதே போனால் வெளிச்சம் யில்லை. வெளிச்சமில்லாதே போனால் உஷ்ட்டிணம் யில்லை. ***[ஓலை 44 முன் பக்கம்]*** யிது மூணும் ஒண்ணாயிருக்கிறாப்போலே அந்தப்படி தானே பிதாச் சுதன் யிசிப்பிறீத்து சாந்து மூணு பேர்களாயிருந்து ஒரே சறுவேசுரனாயிருக்கிறார்.

சூரியனுடைய சுவாபத்திலே நின்று வெளிச்சம் பிறந்தாப்போலே பிதாவினுடைய சுவாபத்திலே நின்று சுதன் அனாதியாயெப்போதும் பிறந்திருக்கிறார். சூரியனுடையவும் வெளி ச்சத்தினுடைய[வும்] சுவாபத்திலே நின்று உஷ்ட்டிணம் பிறவேசிக்கிறாப் போலே அந்தப்படியே பிதாவினுடை யவும் சுதனுடைய[வும்] சுவாபத்திலே நின்று இசிப்பிரீத்து சாந்துவானவர் யனாதியாய் யெப்போதும்

பிரவேசிக்கிறாரெண்ணு இருமனப் படாமல் விசுவாசிக்கக் கடவோம். இப்படிக் கொத்த ரகசியமாயிருக்கிற சற்றியத்துக்கு நம்முடைய ஆற்றுமம் ஒபமையாயிருக்குது. அதெப்படியென்றால் நம்முடைய ஆத்துமத்தினுடைய சுவாபத்திலே நின்றுப் புற்றி பிறந்திருக்கிறாப்போலே அந்தப்படியே பிதாவினுடைய தேவ சுவாபத்திலே நின்று சுதன் ***[AFSt/P TAM 86*, ஓலை 176 மு :** "சுதன்" என்ற வார்த்தையானது "சுதனாகிய சறுவேசுரன்" என்று எழுதப்பட்டுள்ளது] யனாதியாய் யெப்போதும் பிறந்திருக்கிறார். ஆற்றுமத்தினுடையவும் புத்தியினுடைய[வும்] சுவாபத்திலே நின்று மனது யெப்போதும் பிறவேசிக்கிறாப்போலே அந்தப்படியே பிதாவினுடையவும் சுவாபத்திலேயும் சுதனுடைய சுவாபத்திலே[யும்] நின்று இசிப்பிரீத்து சாந்து யனாதியாய் யெப்போதும் பிறவேசிக்கிறார்.

நம்முடைய ஆற்றுமமும் ஆற்றுமத்திலே பிறந்திருக்கிற புற்றியும் இதிலே பிறவேசிக்கிற மனசும் மூணு சுவாபமாயிராமல் ஒரே சுவாபமாயிருக்கிறாப்போலே அந்தப்படியே பிதாச் சுதன் இஷ்ப்பிரீத்து சாந்து மூணு பேர்களாயிருந்து மூணு சுவாபமாயிராமல் ஒரே சுவாபமாயிருக்கிறார். இந்தப் பரம ரகசியத்தை அறியாத பேர்கள் விருமா விஷ்ட்டுணு ருத்திரனிந்த மும்மூத்திகள் ஒரே பராபர வஷ்த்து வென்று பிசாசினாலே ஏவப்பட்டுச் சொல்லிக்கொண்டு வருகிறார்கள். அவர்கள் சொல்லுகிறது முழுத் தப்பறையா யிருக்கிறதென்று எளிசாய் யொப்பிவிக்கலாம்.

அதெப்படியென்றால்ப் விறுமா விஷ்ட்டுணு ருத்திரனென்கிற மும்மூத்திகளுக்கு தேவதத்துவமில்லை *[அதாவது: தேவத்துவமில்லை]* என்கிறதினாலே பராபர

வஷ்த்துக்களாயிருக்க மாட்டார்கள். பின்னையும் திறீத்துவவானாயிருக்கிற சறுவேசுரனுக்கு ஒரே தேவ சுவாபமாத்திரமுண்டு. விறுமா விஷ்ட்டிணு [ருத்திரனு]க்கோவென்றால் மூணு சுவாபமுண்டெண்ணு அவர்களுடைய புராண கதைகளினாலே யறிந்திருக்கிறோம். அப்படியே ருத்திரன் விறுமாவைத் தலை வெ **[ஓலை 44 பின் பக்கம்]** ட்டினானென்றும் விஷ்ட்டுணுவைச் சூலத்தாலே நெத்தியிலே குத்தினானென்றும் விறுமாவுக்கும் விஷ்ட்டுணுக்கும் னான் கற்றன் நீ கத்தனென்கிற தக்கம் நடந்துதென்றும் மோகினி வேஷத்தை எடுத்து விஷ்ட்டுணுவோடே ருத்திரன் சங்கம் பண்ணினதினாலே அரிகா புத்திரன் பிறந்தானென்றும் விஷ்ட்டுனு ருத்திரனுக்கும் புஷ்பங்களை யற்சிக்கக் கொண்டு வருகையிலே ஒரு பூக் கொறைஞ்சுதென்றுத் தனது கண்ணைப் பிடுங்கி ருத்திரனுடைய பாதத்தில் வைத்தானென்றுமிந்தக் கதைகள் முதலான கதைகளினாலே விறுமா விஷ்ட்டுணு ருத்திரனென்கிற மும்மூத்திகளுக்கும் ஒரே சுவாபமுண்டாயிராமால் வெவ்வேறே சுவாபமுண்டாயிருக்குதென்று ஒப்பிவிக்கப்பட்டாப்போலே யாச்சுதே.

ஆனபடியினாலே அப்படிப்பட்ட மும்மூத்திகளை ஒரே சுவாபமுள்ள திறீத்துவவானாயிருக்கிற பராபர வஷ்த்துவாயிருக்க மாட்டார்களென்று சொல்ல வேணுமொழிய மற்றப்படியல்ல. இது யிப்படி யிருக்கச் செயிதே விறுமா விஷ்ட்டுணு ருத்திரன் இந்தப் பாவிகளாயிருக்கிற மும்மூத்திகளை முழு மனசோடே விட்டு பிதாச் சுதன் இஷ்ப்பிரீத்து சாந்து மெய்யான திறீத்துவவானாயிருக்கிற ஏக சறுவேசுரனை அறிஞ்சு அங்கீகரிச்சுக் கொள்ளுங்கோள். அவரை மாத்திரம் ஆராதனைப் பண்ணிக் கொள்ளுங்கோள்.

அவர் யெப்படிக் கொத்தவரெண்ணு தாம் அருளிச் செய்த வேத வாக்கியத்தினாலே நண்ணாக அறிஞ்சு கொள்ளுங்கோ. பிதாச் சுதன் இசிப்பிரீத்துச் சாந்து மூணு பேர்களாயிருந்து ஒரு சறுவேசுரனாயிருக்கிறாரென்கிற பரம ரகசியத்தை உங்களுடைய புத்திகளினாலே அளவிடக் கூடாதென்கிறத்தினாலே அதின் பேரிலே பல பல நினவுகளை வைச்சு ஆராஞ்சு பார்க்காமல் வணக்கத்தோடேயும் விசுவாசமுள்ள மனசோடேயும் நம்பிக்கையாயிருங்கோ. அதேதென்றால் நம்முடைய சாரீரக் கண்களினாலே பிறகாசமுள்ள சூரியனைக் கூர்மையாய்ப் பாத்தோமானால் நம்முடைய கண்கள் இருளாக மூடிப் போமென்கிறாப்போலே அந்தப்படி தானே திறீத்துவமாயிருக்கிறப் பரம ரகசியத்தை நம்முடைய புத்தியாகிற கண்களினாலே கூர்மையாய் விசாரித்தோமானால் நம்முடைய புற்றி இருளாக மூடிப் போமென்கிறத்துக்குச் சந்தேகமில்லை. இது நிமித்தியமாக இப்படிக் கொத்த தேவ பரம ரகசியத்தை அறிகிறத்துக்கு சறுவேசுரனை யனுதினமும் வேண்டிக்கொள் ***[ஓலை 45 முன் பக்கம்]*** ளுங்கோ. சறுவேசுரனைத் தாமருளிச்செய்த வேத வாக்கியத்துக்காக யெப்போதும்த் தோஷ்த்திரம் பண்ணிக் கொள்ளுங்கோ.

யிப்படிக் கொத்த திறீத்துவவானாயிருக்கிற சறுவேசுரனுடைய அளவில்லாத கிறுபையைத் தேடிக் கொள்ளுங்கோ. அவருடைய சினேகிதத்தைக் கருத்துள்ள மனசோடே யேத்துக் கொள்ளுங்கோ. அவருடைய அளவில்லாத ஞானத்தினாலே அறிவுள்ள பேர்களாயிருக்கத் தக்கதாக பிறையாசமாயிருங்கோ. இப்படிக் கொத்த திறீத்துவவானாயிருக்கிறச் சறுவேசுரனோடே ஒருகட்டாயிருக்கத் தக்கதாகக் கருத்துள்ள மனதாயிருங்கோ.

அவருக்குப் பொருந்தாத காரியங்களெல்லாத்தையும் விட்டு அவருக்குப் பொருந்தியிருக்கிற ஆராதனைகளைச் செய்யுங்கோ. பிதாவுக்கும் சுதனுக்கும் இசிப்பிரீத்து சாந்துக்கும் ஒரே நீதி ஒரே தயவு ஒரே சித்தமாயிருக்கிறாப்போலே அந்தப்படி தானே யுங்களிடத்திலேயும் ஒரே நீதி ஒரே தயவு ஒரே மனசாயிருக்கிறத்துக்குக் கவனமாயிருங்கோ. பாவத்துக்கும் பிசாசுக்கும் யுங்களிடத்திலே யிடங்குடாமல் திறீத்துவவானாயிருக்கிற ஏக சறுவேசுரன் உங்களிடத்தில் வாசமாயிருக்கிறத்துக்கு இடங்கொடுங்கோ. உங்களுடைய விசுவாசமும் நம்பிக்கையும்த் தயவும் இப்படிக் கொத்த சறுவேசுரன் பேரிலே மரணபரியந்தம் நிலையாயிருந்தால் அவரிடத்திலே உங்களுக்கு அனேகம் பாக்கியங்கள் வருமென்கிறத்துக்குச் சந்தேகமில்லை.

அதேதென்றால் பிதாச் சுதன் இசிப்பிரீத்து சாந்து இந்த மெய்யான திறீத்துவவானாயிருக்கிறச் ஏக சறுவேசுரனை அறிஞ்சத்தினாலே உங்களுக்கு அறிவு ஞானமுள்ள புற்றி வருமென்கிறதுந் தவிர மோஷ்சமடையத் தக்கதாக வேண்டியிருக்கிற பரம ரகசியங்களை நாளுக்குநாள் அதீகமதிகமாயறிஞ் சிருப்பீர்கள்ச் சறுவேசுரன் உங்களிடத்திலே இப்படிக் கொத்த கருத்துள்ள மனது இருக்குதெண்ணு யறிஞ்சால் உங்களைக் கிறுபையோடு பாத்து உங்களுடைய யிருதயத்திலே சஞ்சாரமாயிருந்து உங்களுக்குத் தம்முடைய தேவ ஆசிறுபாதத்தைக் கொடுத்துக்கொண்டு வருவார். உங்களுக்குச் சாவு வருமட்டும் நீங்கள் திறீத்துவமாகிற சறுவேசுரனுடைய சித்தத்தின்படியே நடந்து அவருடைய மோஷ்ச ராச்சியத்திலே வருவீர்களென் ***[ஓலை 45 பின் பக்கம்]*** கிறத்துக்குப்பிற்பாடு இப்படிக் கொத்த தேவ பரம ரகசியத்தை தப்பிதமில்லாமல் யெளிசாக அறிஞ்சு

பிதாச் சுதன் இசிப்பிரீத்து சாந்து திருச்சன்னதியிலே எண்ணெண்ணைக்கும் ஊழிகாலமுள்ளச் சந்தோஷத்தை அடைவீர்களென்கிறத்துக்குச் சந்தேகமில்லை.

## *பிரசங்கம் 13: சறுவேசுரன் உலகத்தை உண்டாக்கின வர்த்தமானங்கள்*

**ஏறுசலேயமென்கிற கோவிலிலே சொல்லப்பட்ட பதிமூணாம் பிறசங்கம்:**

*இத்தையில் வரைக்கும்ச் சொல்லப்பட்ட பிறசங்கங்களிலேச் சறுவேசுரன்த் தானாயனாதியாச் சரீரமில்லாதவருமாயிருக்கிறாரெண்ணும் எல்லாத்துக்கும் காரணமுமாய் யெங்கும் நிறைஞ்சிக்கிறவருமாயிருக்கிறா ரெண்ணும் அளவில்லாத சத்தியமுள்ளவருமாய் அளவில்லாத ஞானமுள்ளவருமாய் அளவில்லாத நீதியுள்ளவருமாய் அளவறுக்கப்படாத கிறுபையுள்ளவருமா யிருக்கிறாரெண்ணு[ம்] ஒருதராயிருக்கிற சறுவேசுரன் திறீத்துவவானாயிருக்கிறாரெண்ணும் எவ்வளவாகிலும் வெளிப்படுத்தினோமே.*

*இந்தப் பிறசங்கத்திலேச் சறுவேசுரன் லோகத்தை யுண்டாக்கின வற்தமானத்தை யுங்களுக்கு வெளிப்படுத்து வோம். அதெப்படியென்றால் எல்லாத்துக்குங் காரணமாயி ருக்கிற சகல நன்மை சுவாபமுள்ளச் சறுவேசுரனுடைய மகிமை விளங்கியிருக்கக் கொள்ள யவர் பரமண்டலத்தையும் பூலோகத்தையும் யதுகளிலே யுண்டாயிருக்கிற சகல வஷ்த்துக்களையும் உண்டாக்கினாரெண்ணு வேத வாக்கியத்தினாலே அறியக்கடவோம். ஆதியிலே சறுவேசுரனானவர் இந்த லோகத்தை யுண்டாக்கினாரென்றும் அத்தை யுண்டாக்கிறபோது எத்தாலே எப்படி எதுக்காக உண்டாக்கினாரெண்றும் சொல்லிக் காட்டுவோம்.*

*முந்தமுந்த சறுவேசுரன் இந்த லோகத்தை யுண்டாக்கினா ரென்கிறத்துக்குச் சந்தேகப்படத்*

தேவயில்லை. அதேதென்றால் லோகமும் லோகத்திலுள்ள சகல வஷ்த்துக்களும் மட்டுள்ள வஷ்த்துக்களாயிருக்கக் கொள்ள மட்டில்லாத வஷ்த்துவாகிய சறுவேசுரனாலே உண்டாக்கப்பட்டுதென்றுஞ் சுவாபமாக உஷ்ட்டிணத்தைக் கொண்டிருக்கிற அக்கினியினாலே தண்ணீருக்கு உஷ்ட்டிணம் வருகிறாப்போலே லோகத்துக்கும் உண்டாக்கப்பட்ட மத்த வஷ்த்துக்களுக்குமுண்டாயிருக்கிற இருப்பானது தானாயிருக்கிற சறுவேசுரனாலே அப்படிக் கொத்த வஷ்த்துக்களுக்கு வந்துதென்று சொல்ல வேண்டியிருக்கிறது.

ஆனபடியினாலே மட்டில்லாமல்த் தானா ***[ஓலை 46 முன் பக்கம்]*** யிருக்கிற சறுவேசுரன் எல்லாத்துக்குமாதி காரணமாயிருந்து ஆதியிலே இந்த லோகத்தை யுண்டாக்கினாரென்று சொல்லக்கடவோம். பின்னையும் சறுவேசுரன் இந்த லோகத்தை யுண்டாக்கினாரென்று சொல்லக்கடவோம். ***[AFSt/P TAM 86, ஓலை 183 பி :*** *இந்த வாக்கியமானது காணப்படவில்லை.]*

பின்னையும் சறுவேசுரன் இந்த லோகத்தை எத்தாலே யுண்டாக்கினாரென்று விசாரித்தோமானால்த் தச்சன் மரத்தால் நாற்க்காலியையும் குசவன் மண்ணாலே பாத்திரங்களையும் யிது முதலான உண்டாக்கப்பட்ட காரணங்கள் ஒரு பொருளினாலே வேறேயொரு பொருளையுமுண்டாக்கினாப்போலேச் சறுவேசுரன் இந்த லோகத்தை வேறேயொரு பொருளைக்கொண்டு உண்டாக்கினாரென்று சொல்லக் கூடாது.

அதேனென்றால் சறுவேசுரன் இந்த லோகத்தை வேறேயொரு பொருளைக்கொண்டு உண்டாக்கினாரென்று சொன்னால் ஒன்றில் அந்தப் பொருள் உண்டாக்கப்பட்ட

பொருளாயிருக்க வேணும் ஒன்றில் உண்டாக்கப்படாத பொருளாயிருக்க வேண்டுஞ் சறுவேசுரனை யல்லாமல் உண்டாக்கப்படாத வேறே ஒரு பொருளில்லை என்கிறதினாலே அந்தப் பொருளை யுண்டாக்கப் படாத பொருளென்று சொல்லக் கூடாது. அப்படிக் கொத்த பொருளை உண்டாக்கப்பட்ட பொருளென்று சொன்னோ மானால் அதெல்லாத்தையுஞ் முண்டாக்கின சறுவேசுரனாலே உண்டாக்கப்பட வேணும். *[AFSt/P TAM 86, ஓலை 183 பி :* "அதெல்லாத்தையுஞ் முண்டாக்கின" என்கிற வார்த்தைகள் "அதெல்லாத்தையு முண்டாக்கின" என்று பிழையில்லாமல் எழுதப்பட்டுள் ளது.*]* பின்னையுஞ் சறுவேசுரன் அந்தப் பொருளை எந்தப் பொருளினாலே உண்டாக்கினா ரென்றும் கேட்க வேணும்.

இப்படி மட்டில்லாமல் இந்தப் பொருள் எந்தப் பொருளினாலே யுண்டாக்கப்பட்டுதென்று கேளாதபடி க்குச் சகல பொருள்களை உண்டாக்கின எல்லாத்துக்கு மாதி காரணமாயிருக்கிற சறுவேசுரனானவர் ஆதியிலே ஒன்றுமில்லாமலிருக்கையிலே யிந்த லோகத்தை யுண்டாக்கினாரென்று சொல்ல வேண்டியிருக்கிறது.

இப்படி சொல்ல வேண்டியிருக்கச் செயிதே சறுவேசுரனானவர் இந்த லோகத்தை எப்படி யுண்டாக்கினாரென்று கேட்க்கும்போது அவர் தாமசமும் பிறையாசமுமில்லாமல் வேறேயொரு வஷ்த்துவினுடைய சகாயமுமில்லாமல் லோகத்தையும் லோக சம்மந்தமாயிரு க்கிற சகல வஷ்த்துக்களையும் அனாதியாயிருக்கிற தம்முடைய சித்தத்தின்படியே ஆகட்டெண்று உண்டாக்கினார். அதேனென்றால்க் காரணமாயிருக்கிற பொருளானது எத்தினை அதீகமான பெலத்தைக்

கொண்டிருந்தால் அத்தை யதீகமான தீவிரத்தோடே காரியத்தை முகிக்கும்.

ஆனபடியினாலே முகிவில்லாத பெலமாயி **[ஓலை 46 பின் பக்கம்]** ருக்கிற சறுவேசுரன் காரியமாகிற பொருளை யுண்டாக்கிறதிலே சற்றாகிலும் தாமசமில்லாமல் ஒரு ஷணத்திலே பொருளை யுண்டாக்கினாரென்று சொல்ல வேணுமொழிய மத்தப்படியல்ல. இந்தப் பிறகாரமாக லோகத்தை யுண்டாக்கினச் சறுவேசுரனானவர் அத்தை எதுக்காக உண்டாக்கினாரென்று அறிய வேணும். முந்தமுந்தச் சறுவேசுரன் யிந்த லோகத்தைத் தமக்கு பிறையோசனமாக உண்டாக்கினவரல்ல. அதேதென்றால் அவர் அளவில்லாத சகல நன்மை சுவாபமாயிருக்கக் கொள்ளப் பொருள்களுக்குண்டானதினாலே அவருக்கு நன்மை அதீகமாய் வந்துதென்றும் பொருள்களில்லாத தினாலே அவருக்கு நன்மைக் குறைச்சலுண்டாயிருந்து தென்றுஞ் சொல்லக் கூடாது. ஆனபடியினாலே அளவில்லாத கிறுபை சுவாபமாயிருக்கிற கற்தரானவர் இந்த லோகத்தைத் தமக்குப் பிறையோசனமாக உண்டாக்காமல் நமக்குப் பிறையோசனமாக உண்டாக்கினாரென்று சொல்ல வேண்டியிருக்கிறது.

அதெப்படி என்றால் சறுவேசுரன் இந்த லோகத்திலே புத்தியுடைத்தான வஷ்த்துக்களாயிருக்கிற நம்மைப் பரகெதியாகிற மோட்சமென்கிற பிறையோசனத்தை யடையவும் லோகத்திலுள்ள மற்றுண்டான வஷ்த்துக்களை நமக்கு பிறையோசனமாயிருக்கவும் உண்டாக்கினாரொழிய மற்றப்பட்டியல்ல. இப்படி சறுவேசுரன் நம்மை யிந்த லோகத்திலே மோஷசத்துக்குண்டாக்கினா ரென்று அவரருளிச் செய்த வேதத்திலே யறிந்திருக்கிறோம். பின்னையும் லோகத்திலுள்ள மற்ற வஷ்த்துக்களைச்

சறுவேசுரன் நமக்குப் பிறையோசனமாக உண்டாக்கினா ரென்று கண்ணினாலே பாத்துக்கொண்டு வருகிறோம்.

இதிப்படி இருக்கையிலே னாமிந்த லோகத்திலே இருக்கிற நாள்மட்டும் இத்தினை உபகாரங்களை நமக்குப் பண்ணின தயாபரனான கத்தனை வணங்கி தோஷ்த்தோத்திரம் பண்ணி அவருடைய சித்தத்தின் படியே நடந்து கடைசியிலே நம்முடைய கெதியாகிற மோட்சானந்தத்தை யடையத் தக்கதாகப் பிறையாசப்பட வேணுமொழிய அவர் நமக்குப் பிறையோசனமாகக் கட்டளையிட்ட சந்திர சூரிய நஷ்செத்திரங்கள் விருஷ்சிகங்கள் [அதாவது: விருஷ்சங்கள்] மிறுகங்களிது முதலான வஷ்த்துக்களை வணங்கித் தோத்திரம் பண்ணி அதுகளை நமக்குக் கெதியென்று மெய்யான சறுவேசுரனை அறியாதவர்களைப் போலே விசாரிக்க வொண்ணாது. இந்தச் சற்றியம் உங்களுடைய மனசிலே நன்றாய்த் தரிக்கத் தக்கதாக உங்களுக்கொரு உபமையைச் சொல்லுகிறோம்.

அதெப்படியென்றால்ச் சீர்மையாளுகிற ராசாவானவன் உங்களுக்கு வெகுமானம் பண்ணி ரெஷ்சிக்க வேணு **[ஓலை 47 முன் பக்கம்]** மென்று ஒரு சம்பிறம்மான அரண்மனையைக் கட்டிவிச்சு அற்தை ரற்றின தீபங்கள் முதலான நவரெற்றினங்களாலேயும் விலையேறப்பெற்ற மேற்கட்டிகள் முதலான பட்டுப் பட்டாவளிகளினா லேயும் சிங்காரிச்சதுமல்லாமல் அதிலே தேன் சற்கரை மற்றுமுண்டான ருசிகரமுள்ள பதார்த்தங்களை வைத்து அதுக்குப்பிற்பாடு உங்களை யந்த அரண்மனையிலே யிருக்க கட்டளையிட்டானானால் நீங்களதிலே புகுந்து அதெல்லாத்தையும் உங்களுக்குக் கட்டளையிட்ட ராசாவை நன்றியறிந்து நமஷ்க்காரம் பண்ணாமல் தேன்

சற்கரை முதலான ருசிகரமுள்ள பதார்த்தங்களைப் பாத்து நீங்கள் உங்களை ரெஷ்சிக்கிற கத்தனென்றும் ரெத்தின தீபங்கள் மற்றுமுண்டான நவரெற்றினங்களையும் விலையேறப்பெற்ற மேற்கட்டிகளையும்ப் பட்டுப் பட்டாவளிகளையும் கண்டதினாலே யாச்சரியப்பட்டு அதுகளைப் பாத்து உங்களை ஆளுகிற ஆண்டவனென்றுஞ் சொல்லி வணங்கி நமஷ்காரம் பண்ணினீர்களானால் அந்த ராசாவின் சித்தத்துக்குச் சரிப் போமோ? சரீப் போகாது.

அதேதென்றால் அப்படிக் கொத்த உபகாரம் பண்ணின ராசாவைப் பாத்து நன்றியறிந்து நமஷ்க்காரம் பண்ண வேணுமொழிய அவன் உங்களுக்கு உபகாரமாகக் கட்டளையிட்ட ஒன்றுமறியாத பதாத்தங்களை நமஷ்க்காரம் பண்ண வொண்ணாது. அப்படிபோல ராசாதி ராசனாயிருக்கிற சறுவேசுரன் உங்களை வெகுமானம் பண்ணி ரஷ்சிக்க வேணுமென்று உங்களுக்குச் சம்பிறமான அரண்மனைபோலே இந்த லோகத்தை யுண்டாக்கிச் சந்திர சூரிய நஷ்செத்திரங்களினாலேயும் விருஷ்சிகங்கள் மிறுகங்களிது முதலான வஷ்த்துக்களினாலேயுஞ் சிங்காரிச்சதுமல்லா மல்த் தேன் சக்கரை முதலான ருசிகரமுள்ள அனேகம் பதார்த்தங்களைக் கட்டளையிட்டார்.

இதெல்லாத்தையும் உபகாரமாக உங்களுக்குக் கட்டளையிட்ட கற்தனை நீங்களறிந்து அவரைத் தோத்திரம் பண்ணாமல் அப்படிக் கொத்த சந்திர சூரிய நட்செத்திரங்கள் முதலான வஷ்த்துக்களை உங்களை ரெஷ்சிச்சு ஆளுகிறக் கத்தனென்று வணங்கி நம[ஷ்]க்காரம் பண்ணலாமோ? பண்ணலாகாது. இது தவிர லோகத்திலே நடக்கிற ஆசாரத்தை

விசாரித்தோமானால் அவனவன் தனக்குச் சரியாயிருக்கிறவனை ஆனாலும் தன்னைப் பாற்க பெரியவனாயிருக்கிறவனையாகிலும் நமஷ்க்காரம் பண்ணுவானொழியத் தனக்குக் கீழ்த்தரமாயிருக்கிறவனை நமஷ்க்காரம் பண்ண மாட்டான்.

இது யிப்படி யிருக்கையிலே மனுஷனானவன் புற்றியுடைத்தான பொருளாயிருக்கக் கொள்ள புற்றியில்லாத பொருளாகிற சந்திர சூரியன் நஷ்செத்திரங்கள் விருஷ்சிகங்கள் மிறு **[ஓலை 47 பின் பக்கம்]** கங்களிது முதலானதுகளைப் பாக்க உத்தம பொருளாயிருக்கிறான். அதேனென்றால் சொல்லப்பட்ட புத்தியில்லாத பொருள்களுக்கு எற்றனை நல்ல குணங்களுண்டானாலும் அதெல்லாம் ஞானமென்கிற புற்றியின் மகிமைக்குச் சரியாயிராது.

ஆனபடியினாலே உத்தம பொருளாகிற மனுஷனானவன் தனக்கு மிகவுங் கீழ்த்தரமாயிருக்கிற சந்திர சூரியன் முதலான பொருள்களை நமஷ்க்காரம் பண்ணுகிறது லோகாசாரத்துக்கு முதலாயொத்து வராது. லோகாசாரத்துக்கு ஒத்து வாராதே போதே [அதாவது: போனால்] அப்படிக் கொத்த பொருள்களைத் தேவர்களென்று சொல்லி நமஷ்க்காரம் பண்ணினால்ப் புற்றிக் கொத்திருக்குமோ?

பின்னையும் லோகாசாரத்தின்படியேப் பண்ணப் படுகிற நமஷ்க்காரத்துக்கு முதலாய்ப் பாத்திரமாயிராத பொருள்கள் தேவனுக்குப் பண்ணத்தக்க நமஷ்க்காரத்துக்குப் பாத்திரமாயிருக்குதென்று சொல்லப் படுமோ? இப்படிக் கொத்த அக்கிறமமுள்ள நமஷ்க்காரமானது ஞாயத்துக்கும் புற்றிக்கும்

ஒத்திராதபடியினாலே அத்தைச் செய்ய ஒண்ணாதென்று இன்னமொரு ஞாயத்தை சொல்லுகிறோம்.

அதெப்படியென்றால் வெகுமானத்தையுமவமானத்தையும் யறியாத பயித்தியக்காறனைப் புத்திமானாயிருக்கிறவன் வெகுமானம் பண்ண வேணுமென்று பூசை நமஷ்க்காரம் பண்ணினால்ப் பரிகாசத்துக்கிடமுண்டாயிருக்குமொழிய மற்றப்படியல்ல. ஆனபடியினாலே புற்றியில்லாத சந்திர சூரியன் முதலான பொருள்களை வணங்கி பூசை நமஷ்க்காரமண் [அதாவது: நமஷ்க்காரம்] முதலான வழியும் அப்படிபோல ஒன்றுமறியாமலிருக்கிற புற்றியில்லாத சந்திர சூரியன் முதலான பொருள்களை புற்றியுள்ள மனுஷனானவன் வெகுமானம் பண்ணுகிற பாவினையாக நமஷ்க்காரம் பண்ணினால் பரிகாசத்துக்கு இடமுண்டாயிருக்கும் வழிபாடுகளைப் பண்ணிக்கொண்டு வருகிற பேர்களுக்கு அதினிமித்தமாக கனமானப் பாவம் பலிக்கிறதுந் தவிர அவர்களுடையப் புற்றிக் குறைச்சலதிலே மிகவுங் காண்பிக்கும்.

ஆனபடியினாலே யத்தனை கனமான பாவத்தோடேயும் புற்றிக் குறைச்சலோடேயும் கூட்டியிருக்கிற அப்படிக் கொத்த நமஷ்க்கார முதலான வழிபாடுகளை விட்டு எல்லாத்துக்கும் மாதி [அதாவது: ஆதி] காரணமாயிருக்கிற சறுவேசுரனை மாத்திரம் மெய்யான தேவனென்றும் மெய்யான கத்தனென்றும் நமஷ்க்காரம் பண்ணக்கடவீர்கள்க் கடசியிலே நீங்களப்படிக் கொ **[ஓலை 48 முன் பக்கம்]** த்த கற்றனை வணங்கித் தோத்திரம் பண்ணுகிறதுமல்லாமால் அவருங்களுக்காகச் சகல பொருள்களை யுண்டாக்கினாரென்று இடைவிடாமல் அவரைத் தோத்திரம் பண்ணிக்கொண்டு வர வேணும்.

அதெப்படியென்றால்ச் சறுவேசுரனாலே யுண்டாக்கப்பட்ட ஒவ்வொரு பொருளுக்குண்டான சுவாப ரூபத்தையும் குணாகுணங்களையும் நீங்கள் நண்ணாய் விசாரித்துக்கொண்டு வருகையிலே அப்படிக் கொத்த பொருள்களில் மகாப் பிறகாசமுள்ள சூரியனிடத்திலே யானாலும் மிகவும் கொஞ்சமாயிருக்கிற ஒரு சிற்றெறும்பிடத்திலே என்கிலும் விளங்கிற சறுவேசுரனுடைய அளவில்லாத பெலத்தையுஞ் சாமர்த்தியத்தையும் பார்த்து ஆச்சரியப்பட்டு அளவறுக்கப்படாத மகிமையுள்ள தயாபரரான கத்தரானவர் இதெல்லாத்தையும் எங்களுக்காக உண்டாக்கினாரென்று சொல்லி யவரைத் தோத்திரம் பண்ணிக்கொண்டு வருவீர்கள்.

இந்தப் பிறகாரமாகச் சறுவேசுரனைத் தோத்திரம் பண்ணிக்கொண்டு வருவீர்களானால் அவரண்டையிலே நீங்கள் ஏறுகிறத்துக்கு உண்டாக்கப்பட்ட பொருள்களெல்லாம் உங்களுக்கொரு யேணிபோலே யிருக்கும்.

அப்படிப் கொத்த பொருள்களைத் தங்களுக்குத் தேவர்களெண்ணும் கெதி என்றும் வணங்கிக்கொண்டு வருகிற பேர்களுக்கோ வென்றால் அதினிமித்தமாக அவர்களுக்கு முழுக்கேடு வருமென்கிறத்துக்குச் சந்தேகமில்லை.

அதேதென்றால் அவர்களந்த பொருள்கள் முகாந்திரமாகச் சறுவேசுரனண்டையிலே ஏறுகிறத்துக்குப் பிறையாசப் படாமல் யெணி மேலே படுத்துக்கொண்டு கீழே விழுந்து மோசம் போறவர்களைப்போலே நரகத்திலே விழுந்து மோசம் போவார்களென்று சொல்லக் கூடுமொழிய மற்றப்படியல்ல.

## *பிரசங்கம் 14: சம்மனசுக்களுடைய [தூதர்களுடைய] வர்த்தமானங்கள்*

**<u>யெறுசலேயமென்கிற கோவிலிலே சொல்லப்பட்ட பதினாலாம் பிறசங்கம்:</u>**

போன பிறசங்கத்திலே சறுவேசுரன் லோகத்தை யுண்டாக்கின வர்த்தமாணங்களை யுங்களுக்குக் கொஞ்சத்துக்குள்ளே வெளிப்படுத்தினோமே. இந்தப் பிறசங்கத்திலே சறுவேசுரன் யுண்டாக்கின சகல பொருள்களுக்குள்ளே உத்தம பொருள்கள் ளாகிற சம்மனசுக்களுடைய வத்தமானங்களை யுங்களுக்கு வெளிப்படுத்துவோம். அதெப்படியென்றால் இந்தப் பூலோகத்திலே யுண்டாக்கப்பட்ட சகல வஷ்த்துக்களுக்குள்ளே புற்றியுடைத்தான மனுஷரானவர் உத்தம வஷ்த்துக்களாயிருக்கிறாப்போலே அந்தப்படியே பரமண்டலத்திலே யுண்டாக்கப்ப ***[ஓலை 48 பின் பக்கம்]*** ட்ட சகல வஷ்த்துக்களுக்குள்ளே ஞானமுள்ள புற்றியுடைத்தான தூதர்க்களென்கிற சம்மனசுக்கள் உத்தம வஷ்த்துக்களாயிருக்கிறார்களெண்ணு சொல்ல வேண்டியிருக்கிறது.

இப்படிக் கொத்த அனேகம் புற்றியுடைத்தான தூதர்க்களென்கிற சம்மனசுகள் தெவ்வீக அரூபமாயிருந்து நம்முடைய சாரீரக் கண்களுக்குத் தெர்த்தாதபடியினாலே *[அதாவது: தெரியாதபடியினாலே]* அவர்கள் உண்டோ இல்லையோ வென்று அனேகம் செனங்கள் சந்தேகமுள்ளவர்களாய்ப் போனார்கள். ஆனால் அவர்கள் மெய்யாகவே யுண்டெண்ணுச் சந்தேகப் படாமல் விசுவாசிக்கிறத்துக்கு அநேகங் கெட்டி ஞாயங்களுண்டா யிருக்கும். அவர்களை உண்டாக்கினவராயிருக்கிற

ஆண்டவனோவென்றால் திறீத்துவவானாயிருக்க ஏக சறுவேசுரனெண்ணு வேத வாக்கியத்தினாலே அறிந்திருக்கிறோம். அதேதென்றால் யெல்லாத்துக்கும் ஆதி காரணமாயிருக்கிற சறுவேசுரன் பரமண்டலத்தையும் பூலோகத்தையும் அதுகளிலே யுண்டாயிருக்கிற சகல வஷ்த்துக்களையும் உண்டாக்கினாரென்று சொன்னோமா னால் அதுகளோடே தூதர்க்களென்கிற சம்மனசுக்களைகூட உண்டாக்கினாரெண்ணு சொல்லக் கூடுமொழிய மற்றப்படியல்ல. அவர்களுக்குண்டான சற்குணங்களுக்கோவென்றால் தெய்வீக சுவாபமுள்ளவர்க ளெண்ணும் சரீரமில்லாதவர்களெண்ணும் சொல்ல வேண்டியிருக்கிறது. ஆனபடியினாலே அவர்கள் காணப்படாத பொருள்களாயிருந்து அனேகந் தரம் காணப்படுகிற பல பல ரூபங்களாய் மனுஷருக்குக் காண்பிச்சாலும் சீக்கிறமாகத் திரும்பி அரூபமாய்ப் போவார்கள். அப்படிக் கொத்த சம்மனசுக்களுக்கு அனேக நன்மையான லெஷ்சணங்களுண்டாயிருக்குது. அதேதென் றால் அனேகம் அறிவுள்ள புற்றியுடைத்தானவர்களெண்ணு வேத பாக்கியத்திலே *[அதாவது: வாக்கியத்திலே]* சொல்லப்படுகிறார்கள்.

இந்த மெதையாக அவர்கள் எற்றினை அறிவுள்ளவர்களாயிருந்தாலும்ச் சறுவேசுரனைப்போலே யெல்லாத்தையும் அறிஞ்சிருக்கிறவர்களெண்ணு சொல்லக் கூடாத *[அதாவது: கூடாது]*. இது தவிர அவர்களுக்கு அனேக ஞானமுண்டெண்ணு கிறீஷ்த்து யேசு வென்கிற சுதனாகிய சறுவேசுரன் தாமேத் திருவிளம் பற்றினார். ஆனபடியினாலேச் சறுவேசுரனுக்குப் பொருந்தாத நினவுகளை நினையாமலும் அவருடைய சித்தத்துக்கு விரோதமாயிருக்கிற காரியங்களைச் செய்யாமலும் எப்போதும் ஞானமுள்ள மனசாயிருந்து சறுவேசுர ***[ஓலை***

**49 முன் பக்கம்]** னுக்குப் பொருந்தியிருக்கிறதெல்லாத்தையும்த் தப்பித்தமில்லாமல் செய்துகொண்டு வருகிறார்கள். இதிநிமித்தியமாக சற்றாகிலும் பின்ன பேதகமில்லாமல் மோஷ்சானந்தத்துக் குடையவர்களாயிருந்துத் தங்களைப் படைப்பித்தவரா யிருக்கிற அளவில்லாத மகிமையுள்ள சறுவேசுரனுடையத் திருமுகத்தை யெப்போதும்த் தெரிசினமாயிருக்கிறார்கள். பின்னையும்ச் சம்மனசுக்களெ ல்லாரும் மகாப் பெலமுள்ளவரெண்ணு வேத பாக்கியத்தினாலே அறிந்திருக்கிறோம். அவர்களெத்தனைப் பெலமுள்ளவர் களாயிருந்தாலும்ச் சறுவேசுரனைப்போலே அளவில்லாத பெலமுள்ளவர்களாயிருக்கிறார்களென்று சொல்லக் கூடாது. இதுக்கப்பால் அவர்களுக்கு லெகுவுண்டா யிருக்குது.

ஆனபடியினாலே பரலோகத்திலேயும் பூலோகத்தி லேயும் யிருக்கிற யெந்த ஷ்த்தலங்களிலே வரவேணும் மெண்ணாலும் சற்றாகிலும் தாமசமில்லாமல் ஒரு செஷ்ணத்திலே வருவார்களென்கிறத்துக்குச் சந்தேகப்படத் தேவையில்லை. அப்படிக் கொத்த சம்மனசுக்களுடைய கூட்டங்களோ வென்றால் எண்ணிக்கைக்குள்ளே யடங்காத கூட்டமொன்றென்று சொல்ல வேண்டியிருக்குது. அதேதென்றால் மிகவும் சின்னாதாயிருக்கிற பூமியிலே சஞ்சாரம் பண்ணுகிற அந்தந்த அனேகஞ் செனங்களை நினைச்சோமானால் மட்டில்லாத விசாலமுள்ள பரலோகத்திலே வாசமாயிருக்கிற சம்மனசுக்களை எண்ணக்கூடாதெண்ணு சொல்ல வேணுமொழிய மத்தப்படியல்ல.

அப்படிக் கொத்த யெண்ணப்படாத சம்மனசுகளுக்கு நல்ல வரிசை யுண்டெண்ணு வேத

பாக்கியத்தினாலே அறிந்திருக்கிறோம் அதேதென்றால் அவர்களுக்குள்ளே சில பேர்கள் வேறே சம்மனசுக்களை ஆண்டுகொண்டு இருக்கிறார்கள்ச் சில பேர்கள்த் தங்களை பார்க்கப் பெரியவர்களாயிருக்கிற சம்மனசுக்களுக்குக் கீழ்ப்படிஞ்சு நடக்கிறார்கள்ச் சில பேர்கள் மத்தச் சம்மனசுக்களைப் பார்க்க அதிகமாக அறிவுள்ளவர் களுமாய் ஞானமுள்ளவர்களுமாய்ப் பெலமுள்ளவர்களு மாய்ச் சோதியுடைத்தானவர்களுமாயிருக்கிறார்கள். அந்தச் சம்மனசுகள் செய்கிற ஊழியங்களோ வென்றால்ச் சறுவேசுரனுக்கும் மனுஷனுக்கும் சந்தோஷமுள்ள மனசோடே ஊழியம் செய்துகொண்டு வருகிறார்கள். அதேதென்றால் அவர்கள் அளவில்லாத சகல நன்மை சுவாபமாயி **[ஓலை 49 பின் பக்கம்]** ருக்கிற சறுவேசுரனைப் பாத்து அவரை எப்போதும்த் தோஷ்த்திரம் பண்ணி அவருடைய சித்தத்தின்படியே கட்டளையிட்ட ஊழியங்களெல்லாம் சற்றாகிலும் தாமசமில்லாமல்ச் செய்துகொண்டு வருகிறார்கள். அப்படிக் கொத்த சம்மனசுகள் மனுஷாவதாரத்தை யெடுத்த சுதனாகிய சறுவேசுரன் இந்தப் பூலோகத்திலே இருக்கிற நாள்மட்டு[ம்] மிகுந்த வணக்கத்தொடேயும் பத்தியோடேயும் அவரெடுத்த மனுஷாவதாரத்துக்குக் கீழ்ப்படிஞ்சு ஊழியஞ் செய்தார்களென்று வேத வாக்கியத்தினாலே அறிந்திருக்கிறோம் அதேதென்றால் அவர் இந்தப் பூலோகத்திலே நமக்காகப் பிறக்கிறபோது அவர் பிறந்திருக்கிற வகையை ஒரு சம்மனசானவர் வந்துத் தெரிய பண்ணினார்.

அவர் மனுஷரை மூண்டு லெஷ்சிக்கத் தக்கதாகப் பாடுபடுகிறபோது ஒரு சம்மனசு அவரண்டையிலே வந்து ஆறுதல் என்கிற வார்த்தைகளை சொல்லிச்சுது. அவர் மூணா ணாள் மரித்தவர்களிடத்திலே நின்று

யெழுந்தருளுகிறத்துக்குப் பிற்பாடுத் தம்முடைய கல்லறையிலே ரெண்டு சம்மனசுக்கள் நின்று அவர் எழுந்தருளினாரெண்ணுத் தம்முடைய சீஷர்க்களுக்கு அறிக்கை பண்ணிவிச்சுது. அவர் பரமாண்டங்களிலே யேறினத்துக்குப்பிற்பாடு ரெண்டு சம்மனசுக்கள் வந்துத் தம்முடைய சீஷர்க்களைப் பாத்து இந்தக் கிறீஷ்த்து யேசு வென்கிறவர் யெந்தப் பிறகாரமாகப் பரமண்டலங்களிலே யெழுந்தருளினாரென்று அந்தப் பிறகாரமாகப் பரமாண்டங்களிலே யிருந்து லோகமெல்லாம் நடுத்தீற்க வருவாரென்கிற வார்த்தைகளை அந்த ரெண்டு சம்மனசுக்கள் சொல்லிச்சுது. பின்னையும் அப்படிக் கொத்த சம்மனசுகள் சறுவேசுரனுக்கு ஊழியம் செய்கிறதுமல்லாமல் நன்மையுடைத்தானாயிருக்கிற மனுஷர்களைக் காத்துக்கொண்டு வருகிறார்கள்.

ராசாக்களானாலும் குருப் பட்டமுள்ளவர்க ளென்கிலும் சமுசாரிகளாகிலும்ச் சறுவேசுரனை சினேகிச்சுக்கொண்டு வருகிற பேர்களெல்லாரும் அந்தச் சம்மனசுக்களினாலேக் காற்கப் படுவார்களென்று சொல்ல வேண்டியிருக்கிறது. அரூபமாயிருக்கிற சறுவேசுரனானவர்த் தம்முடைய வேதத்தைச் சம்மனசுக்களினாலே நமக்கு அருளிச் செய்தாரெண்ணும்த் தம்முடையத் திருக் குமாரனாகிற கிறீஷ்த்து யேசு வென்கிறவருடைய வற்றமானங்களைச் சம்மனசுக்களினாலே ***[ஓலை 50 முன் பக்கம்]*** வெளிப்படுத்தினாரெண்ணும் விசுவாசிக்கக்கட வோமொழிய மற்றப்படியல்ல. கிறீஷ்த்தவர்களுடைய கூட்டம் வேத பாய்க்கியத்தைக் கேழ்க்கத் தக்கதாக யெங்கே யிருந்தாலும் அங்கே சம்மனசுக்களும்கூட வாசமாயிருக்கிறார்கள்.

ஞானமுள்ள சன்னாசிகளுக்கும்ச் சறுவேசுரனுடைய ஞானங்களைப் போதிவிக்கிற பேர்களுக்கும் பிசாசினாலே மோசம் வராதபடிக்கு அந்தச் சம்மனசுகள் அவர்களிடமாகக் காவலாயிருக்கிறார்கள். ராசாக்களுக்கும் துரைமார்களுக்கோவென்றால் ராசாங்கத்துக்கடுத்த காரியங்களை வரிசையாக நடத்தத் தக்கதாக அந்தச் சம்மனசுக்களானவர்கள் அவர்களிடத்திலே ஒதவியாயிருக்கி றார்கள். சமுசார காரியங்களென்னப்பட்டதெல்லா த்தையும் அவர்கள் காத்துக்கொண்டு குழந்தைப் பிள்ளைகளுக்குப் பொல்லாப்பு வாராதபடிக்கு மிகுந்த தாட்சியோடேயும் பத்தியோடேயும் காவலாயிருக்கிறா ர்கள். சறுவேசுரனுக்குச் சினேகிதமாயிருக்கிற யாதாமொருதன் தூரமாயிருக்கிறப் பயணம் பண்ணுகிறபோது அப்படிக் கொத்த சம்மனசுகள் அவனுக்குத் துணையாக வருகிறார்கள்ச் சறுவேசுரனுடைய சித்தத்தின்படியே மரணபரியந்தம் நடக்கிற பேர்கள் மறணத்தை யடைகிற சமையத்திலே அவர்களுடைய ஆத்துமத்தை யெடுத்துக்கொண்டு யெண்ணெண்ணைக்கும் ஊழிக்காலமுள்ள அழியாத மோட்ச ராச்சியத்திலே யிருக்கக் கூட்டிக்கொண்டு போவார்கள்.

அப்படிக் கொத்த சம்மனசுக்களினாலே நமக்கு வருகிற உபகாரங்களுக்காகச் சறுவேசுரனைத் தோஷ்த்திரம் பண்ணிக்கொண்டு வருகிறத்துக்கு ஞாயமாயிருக்கும். சறுவேசுரனுக்கு யேறாத நடக்கைகளிலேயானாலும் ஆகாத பேச்சுகளினாலேயென்கிலும் நம்முடைய யிடத்திலே காவலாயிருக்கிற ஞானமுள்ள சம்மனசுக்களுக்கு சலிப்புகள் வரச் செய்யாமல் நாம் தவசு பண்ணுகிறத்தினாலேயும் நாம்த் தவசு பண்ணுகிறத்தினா லேயும் புண்ணியங்களைச் செய்கிறத்தினாலேயும் அவர்களுக்குச் சந்தோஷம் வருகிறத்துக்குக் கருத்துள்ள

மனசாயிருக்க வேணும். அப்படிக் கொத்த அப்படிக் கொத்த [இந்த வார்த்தைகள் இரண்டு முறை எழுதப்பட்டுள்ளன] சம்மனசுக்களெல்லாரும் சறுவேசுரனை யெப்போதும் தோஷத்திரம் பண்ணி அவர் கட்டளையிட்ட ஊழியங்களைச் செய்து அவருக்கு முன்பாக உகந்த தாஷ்ச்சியோடேயும்ப் பத்தியோடேயும் சுத்தாங் **[ஓலை 50 பின் பக்கம்]** கமுள்ள மனசோடேயும் ஞானமுள்ள நீதியோடேயும் உத்தம பிறகாரமாக நடக்கிறாப்போலே அந்தப்படியே நாங்களெல்லாரும் அவர்களைப் பாத்து சறுவேசுரனுக்கும் மனுஷருக்கும் முன்பாக ஞானமுள்ள நடக்கையை நடந்து கொள்ள வேணுமொழிய மற்றப்படியல்ல. நாம் இப்படி நடந்து கொண்டோமானால் நமக்கு அனேகம் ஆறுதலுண்டா யிருக்கும். அதேதென்றால்ப் பரமண்டங்களிலே யிருக்கிற நம்முடைய பிதா இத்தனை மகிமையுள்ள சம்மனசுக்களை நம்மைக் காத்துக் கொண்டிருக்கத் தக்கதாக அனுப்பிக் கொண்டிருக்கிறபடியினாலே அவர் நம்முடைய பேரிலே மிகவும் தயவாயிருப்பாரென்கிறத்துக்குச் சந்தேகமில்லை.

நாம் சறுவேசுரன் கட்டளையிட்ட வழிகளிலே நடந்தோமானால் அப்படிக் கொத்த சம்மனசுகளுடைய சினேகிதமும் சகாயமும்ப் பட்சமும் நமக்கு யெப்போதும் முண்டாயிருக்குமென்றுக் கெட்டி மனசாயிருக்காலாம். நாம் மரணத்தை யடையிறபோது அவர்கள் நம்மை இடைவிடாமல் நம்முடைய ஆற்றுமத்தைத் தங்களுடைய கையிலே யெடுத்துச் சறுவேசுரனுடைய வசத்திலே ஒப்புக் கொடுத்துக்கொண்டு வருவார்கள். அந்தச் சமயத்திலே நாம் அவர்களுக்குச் சரியாயிருந்து மோஷ்சானந்தத்தை யடைஞ்சு அவர்களோடேகூடச் சறுவேசுரனுடைய பாதத்திலே நின்று மிகுந்த சத்தத்தோடே அவரை தோத்திரம் பண்ணி கெதிமோட்சத்திலே ஊழிகாலமுள்ள

முகிவில்லாமல் இருப்போ மென்கிறத்துக்குச் சந்தேகமில்லை.

## *பிரசங்கம் 15: பிசாசினுடைய வர்த்தமானங்கள்*

**<u>எருசலேயமென்கிற கோவிலிலே சொல்லப்பட்ட பதினஞ்சாம் பிறசங்கம்:</u>**

போன பிறசங்கத்திலே தூதர்க்களென்கிற சம்மனசுக்களுடைய வற்தமானங்களை யுங்களுக்கு வெளிப்படுத்தினோமே. இந்தப் பிறசங்கத்திலே பிசாசினுடைய வற்தமானங்களை யுங்களுக்குக் கொஞ்சத்துக்குள்ளே வெளிப்படுத்துவோம். அதெப்படியெ ன்றால் சொல்லப்பட்ட சம்மனசுக்களுக்குள்ளே பிறதான சம்மனசாயிருந்தச் சோதியுடைத்தான் வென்கிற பேருள்ளச் சம்மனசு தனக்குண்டான மகிமையையும் மிகுந்த பெலத்தையுங் கண்டு மோட்சத்தை அடைய வேண்டின தேவ கிறுபையைச் சட்டை பண்ணாமல்ச் சறுவேசுரனுக்குச் சரியாயிருப்பேனெண்ணு சொல்லப்ப டாத ஆங்காரத் ***[ஓலை 51 முன் பக்கம்]*** த்தோடே விசாரித்து அப்படிக் கொத்த ஆங்காரத்துக்குத் தான் சம்மதிச்சதுமல்லாமல் மத்தச் சம்மனசுக்களெல்லாரும் சம்மதிக்க வேணுமென்கிறத்துக்காக அத்தை யெல்லாருக்கும் அறிவிச்சான். அறிவிச்சவுடனே ஆதி தூதனாயிருக்கிற மிக்கயேலென்கிற சம்மனசானவரந்தக் கனமான பாவ விசாரத்தை மிகவுமருவருத்துச் சொல்லப்படாத துரோகியாகிற சோதியுடைத்தானவ னோடே யெதுத்து நின்று சறுவேசுரனுக்குச் சரியானவரென்று சொல்லியவனுக்கு மகா விரோதம் பண்ணினார். அத்தறுவாயிலே சம்மனசுக்களுக்குள்ளே இரண்டுபட்டது.

அதிலே துரோகியான சோதியுடைத்தானவனோடே கூடின சம்மனசுக்கள் ஒரு பங்கும் மிக்கயேலென்கிற

சம்மனசோடே கூடின சம்மனசுக்களிரண்டு பங்கும் யெதிர்த்துப் பிறிஞ்சு விரோதமாய்ப் போன சம்மனசுக்களினாலே யுயித்தம் பண்ணினார்கள். அந்த யுயித்தத்திலே துரோகியாகிற சோதியுடைத்தானவ னென்கிற சம்மனசுவுக்கும் அவனோடேகூடத் துரோகிகளாய்ப் போன மத்த சம்மனசுக்களுக்கும்த் தோர்வ வந்துது. அந்தத் தோர்வையினாலே அந்தத் துரோகிகளெல்லாரும் தேவ லெஷ்சண பிறசாத[ம்] முதலான நன்மைகளையும் போகடிச்சு பாவத்திலே நிலை கொண்ட மனசை யடைந்தத்திலேச் சம்மனசுக்களென்கிற பேரை யிழந்து போய்த் தும்மனசுக்களென்றும் பிசாசுகளென்றும் சொல்லப்பட்டுச் சறுவேசுரனுடைய அளவில்லாத நீதியின்படியே எண்ணெண்ணைக்கும் ஊழியுள்ள காலம் நரக வேதனையை அனுபவிக்கத் தக்கதாகப் பரமண்டலத்திலே யிருந்து தள்ளுண்டு போனார்கள். அப்படிக் கொத்த பிசாசுகளுக்குண்டான குணங்களோவென்றால் நல்ல சம்மனசுகளைப்போலே அரூப சுவாபமுள்ளவர்களென்றும் சரீரமில்லாதவர்க ளென்றும் சொல்ல வேண்டியிருக்கிறது. இப்படி சொல்ல வேண்டியிருக்கச் செய்தே யவர்கள் யாதொரு ரூபங்களை யெடுக்காதே போனால் நம்முடைய சரீரக் கண்களினாலேக் காணப் போகாது.

இதிநிமித்தியமாக அந்தப் பிசாசானதுகள் நம்முடைய முந்தின பிதா மாதாவைத் தன்னைப்போலே கெட்டுப்போகத்தக்கதாக பாம்பினுடைய வேஷத்தை யெடுத்துக்கொண்டுது. இது அப்படிக் கொத்த பிசாசுகளுக்கு அனேகம் பெலமுண்டாயிருக்கிறதுமல் லாமல் அனேகம் உபாய தந்திரங்களுள்ளவர்களெண்ணு சொல்லப்படும். ***[ஓலை 51 பின் பக்கம்]*** அதேதென்றால் பூலோகத்திலே சஞ்சாரம் பண்ணுகின்ற மனுஷரெல்

லாரையும் யேத்தத்தக்கதாக அந்தப் பிசாசானதுகள் பல பல வகையுள்ள உபாயத் தந்திரங்களைப் பண்ணிக்கொண்டு வருமென்று வேத பாக்கியத்தினாலே அறிஞ்சிருக்கிறதுமல்லாமல் நம்முடைய கண்ங்களினாலே பாத்துக்கொண்டு வருகிறோம். இது தவிர பிசாசானதுகளெல்லாரும் ஆகாதவர்களெண்ணும் அபசுத்த முள்ளவர்களெண்ணும் தப்பறையுள்ள பேர்களெண்ணும் சொல்ல வேண்டியிருக்கிறது. ஆனபடியினாலே அவர்கள் சறுவேசுரனுடைய சித்தத்துக்குக் கீழ்ப்படிஞ்சு நடக்காமலும் அவர் கட்டளையிட்ட கற்பினையின்படியே செய்யாமலும் அவருக்குப் பொருந்தாமலிருக்கிறதெல்லா த்தையும் ஆங்காரமுள்ள மனசோடே செய்துகொண்டு வரும். நல்ல சம்மனசுக்களுடைய கூட்டம் எண்ணிக்கைக்குள்ளே யடங்காத கூட்டமாயிருக்கிறாப் போலே அந்தப்படியே அந்தப் பிசாசுகளுடைய கூட்டம் எண்ணிக்கைக்குள்ளே யடங்காத கூட்டமென்றெண்ணு சொல்ல வேண்டியிருக்கிறது. யெண்ணப் படாத சம்மனசுக்களுக்கு வரிசை யுண்டாயிருக்கிறாப்போலே அந்தப்படியே ஆகாத சம்மனசுகளென்கிற பிசாசுகளுக்கும் வரிசை யுண்டாயிருக்குதெண்ணு வேத பாக்கியத்தினாலே அறிந்திருக்கிறோம்.

அதேதென்றால் அவர்கள் யெல்லாரும் பெலனுள்ளவர் களுமாய் உபாய தந்திரங்களுள்ளவர்களுமாய் ஆகாதவர் களுமாயிருந்தாலும் ஒவ்வொருதன் ஒவ்வொருத்தனைப் பார்க்க பெலனுள்ளவர்களுமாய் உபாய தந்திரங்களு ள்ளவர்களுமாய் ஆகாதவர்களுமாய் இருக்கிறதெண்ணு சொல்ல வேணுமொழிய மற்றப்படியல்ல. பின்னையும் நல்ல சம்மனசுக்களெல்லாரும்ச் சறுவேசுரனுக்கும் மனுஷருக்கும்ச் சந்தோஷமுள்ள மனசோடே யெப்போதும் ஊழியங்களைச் செய்துகொண்டு வருகிறாப்போலே

அந்தப்படியேப் பொல்லாத சம்மனசுக்களென்கிற பிசாசானதுகள்ச் சறுவேசுரனுக்கும் மனுஷருக்கு[ம்] விரோதமாயிருக்கிற தெல்லாத்தையும் ஆங்காரமுள்ள மனசோடே செய்துகொண்டு வரும். அதேதென்றால்ச் சறுவேசுரனுக்குத் துரோகியாய்ப் போன பிசாசானது பிடிச்ச ஆங்காரத்தை சற்றாகிலும் விடாமல் பாவத்திலே நிலை **[ஓலை 52 முன் பக்கம்]** கொண்ட மனசாயிருந்துச் சறுவேசுரன் பேரிலே சம்பூற்ன *[அதாவது: சம்பூர்ண]* வற்மமாயிருக்கிறதுமல்லாமல் அவராலே யுண்டாக்கப்பட்ட பொருள்களுக்குள்ளே சம்மனசுக்களு க்குப்பிற்பாடு உத்தம பொருளாயிருக்கிற மனுஷன் பேரிலே மிகுந்த வற்மமாயிருந்து தானிழந்து போன மோட்சத்தைச் சுவாப மகிமையிலே கீழ்த்தரமாயிருக்கிற மனுஷனடையாமல் தன்னோடேகூட நன்றாக வேதினையை யனுபவிக்க வேணுமென்று அனேக உபாய தந்திரங்களை பண்ணிக்கொண்டு வரும்.

அப்படிக் கொத்த உபாய தந்திரங்களினாலே நம்முடைய முந்தின பிதா மாதாவுமகப்பட்டு சறுவேசுரன் கட்டளையிட்ட கற்பினையை மீறினபடியினாலேத் தங்களுக்கு முன்னுண்டானவர்ப் பிறசாதங்களையும் சகலமான நன்மைகளையும் முழுதும் யெழந்து போனதுமல்லாமல்ச் சறுவேசுரனுக்கும் மகத் துரோகிகளாய்ப் போனார்களென்று வேத பாக்கியத்தினாலே அறிந்திருக்கிறோம். அப்படிக் கொத்தவர்ச் சகலமான நன்மைகளையும் இழந்து போன மனுஷரை மீண்டு லெஷ்சிக்கத் தக்கதாக கிறீஷ்த்து யேசு வென்கிற மெய்யான சுதனாகிய சறுவேசுரன் இந்த லோகத்தில் வந்து பாடுபட்டுப் பாவங்களென்னப் பட்டதெல்லாத்தையும் நிவாறணமாகப் பண்ணினாலும் இதெல்லாத்தையும் மனுஷர் அறியாமலிருக்க அந்தப்

பிசாசானது அனேக உபாய தந்திரங்களைச் செய்துகொண்டு வரும். ஆனபடியினாலே அந்தச் செனங்கள்த் தங்களை ரெட்சிக்கிறவராயிருக்கிற கிறீஷ்த்து யேசுவின் பேரிலே விசுவாசியாதபடிக்கு பிசாசானது அவர்களுடைய புத்தியை இருளாக மூடிக் கொண்டிருக்கும். சறுவேசுரன் அருளிச் செய்த வேதத்திலே அறியப் படுகிற மோட்சத்துக்கான வழியை அறிந்து நடக்காதபடிக்கு அப்படிக் கொத்த பிசாசானது அநேகஞ் செனங்களை சங்கிலியினாலே கட்டுகிறாப் போலே பாவங்களினால் கட்டி மோட்சத்துக்குப் போக ஒட்டாமல் நரகத்துக்குக் கூட்டிக்கொண்டு போக யேத்துப் பண்ணும்.

மெய்யான சறுவேசுரனை அறிஞ்சு விசுவாசிக்கிற பேர்களுக்கு பிசாசானது அநேகஞ் சோதினைகளை வரப்பண்ணிப் பாவங்களை செய்யத் தக்கதாக அவர்களுக்கு பல பல வகையுள்ள ஆகாத விசாரங்களைத் தோத்திவிக்கும். அப்படிக் கொத்த பிசாசானதுச் சில விசை மனுஷனுக்குக் காணப்படுகிற பல பல ரூபங்களாய்க் காண்பிச்சுத் தன்னைச் சறுவேசுரனெண்ணும் சறு ***[ஓலை 52 பின் பக்கம்]*** வேசுர வேசுரனுக்குப் *[அதாவது: சறுவேசுரனுக்குப்]* பண்ணப்படுகிற பூசை முதலான வழிபாடுகளைத் தனக்குப் பண்ண வேணுமெண்ணு வெட்கமில்லாமல்ச் சொல்லி மனுஷரை மோசம் போக்கும்.

இதல்லாமல் பிசாசானது மகாப்பாவிகளாயிருக்கிற ராசாக்கள் முதலான லவுகீகப் பெருமையுள்ளவர்கள்ச் செத்துப் போனால் அவர்கள் தெய்வீகமாய்ப் போனார்களெண்ணு அவர்களுடைய பேர் சொல்லிக் கோவில்களைக் கட்டிவிச்சுத் தேவனுக்குப் பண்ணத்தக்க

பூசை நமஷ்க்கார[ம்] முதலான வழிபாடுகளைப் பண்ண வேணுமெண்ணுத் தந்திரம் பண்ணும். இந்தடவாகப் பிசாசு பண்ணிக்கொண்டு வருகிற தந்திரத்திலே இந்தத் தேசத்திலுள்ள செனங்களகப்பட்டு பூறுவ காலத்திலேயே துவக்கி இன்னாள் வரைக்கும் சொல்லப்பட்ட ராசாக்கள் முதலான பாவிகளுக்கு கோவில்களைக் கட்டிவிச்சுத் தேவகர்களெண்ணு வணங்கி நமஷ்க்காரம் பண்ணிக்கொண்டு வருகிறார்கள். இந்த லோகத்திலே இருக்கிற பாவங்களினாலே வருகிற தெண்டினையுள்ளச் ஆக்கினையும்ச் சம்புவிச்சப் பொல்லாப்புவென்னப்பட்ட தெல்லாம் பிசாசினாலே வந்துதெண்ணு சொல்ல வேணுமொழிய மற்றப்படியல்ல.

இத்தினை உபாய தந்திரங்களை மனுஷனுக்குக் கேடாகப் பண்ணிக்கொண்டு வருகிற மகாச் சத்துருவாகிற பிசாசின் கையிலே நீங்களகப்படாதபடிக்குத் தயாபரனான சறுவேசுரனைப் பாத்து மிகவும் பயமுள்ள மனசோடே நடந்து கொள்ளத் தக்கதாகப் பிறையாசமாயிருக்க வேணும்ப் பிசாசினாலே வருகிற ஆகாத விசாரங்களையும் பாவமென்னப்பட்ட தெல்லாத்தையும் முழு மனசோடே விட்டுப் பிசாசினுடைய வல்லமையை அழிச்சுப் போடுகிற கிறீஷ்த்து யேசுவின் பேரிலே நம்பிக்கையாயிருந்து அவராலே உங்களுக்கு வருகிற உபகாரங்களுக்காகச் சறுவேசுரனைத் தோத்திரம் பண்ணிக்கொண்டு வர வேணும்.

உங்களுக்கு மிகவும் சத்துருவாயிருக்கிற பிசாசானது செயிதுகொண்டு வருகிற உபாய தந்திரங்களை நன்றாயறியத்தக்கதாகவும் அதுகளைப் பாத்துத் தயிரியமுள்ள மனசாய்த் தள்ளத்தக்கதாகவும் சறுவேசுரனுடைய கிறுபையுள்ள சகாயத்தைத்

தேடிக்கொண்டு வரவேணும். ஆனபடியினாலே நீங்கள் கரையேறுகிறத்துக்கு இந்தப் பிறகாரமாக உங்களுக்கு சகாயம் பண்ணிக்கொண்டு வருகிற தயாபரனான கற்தனை நம்பிக்கொண்டு நல்ல சேவுகனைப்போலே மகாத் தயிரமாக அப்படிக் கொத்த சத்துருவாகிற பிசாசினோடே யுயித்தம் பண்ணிச் செயங் கொள்ள வேணும். இப்படி செயங் கொண்டவர்களுக்கு நீதி ***[ஓலை 53 முன் பக்கம்]*** பரனாயிருக்கிற சறுவேசுரனானவர் ஒத்தாசையா யிருப்பாரெண்ணு கெட்டி மனசாயிருக்கலாம்.

அதேதென்றால்ப் பிசாசுக்கு யெத்தினை பெலனுள்ள உபாய தந்திரங்களுண்டாயிருந்தாலும்ச் சறுவேசுரனைச் சினேகிச்சுக்கொண்டு வருகிற கிரீஷ்த்தவர்களுக்கு ஒரு மயிர்க் காம்புக்காகிலும் சேதம் பண்ணைக் கூடாது. கிறீஷ்த்துவின் பேரிலே விசுவாசமாயிருக்கிற பேர்களுக்குப் பிசாசினாலே வருகிற சோதினைகளெல்லாத்தையும்ச் சறுவேசுரனானவர் அவர்களுக்கு நன்மையாகப் பண்ணுவாரென்கிறத்துக்குச் சந்தேகமில்லை. இந்தப் பூலோகத்திலேப் பிசாசினோடே யுயித்தம் பண்ணிச் செயங்கொண்டவர்கள்ப் பரலோகத்திலே போய் அளவில்லாத கிறுபையுள்ளச் சறுவேசுரனுடைய திருக்கையினாலே பலனென்கிற கெதிமோட்சத்தை அடைஞ்சு பிசாசு செய்த பொல்லாப்புக்களுக்குத் தக்க தீர்வையிட்டு நல்ல சம்மனசுகளோடேகூட மோட்ச ராச்சியத்துக்குடையவர்களா யிருப்பார்க ளென்கிறத்துக்குச் சந்தேகமில்லை.

## பிரசங்கம் 16: சறுவேசுரன் படைத்த சர்வத்தையும் உத்தமமாய் ஆண்டு இரட்சித்து வருகிறார்

**எருசலேயமென்கிற கோவிலிலே சொல்லப்பட்ட பதினாறாம் பிறசங்கம்:**

இத்தையில் வரைக்கும் சொல்லப்பட்ட மூணு பிறசங்கங்களிலே சறுவேசுரன் லோகத்திலே யுண்டாக்கின வற்றமானங்களையும் அவராலே யுண்டாக்கப்பட்ட பொருள்களுக்குள்ளே உத்தம பொருள்களாயிருக்கிற சம்மனசுக்களுடைய வற்த்தமானங்களையும் அவர்களுக்கு ள்ளே சில சம்மனசுக்கள்ச் சறுவேசுரனுக்குத் துரோகிகளாயிருந்து பிசாசுகளாய்ப் போனத்தையும் உங்களுக்கு வெளிப்படுத்தினோமே. இந்தப் பிறசங்கத்திலே யுண்டாக்கப்பட்ட சகல வஷ்த்துக்களின் பேரிலேச் சறுவேசுரனானவர் கிறுபையுள்ள பார்வையாயிருந்து அதுகளை உத்தம பிறகாரமாக ஆண்டு நடத்தி லெஷ்ச்சித்துக்கொண்டு வருகிறத்தை உங்களுக்கு எளிசாக வெளிப்படுத்துவோம்.

அதெப்படியென்றால்ப் பரலோகமும் பூலோகமும் அதுகளிலே யுண்டாயிருக்கிற சகல வஷ்த்துக்களும் கெட்டுப் போகாமல் நிலையாயிருக்கத் தக்கதாக திறீத்துவவானாயிருக்கிற ஏக சறுவேசுரன் அதுகளெல்லாத் தையும் பாத்து நடத்தி லெஷ்சித்துக்கொண்டு வருகிறாரெண்ணு நம்முடைய புத்தியினாலே அறிஞ்சிருக்கிறதுமல்லாமல்ச் சறுவேசுரன் அருளிச் செய்த வேதத்தினாலேயும் அறிந்திருக்கிறோம். இப்படி யெல்லாத்தையும் பாத்து நடத்தி லெஷ்சித்துக்கொண்டு வருகிறத்திலேச் சறுவேசுரன்த் தம்முடைய அளவில்லாத காரணமுள்ள பெலத்தினாலேயும் தம்முடைய

அளவில்லாத கிறுபையினாலே **[ஓலை 53 பின் பக்கம்]** யும்த் தம்முடைய அளவில்லாத நீதியினாலேயும்த் தம்முடைய அளவில்லாத ஞானத்தினாலேயும்த் தம்முடைய அளவில்லாத சொந்தமான சித்ததினாலேயும் ஒருதரையும் உசாவாமல் *[அதாவது: யோசனை கேளாமல்]* செய்துகொண்டு வருவாரொழிய மற்றப்படியல்ல. இந்தப் பூலோகத்திலே யிருக்கிற ராசாக்களாகிலும் துரைமார்களென்கிலு[ம் மகாத்துமாக்களானாலும் கல்வியுள்ள பேர்களாகிலும் சகலமானத்தையும் ஆண்டு நடத்தி லெஷ்சித்துக்கொண்டு வருகிற சறுவேசுரனுக்கு ஆலோசினை பண்ணி புத்தி சொல்லக் கூடாது.

அந்தந்த உண்டாக்கப்பட்ட சகலமான பொருள்களை உத்தம பிறகாரமாக ஆண்டு நடத்தி லெஷ்சித்துக் கொள்ளத் தக்கதாகத் திறீத்துவனாயிருக்கிற ஏக சறுவேசுரனுக்கு ஒத்தாசை பண்ணிக்கொண்டு வருகிற பேர்கள் தேவையில்லாதே யிருந்தாலும் இங்கேயும் அங்கேயும் ஊழியங்களைச் செய்கிற பேர்கள்ச் சறுவேசுரனுக்கு யுண்டாயிருக்கிறார்களெண்ணு சொல்ல வேண்டியிருக்கிறது. அதேதென்றால்ச் சம்மனசுக்களெ ல்லாரும்ச் சறுவேசுரனாலே யிந்தப் பூலோகத்திலே அனேகம் பெலத்தைக் கொண்டிருக்கிறார்களெண்ணு வேத பாக்கியத்தினாலே அறிந்திருக்கிறோம்.

இது தவிர யிந்தப் பூலோகத்திலே இருக்கிற அந்தந்தத் தேசங்களை ஆளுகிற ராசாக்களுக்கும்த் துரைமார்களுக்கும்ச் சறுவேசுரனாலே அனேகம் வல்லமை குடுத்திருக்கிற படியினாலே *[அதாவது: குடுக்கப்பட்டிருக்கிறபடி யினாலே]* அவர்கள் லோகத்துக்கடுத்த காரியங்களை சறுவேசுரனுடைய

சித்தத்தின்படியே வரிசையாக நடத்தத் தக்கதாக பிறையாசமாயிருக்க வேணும்.

ஆனால்ச் சமுத்திரத்திலே பாம்புமேல் நிற்றிரை பண்ணுகிற விட்டுணுவானாலும் கயிலாசமென்கிற மகா மெருவிலே யிருக்கிறக் காமக் குரோதமுள்ள ஈசுரனெங்கிலும் நாலு தலையுள்ள விறுமாவாகிலும் இந்தப் பூலோகத்தை யுண்டாக்கி அதிலே யுண்டாயிருக்கிற சகல வஷ்த்துக்களை ஆண்டு நடத்தி லெஷ்சித்துக்கொண்டு வருகிறார்களென்றும் மதி கெட்டவன் முதலாய்ச் சொல்லக் கூடாது. அதேதென்றால் விஷ்டுணு வென்கிறவன் யெப்போதும் நிற்றிரை பண்ணுகிறபடியினாலே பூலோகத்திலே சம்புவிக்கிற காரியங்களை அறியலாமோ? அவன் அறியாதே போனால் அதுகளை நடத்தி ஆண்டுகொண்டு வரலாமோ? ஈசுரன் விறுமாவுக்கோ வென்றால் அவர்கள் மோகமுள்ள பேர்களுமாய் பெருமையுள்ளவர்களுமாய் தேவ மகிமைக்கு யேறாதவர்களுமாய் இருக்கிறபடி யினாலே இந்தப் பூலோகத்தையும் அதிலே யுண்டாயிருக்கிற வஷ்த்துக்களையும் ஞான நீதியு ***[ஓலை 54 முன் பக்கம்]*** ள்ள பிறகாரமாக ஆண்டு நடத்தி லெஷ்சிக்கக் கூடாது.

இதின் நிமித்தியமாகத் திறீத்துவவானாயிருக்கிற ஏக சறுவேசுரன் மாத்திரம் இந்தப் பூலோகத்தை யுண்டாக்கினதும்ல்லாமல் அதிலே யுண்டாயிருக்கிறதெ ல்லாத்தையும் ஆண்டு நடத்தி லெஷ்சித்துக்கொண்டு வருகிறார் றெண்ணு சொல்ல வேணுமொழிய மற்றப்படியல்ல.

அவர் ஆண்டு நடத்தி லெஷ்சித்துக்கொண்டு வருகிற பொருள்களோ வென்றால் அதுகளை யுண்டாக்கப்பட்டச் சகல செந்துக்களென்றும்ப் பரமண்டலமென்றும் பூலோகமென்றும் சீவனில்லாத வஷ்த்துக்களென்றும் சீவனுள்ள வஷ்த்துக்களென்றும் பூமியென்றும்ச் சமுத்திரமென்றும் அதுகளிலுள்ள யெண்ணப் படாத சகல பொருள்களெண்ணும் சொல்ல வேண்டியிருக்கிறது. நமக்கு மிகவும் கொஞ்சமாயிருக்கிற யீ யெறும்பு முதலானதெல்லாத்தையும்த் தயாபரனான சறுவேசுரன் கிறுபையுள்ள பார்வையினாலே பாத்து நடத்தி லெஷ்சித்துக்கொண்டு வருகிறார். ஆனால் மோஷ்சத்துக்கு உண்டாக்கப்பட்ட மனுஷரை எல்லாத்திலும் பார்க்க உத்தம பிறகாரமாகச் சறுவேசுரன் ஆண்டு நடத்தி லெஷ்சித்துக்கொண்டு வருகிறார். மனுஷருக்குள்ளே தம்மைச் சினேகிச்சுக்கொண்டு வருகிற பேர்களை சறுவேசுரன் விசேஷமாகக் கிறுபையோடே பாத்து ஆண்டு நடத்தி லெஷ்சித்துக்கொண்டு வருகிறாரெண்ணு அவரருளிச் செய்த வேதத்தின்படியே சொல்ல வேண்டியிருக்கிறது. இப்படி ஆண்டு நடத்தி லெஷ்சித்துக்கொண்டு வருகிற வகையோ வென்றால் மூணு வகையுண்டெண்ணு சொல்ல வேண்டியிருக்கிறது.

அதில் முதல் வகையாவது யுண்டாக்கப்பட்ட பொருள்களெல்லாம்த் தங்களிலே தாங்கள் தானே யுண்டாக யில்லை யென்கிறாப்போலே அந்தப்படியே தங்களிலே தாங்கள்க் கெட்டுப் போகாமல் நிலையாயிருக்கிறத்துக்குப் பெலமாயிருக்காமல்ச் சறுவேசுர னிடத்திலேத் தங்களுக்குண்டான இருப்பானது வந்துது யென்கிறதுமல்லாமல்த் தங்கள் சறுவேசுரனாலே லெஷ்சிக்கப்பட வேணுமெண்ணு சொல்லக் கூடுமொழிய மற்றப்படியல்ல.

இது தவிர மனுஷரையும் மிறுகங்களையும் மற்சங்களையும் பட்சி சாதிகளையும் விருஷ்சங்களையும் <u>வை</u>க்கல்களையும் *(underlined letter and the full word to be confirmed)* புஷ்ப்பங்களையும் இது முதலானதுகளையும் சறுவேசுரனானவர் நடத்திக்கொண்டு வருகிறதுமல்லாமல் அதுகள் யெறந்து போனால் அப்படிக் கொத்ததுகளுக்குச் சரியாயிருக்கிற பொருள் **[ஓலை 54** பின் பக்கம்] களை வந்து வளந்து பிறக்கப் பண்ணிக்கொண்டு வருகிறார்.

பின்னையும் யுண்டாயிருக்கிறதெல்லாத்துக்கும்ச் சறுவேசுரன்த் தீவனங் கொடுக்கிறதுமல்லாமல் அதுகளுக்குத் தேவையாயிருக்கிற தெல்லாத்தையும்த் தம்முடையக் கட்டளையின்படியே வருமென்கிறத்துக்குத் தயவாயிருக்கிறார். யெல்லாத்தையும் நடத்தி லெஷ்சித்துக்கொண்டு வருகிற ரெண்டாம் வகையோ வென்றால் சறுவேசுரனானவர் தாம் உண்டாக்கின சகல பொருள்கள்த் தம்முடைய சித்தத்தின்படியே செய்கிறதெல்லாத்தையும் அவர் அதுகளோடேகூடச் செயிதுகொண்டு வருகிறாரெண்ணு சொல்லுகிறது ரெண்டாம் வகையாகும்.

ஆனபடியினாலே அந்தந்த உண்டாக்கப்பட்ட சகல பொருள்கள் நன்மையாகச் செய்த காரியங்களெல்லாம் சறுவேசுரனு டைய காரியங்களெண்ணு சொல்ல வேணுமொழிய மற்றப்படியல்லச் சறுவேசுரன் இந்தப் பூலோகத்திலுள்ள வஷ்த்துக்களெல்லாத்தையும் அனாதியிருக்கிறத் தம்மு டைய சித்தத்தின்படியே உத்தம பிறகாரமாக ஆண்டுகொண்டு வருகிறாரெண்ணு [சொல்லுகிறது] முன் சொல்லப்பட்ட மூனாம் வகையாகும். இந்த வகையின்படியே எல்லாத்தையும்

அறிஞ்சிருக்கிற சறுவேசுரனானவர்ச் சகலமான மனுஷருடைய இறுதயங்களைத் தம்முடைய கையினாலே பிடிச்சு அதுகள் தம்முடைய சித்தத்தின்படியே செய்யத் தக்கதாக ஆண்டுகொண்டு வருகிறார்.

அவர் இப்படி ஆண்டுகொள்ளுகிறபடியினாலேச் சில பேர்கள் பெரியோர்களுமாய் சில பேர்கள் செறியோர்களுமாய் சில பேர்கள் அயிசுூரியமுள்ள வர்களுமாய்ச் சில பேர்கள் யெளுமையான பேர்களுமாய் யிருக்கக் கட்டளையிடுகிறதுமல்லாமல் அவரவர்கள் யிந்தப் பூலோகத்திலே யெத்தினை நாளைக்கு இருப்பார்களென்றுக் கட்டளையிடுகிறார்.

அவர் யிப்படிக் கட்டளையிட்டாரானாலும் மனுஷன் தன்னுடைய குத்தத்தினாலே அந்தக் கட்டளையை மீறி சாகிற நாளை [அதாவது: நாள்] வருகிறத்துக்கு முன்னே செத்துப் போகலாம். நல்ல நடக்கையுள்ள பேர்களோ வென்றால்ச் சறுவேசுரனுடைய அளவில்லாத கிறுபையின்படியேத் தங்களுக்குக் கட்டளையிட்ட மரணத்தைப் பார்க்க அதீக நாளாய் இருக்கலாமெண்ணு வேத வாக்கியத்தினாலே அறிஞ்சிருக்கிறோம். இந்தப் பூலோகத்திலே சம்புவிக்கிற பொல்லாத காரியங்களோ வென்றால் அதுகளைச் சறுவேசுரன் யுண்டாக்க யி **[ஓலை 55 முன் பக்கம்]** ல்லை. அதுகளுக்குச் சம்மதிக்க யில்லை. அதுகளைச் செய்யத் தக்கதாக ஒருதருக்கும் அதிகாரம் குடுக்க யில்லை.

ஆனால்ப் பொல்லாப்பு யென்னப்பட்ட தெல்லாத்தையும்ச் செய்யாதபடிக்கு சறுவேசுரன்க் கட்டளையிட்டு அவர் யிட்ட கட்டளைக்கு விரோதமாயிருக்கிற பேர்கள் யெந்தக் காரியங்களைச்

செய்தாலும் அவர்களுக்கு சொந்தமான மனதைக் கொடுத்து செய்த பொல்லாப்புகளுக்குத் தக்க ஆக்கினையுள்ள தீர்வை யிடுவார் இப்படிக் கொத்த ஞாயங்களைக் கேட்டு அறீஞ்சீர்களானால்ச் சகலத்தையும் உத்தம பிறகாரமாக ஆண்டு நடத்தி லெஷ்சித்துக் கொண்டு வருகிற தயாபரனான சறுவேசுரனைப் பாத்து யெப்போதும் தோஷ்த்திரம் பண்ணிக் கொள்ள வேணும்.

எல்லாத்துக்கும் ஆதிகாரணமாயிருக்கிற சறுவேசுரன் உங்களையும் மத்தச் செந்துக்களெல்லாத்தையும் யெந்தப் பிறகாரமாக ஆண்டு நடத்தி லெஷ்சித்துக்கொண்டு வந்தாலும் அந்தப் பிறகாரமாக நீங்கள் சம்மதியாயிருக்க வேணும்மொழிய மத்தப்படியல்ல.

சறுவேசுரன் உங்களையும் அந்தந்த மனுஷரையும் ஆண்டு நடத்தி லெஷ்சித்துக்கொண்டு வருகிற வகையுள்ள வற்தவானங்களை நண்ணாகப் பாத்து விசாரிக்க வேணும். லோகத்துக்கடுத்த காரியங்களுக்காக துக்கமுள்ள நம்பிக்கையில்லாத விசாரங்களெல்லாத்தையும் விட்டு உங்களுடைய ஆற்றுமத்தையும் சரீரத்தையும் அதுகளுக்குண்டானதெல்லாத்தையும் சறுவேசுரனுடைய கிறுபையுள்ள கையினாலே [அதாவது: கையிலே] முழுதும் ஒப்புக்கொடுத்து அவர் கட்டளையிட்ட கற்பினையின்படியேத் தப்பிதமில்லாமல் நடந்துகொள்ள வேணும். நீங்கள் இப்படி நடந்துகொண்டீர்களானால் உங்களை ஆண்டு நடத்தி லெஷ்சித்துக்கொண்டு வருகிற சறுவேசுரனுடைய சித்தமல்லாமல் உங்களுக்கு எள்ள[ள]வாகிலும் பொல்லாப்பு வரக்கூடாதெண்ணு கெட்டிமனசாயிருக்கலாம்.

நீங்கள் சறுவேசுரனை சற்றாகிலும் வின்ன பேதகமில்லாமல் *[அதாவது: பின்ன பேதகமில்லாமல்]* முழு மனசோடே சினேகிச்சுக்கொண்டு வந்தீர்களானால் இந்தப் பூலோகத்திலேச் சம்புவிக்கிற காரியங்க ளென்னப்பட்ட தெல்லாம் உங்களுடைய ஆற்றுமத்துக் கும்ச் சரீரத்துக்கும் நன்மையாக யிருக்குமென்கிறத்துக்குச் சந்தேகமில்லை. அளவில்லாத கிறுபையுள்ள சறுவேசுரன் உங்களை இடைவிடாமல் உங்களுக்காக யெப்போதும்த் தயவுள்ள நினவாயிருந்து உங்களுக்குத் தேவையா யிருக்கிறதெல்லாத்தையும்க் கொடுத்துக்கொண்டு வருவார். யெப்படி அசனம் பண்ணுவோம் யெப்படி தாகத்தைத் தீர்ப்போம் யெப்படி வேஷ்சை தரிப்போமென்று ***[ஓலை 55 பின் பக்கம்]*** சொல்லி பிராமரிக்கச் செய்யாதே. அதேதென்றால் இப்படிக் கொத்த வஷ்த்துக்களை அக்கியானிகள் தேடுகிறார்களே.

இதெல்லாம் உங்களுக்கு வேண்டியிருக்கிறதெண்ணுப் பரமண்டலங்களிலே யிருக்கிற உங்களுடைய பிதா அறிவார். முதல்ச் சறுவேசுரனுடைய ராச்சியத்தையும் நீதியையும் தேடிக் கொள்ளுங்கோள். மத்த வஷ்த்துக்களெல்லாம் அதீகமாக உங்களுக்கு வருமென்கிறத்துக்குச் சந்தேகமில்லை.

நீங்கள் மரணபரியந்தம் சறுவேசுரனுக்குப் பிறியமுள்ள பிள்ளைகளாயிருந்து அவருடைய சித்தத்துக்குக் கீழ்ப்படிஞ்சு நடந்தீர்களோவெ*[ன்றால்]* அவர் கொடுத்த வார்த்தைப் பாடுகளின்படியே நீங்கள் இந்தப் பூலோகத்திலே பாய்க்கியவான்களா யிருக்கிறதுமல்லாமல் பரலோகத்தில் யெப்போதும் பாய்க்கியவான்களாயிருந்து யெல்லாத்தையும் ஆண்டு நடத்தி லெஷ்சித்துக்கொண்டு வருகிற சறுவேசுரனை யென்ணென்ணைக்கும் வணங்கித்

தோத்திரம் பண்ணிக்கொண்டு வருவீர்களென்கிறத்துக்குச் சந்தேகமில்லை.

## *பிரசங்கம் 17: சறுவேசுரன் மனுஷனைத் தம்முடைய சுரூபத்துக்குச் [சாயலுக்கு] சரியாக உண்டாக்கின வற்தவானங்கள்*

**<u>எருசலேயமென்கிற கோவிலிலே சொல்லப்பட்ட பதினெழாம் பிறசங்கம்:</u>**

போன பிறசங்கத்திலே சறுவேசுரன் எல்லாத்தையும் ஆண்டு நடத்தி லெஷ்சித்துக்கொண்டு வருகிற வத்தவானங்களை உங்களுக்கு வெளிப்படுத்தினோமே. இந்தப் பிறசங்கத்திலே சறுவேசுரன் மனுஷனைத் தம்முடைய சுரூபத்துக்குச் சரியாக உண்டாக்கின வற்தவானங்களை உங்களுக்குக் கொஞ்சத்துக்குள்ளே வெளிப்படுத்துவோம். அதெப்படியென்றால் மனுஷனான வன் உண்டாக்கப்பட்ட சகல பொருள்களுக்குள்ளே உத்தம பொருளாயிருக்கக் கொள்ள சறுவேசுரன் தமக்குண்டான தேவ லெஷ்சனங்களுக்குச் சரியாக உண்டாக்கினாரெண்ணு அவரருளிச் செய்த வேதத்தினாலே அவர்களை அறிந்திருக்கிறோம். இப்படிக் கொத்த தேவ சுரூபத்தை உண்டாக்கப் பண்ணிக்கொண்டு வருகிற கத்தரானவர் பிதாவாகிய சறுவேசுரனெண்ணும் சுதனாகிய சறுவேசுரனெண்ணும் இசீப்பிரீஷ்த்து சாந்துவாகிய சறுவேசுரனெண்ணும் இருமனப் படாமல் விசுவாசிக்கக்கடவோம்.

இந்தத் தேவ சுரூபத்துக்குப் பாத்திரவான்களாயிருந்த பேர்களோ வென்றால் அவர்கள் ஆதம் யேவள் என்கிற நம்முடைய முந்தின பிதா மாதாவும் இருந்தார்களெண்ணு சொல்ல வேண்டியிருக்கிறது. அப்படியே தயாபரனான சறுவேசுரன் ஆண் பிள்ளையும் பெண் பிள்ளையும்த் தம்முடைய தேவ சுரூபத்துக்குச் சரியாக உண் ***[ஓலை 56***

***முன் பக்கம்]*** டாக்கினார். இந்த மெதையாக சறுவேசுரனானவர்த் தம்முடைய தேவ சுரூபத்தை நம்முடைய முந்தின பிதாவுக்கும் மாதாவுக்கும் உண்டாயிருக்கப் பண்ணுகிறதுமல்லாமல் [அதாவது: பண்ணினதுமல்லாமல்] அவர்களிடத்திலே வருகிறச் சந்ததிகளுக்கும் அப்படிக் கொத்த தேவ சுரூபத்தை உண்டாயிருக்க வேணுமென்று கட்டளையிட்டார். அந்தத் தேவ சுரூபம் இன்னதெண்ணு கேழ்க்கும்போது அது தேவ பிறசாதங்களெண்ணும் தேவ லெஷ்சணங்களெண்ணும் தேவ நன்மைகளெண்ணும் சொல்லப்படும். அப்படிக் கொத்த தேவ சுரூபத்தினாலே மனிசனுக்குச் சாவு யில்லாத ஆற்றுமமுண்டாய் இருக்கும். அவனுக்கு அரூபமாயிருக்கிற தெய்வீக சுவாபமுண்டாயிருக்கும். அவனுக்கு அறிவுள்ள புற்றி யுண்டாயிருக்கும். அவனுக்குக் கருக் கருத்துள்ள மனசு உண்டாயிருக்கும். அவனுக்குண்டான மகிமைக்கு ஒத்திருக்கிற நினவுகள் உண்டாயிருக்கும்.

இது தவிர அவனுடைய ஆத்துமத்துக்கு சறுவேசுரனிடத்திலே வருகிற சீவன் உண்டாயிருக்கும்த் தேவ சுவாபமுண்டாயிருக்கும். தேவ மகிமை உண்டாயிருக்கும். சத்தியமும் நீதியும் ஞானமும் உண்டாயிருக்கும். ஆனபடியினாலே தேவ சுரூபத்துக்குச் சரியாக உண்டாக்கப்பட்ட மனுஷனுடைய புற்றியிலே தேவ ஒளிவும் தேவ அறிவும் தேவ கல்வியும் இருந்துதெண்ணு சொல்ல வேண்டியிருக்கிறது.

இப்படி சொல்ல வேண்டியிருக்கச் செய்தே தேவ சுரூபமுள்ள மனுஷதனானவன் தன்னிலே தானே சறுவேசுரனையும் அவருக்குண்டான தேவ சுவாபத்தையும் அவர் செய்துகொண்டு வருகிற காரணங்களையும்

அவருடைய சித்தத்தையும் அவருக்குப் பொருந்தியிருக்கிற ஆராதனைகளையும் சற்றாகிலும் தப்பிதமில்லாமல் எளிசாக அறிகிறத்துக்குப் பெலனாயிருந்தான். இந்தப் பிறகாரமாக தேவ சுரூபமுள்ள மனுஷனானவன் பரலோகத்துக்கடுத்த காரியங்களினாலே அனேகம் அறிவைக் கொண்டிருந்ததுமல்லாமல் இந்தப் பூலோகத்துக்கடுத்த காரியங்களை சற்றாகிலும் பிறையாசமில்லாமல் வெளிச்சமாக அறிகிறத்துக்குப் பெலனாயிருந்தான். இதினிமித்தியமாக அவன் உண்டாக்கப்பட்ட ஒவ்வொரு பொருள்களுக்குத் தங்களுக்குண்டான மகிமைக்கு ஒத்திருக்கிற நாமத்தை யிடுகிறத்துக்கு கல்வியுள்ளவனாயிருந்தான். அப்படிக் கொத்த தேவ சுரூபத்துக்குச் சரியாக உண்டாக்கப்பட்ட மனுஷனுடைய சித்தம் சறுவேசுரனுடைய பெலத்தினாலேயும் தயவினாலேயும் முழுதும் நிறைஞ்சிருந்தபடியினாலே அவன் சறுவேசுரனுக்கு

***[ஓலை 56** பின் பக்கம்]* ஊழியங்களைச் செய்து அவருடைய சித்தத்துக்கு உத்தம பிறகாரமாக கீழ்ப்படிஞ்சு சற்றாகிலும் பாவமில்லாமல் குறையற்ற நீதியிலேயும் ஞானத்திலேயும் நடந்துகொண்டு வந்தான். இதிநிமித்தியமாக சறுவேசுரன் பேரிலே அவனுக்குப் பிள்ளையான நம்பிக்கை யுண்டாயிருந்ததுமல்லாமல் யெப்போதுமுள்ள சமாதானமும் நிலையான சந்தோஷமும் மெய்யான பாக்கியமும் அவனுக்குண்டாயிருந்துதெண்ணு சொல்ல வேணுமொழிய மத்தப்படியல்ல.

இப்படிக் கொத்த தேவ பிறசாதங்களும் நன்மைகளும் மனுஷனுக்குள்ளே ஒருதனுக்கு இப்போ உண்டாயிருக்க யில்லை யெண்ணு அறிஞ்சிருக்கிறபடியினாலே இசிப்பிரீத்து சாந்துவாகிய

சறுவேசுரனுடைய கிறுபையினாலே அதுகளை யடையத்தக்கதாகப் பிறையாசமாயிருக்க வேணும்.

தேவ சுரூபமுள்ள மனுஷனுடைய விசாரங்களோ அதுகளெல்லாம் அறிவு ஞானமுள்ள புத்திக்கும் சுத்தாங்கமுள்ள மனதுக்கும்க் கீழ்ப்படிஞ்சு இருந்துதெண்ணு விசுவாசிக்கிறத்துக்கு ஞாயமாயிருக்கும். அப்படியே முழு மனுஷனைச் சறுவேசுரன்த் தம்முடைய திருச் சுரூபத்துக்குச் சரியாக உண்டாக்கினாரெண்ணு சொன்னோமானால் அந்தத் தேவ சுரூபத்துக்கு மனுஷனுடைய ஆற்றுமம் சரியாக யிருந்துதெண்ணு சொல்லுகிறதுமல்லாமல் அவனுடைய சரீரம் அதுக்கு சரியா[யி]ருந்துதெண்ணு சொல்ல வேண்டியிருக்கிறது. அதேதென்றால் அவனுடைய சரீரம் விசாதி யில்லாமலும் விக்கினங்களில்லாமலும் துக்கங்களை அனுபவியாமலும் இந்தப் பூலோகத்திலே யிருந்து பரலோகத்துக்குச் சாவு யில்லாமல்ப் போறத்துக்குப் பெலனாயிருந்துது. எல்லாத்தையும் யுண்டாக்கின சறுவேசுரன் இந்தப் பூலோகத்திலே யிருக்கிற சகல வஷ்த்துக்களை ஆண்டு கொள்ளத் தக்கதாகக் காரணமா யிருக்கிறாப்போலே அந்தப்படியே பூலோகத்திலுள்ள சகல வஷ்த்துக்களை ஆண்டு கொள்ளத் தக்கதாக சறுவேசுரன்த் தம்முடைய தேவ சுரூபமுள்ள மனுஷனுக்கு வல்லமையைக் கொடுத்தருளினார்.

இப்படிக் கொத்த வல்லமையை கொடுத்தபடியினாலே சகலமான மிறுகங்களும் பஷ்சி சாதிகளும் மற்சங்களும் பூச்சிசாதிகளும் இது முதலான செந்துக்களெல்லாம் தேவ மகிமையுள்ள மனுஷனைப் பாத்து அவனைச் சேதம் பண்ணாமலும் யாதொரு பொல்லாப்புச் செய்யாமலும் அவனுக்கு கீழ்ப்படிஞ்சு

எள்ப் பிறமாணமாகிலும்த் [அதாவது: எள்ளளவாகிலும்] தாமசமில்லாமல் மனுஷனுடைய கட்டளையின்படியே செயிதுகொண்டு வந்துதெண்ணு வேத பாக்கியத்தினாலே அறிந்திருக்கிறோம்.

இதல்லாமல் அந்தந்த தேவசு **[ஓலை 57 முன் பக்கம்]** ரூபமுள்ள மனுஷனை உத்தமமான வனாந்திரத்திலே யிருக்கவும் அதிலே பல பல வகையுள்ள நன்மையான கனிகளை சந்தோஷமாகச் சாப்படவும் சறுவேசுரன் கட்டளையிட்டருளினார். யெதுக்காகச் சறுவேசுரன் மனுஷனைத் தம்முடைய திருச் சுரூபத்துக்குச் சரியாக மனுஷனை உண்டாக்கினாரென்னு கேட்கும்போது சறுவேசுரனோடே மனுஷன் ஒருகட்டாயிருக்கத் தக்கதாகவும் அவரோடே ஒரு மனசாயிருக்கத் தக்கதாகவும் தனக்குண்டான தேவ லெஷ்சணங்களின்படியே சறுவேசுரனுக்கு உத்தம பிறகாரமாகச் சொந்தமான மனதினாலே பணிவிடை செய்யத் தக்கதாகவும் அப்படியே பணிவிடை செய்கிற முகாந்திரமாகப் பரலோகத்தினுடைய கெதிமோட்சத்தை அடையத் தக்கதாகவும் இதுக்காகச் சறுவேசுரன்த் தம்முடைய தேவ சுரூபத்துக்கு மனுஷனை சரியாக உண்டாக்க்கினாரெண்ணு சொல்ல வேணுமொழிய மற்றப்படியல்ல.

இப்படிக் கொத்த தேவ சுரூபமுள்ள மனுஷனுடைய வற்தவானங்களைக் கேட்டு அறிஞ்சீர்களானால் நமக்கு முன்னுண்டான மகிமையை அநேகந்தரம் நினைச்சு அதிலே விளங்கியிருக்கிற சறுவேசுரனுடைய தயவையும் கிறுபையையும் அறிஞ்சு அவரைத் தோத்திரம் பண்ணவேணும்.

நாங்களெல்லாரும் [அதாவது: நாமெல்லாரும்] செய்த பாவங்கள் முகாந்திரமாக முந்தின தேவ சுரூபமுள்ள சுவாபத்தையும் அதினாலே வருகிற தேவ பிறசாதாங்களையும் தேவ லெஷ்சணங்களையும் தேவ நன்மைகளையும் முழுதும் இழந்துபோய் பிசாசினுடைய சுரூபமுள்ள சுவாபத்தை எடுத்துக்கொண்டுத் தன்னுடைய சிற்றத்தின்படியே இப்போ செய்துகொண்டு வருகிறபடியினாலே இப்படிக் கொத்த மகாச் சத்துருவாயிருக்கிற பிசாசினுடைய உபாய தந்திரங்களின்படியே நடக்காதபடிக்கு முன் யிழந்து போன தேவ சுரூபத்தை மறுபடியுமடையத் தக்கதாகக் கருத்துள்ள மனதாயிருக்க வேணும்.

இதினிமித்தியமாக லோகத்துக்கடுத்த ஆசையையும் லோக நம்பிக்கையையும் லோக செல்வத்தையும் லோகப் பெருமைகளையும் முழு மனசோடே விட்டு பரலோக நடக்கையுயம் [அதாவது: நடக்கையையும்] பரலோக செல்வத்தையும் பரலோக பெருமையையும் பரலோக பாக்கியத்தையும் முழு மனசோடே தேடிக்கொண்டு வர வேணும். அப்படியே பிசாசினாலே வருகிற பாவங்களை தீற்கத் தக்கதாகவும் சறுவேசுரன் கற்பித்தருளின கற்பினைகளின்படியே நடக்கத் தக்கதாகவும் புண்ணியங்களைச் செய்ய **[ஓலை 57 பின் பக்கம்]** த்தக்கதாகவும் சற்றுருவாகிற பிசாசை செயங்கொள்ளத் தக்கதாகவும் மரணபரியந்தம் சறுவேசுர னை சினேகித்து விசுவாசமாய் இருக்கத்தக்கதாகவும் ஆற்றுமமும் சரீரமும் கரையேறத் தக்கதாகவும் சந்தோஷமுள்ள மனசோடே பிறகாசமாயிருக்க வேணும். நாமிப்படி பிறகாசமாயிருந்தோமானால் நமக்கு அனேகம் ஆறுதலுண்டாயிருக்கும்.

அதேதென்றால் சறுவேசுரனானவர் தாமுண்டாக்கின சகல பொருள்களுக்குள்ளே மனுஷனை உத்தம பொருளாக உண்டாக்கி அவனுக்கு தம்முடைய தேவ சுரூபத்தை உண்டாக்கக் கட்டளையிட்டபடியினாலே அவரெல்லாத்திலும் பார்க்க மனுஷன் பேரிலே கிறுபையுள்ளவருமாய் தயவுள்ளவருமாய் இருப்பாரெண்ணுச் சந்தேகப் படாமல் கெட்டி மனசாயிருக்கலாம்.

ஆதமென்கிற நம்முடைய முந்தின பிதாவினாலே இழந்து போன தேவ சுரூபத்தையும் தேவப் பிறசாதங்களையும் தேவ லெஷ்சணங்களையும் தேவ நன்மைகளெல்லா த்தையும் கிறீஷ்த்து ஏசு வென்கிற சுதனாகிய மெய்யான சறுவேசுரனாலே மெய்யாகவே அடையத்தக்கதாக விசுவாச முகாந்திரமாக பிலனாயிருக்கிறோம்.

அதேதென்றால் அந்தக் காலத்திலே தம்முடைய தேவ சுரூபத்தை மனுஷனுக்கு உண்டாகப் பண்ணிக்கொண்டு வருகிற தயாபரனான சறுவேசுரன் அந்தக் காலத்திலும் தம்முடைய ஏக சுதனாகிய நம்முடைய நாதன் ஏசுக் கிறீஷ்த்து வென்கிறவராலே அப்படிக் கொற்ற தேவ சுரூபத்தை நமக்குண்டாயிருக்கக் கட்டளையிடுவாரெ ண்ணு வேத வாக்கியத்தினாலே அறிந்திருக்கிறோம். பரலோகத்துக்குப் போய் மோஷ்ச ராச்சியத்திலே சறுவேசுரனைப் பாத்தோமானால் அவருடைய தேவ சுரூபத்துக்கு சற்றாகிலும் வின்ன பேதகமில்லாமல் எண்ணெண்ணைக்கும்ச் சரியாக யிருப்போமென் கிறத்துக்குச் சந்தேகமில்லை.

## *பிரசங்கம் 18: மனுஷனானவன் தேவ சுரூபத்தை [சாயலை] இழந்து பாவத்தில் விழுந்தான்*

***யெருசலேயமென்கிற கோவிலிலே சொல்லப்பட்ட பதினெட்டாம் பிறசங்கம்:***

போன பிறசங்கத்திலே சறுவேசுரன் மனுஷனைத் தம்முடைய தேவ சுரூபத்துக்குச் சரியாக உண்டாக்கின வத்தவானங்களை யுங்களுக்கு வெளிப்படுத்தினோமே. இந்தப் பிறசங்கத்திலே மனுஷனானவன் அப்படிக் கொத்த தேவ சுரூபத்தை இழந்து பாவத்தில் விழுந்தாரெண்ணு யுங்களுக்கு வெளிப்படுத்துவோம்.

அதெப்படியென்றால் உத்தம பிறகா ***[ஓலை 58 முன் பக்கம்]*** ரமாக உண்டாக்கப்பட்ட மனுஷனானவன் பிசாசினாலே யேவப்பட்டு மோட்சத்தை யடைய வேண்டின தேவ கிறுபையைச் சட்டை பண்ணாமலும் அளவில்லாத சகல நன்மை சுவாபமாயிருக்கிற சறுவேசுரனுக்குத் தன்னிடத்திலே இடங்குடாமலும் அவரருளிச் செய்த கற்பினையை மனதிலே வைக்காமலும் தன்னுடைய சொந்தமான மனதிலேயும் பிசாசினுடைய உபாய தந்திரங்களினாலேயும்த் தன்னை உண்டாக்கின சறுவேசுரனுக்குத் துரோகியாயிருந்து அவருக்குச் சரியாயிருப்பேனெண்ணு சொல்லப்படாத ஆங்காரத்தோடே விசாரித்து அப்படிக் கொத்த விசாரத்தினாலே தனக்குண்டான தேவ பிறசாதங்களையும் தேவ லெஷ்சணங்களையும் தேவ நன்மைகளையும் முழுதும் போக்கடிச்சு அடுமையாயிருந்து பாவத்திலே நிலை கொண்ட மனதை அடைந்தான்.

முன்னாலே மனுஷனுக்கு அறிவு ஞானமுள்ள புற்றி யுண்டாயிருந்துது. இப்போ இருளடைஞ்ச பயித்தியமுள்ள புற்றி நமக்கு உண்டாயிருக்குது. முன்னாலே மனுஷனுக்கு சுத்தாங்கமுள்ள விசுவாசமுடைத்தான மனதுண்டாயிருந்தது. இப்போ அபசுத்தமுள்ள விசுவாசமில்லாத மனது நமக்கு உண்டாயிருந்தது [அதாவது: உண்டாயிருக்குது]. முன்னாலே தேவ சுரூபமுள்ள மனுஷனுக்குச் சறுவேசுரனிடத்திலே வருகிற தேவ விசாரங்களுண்டாயிருந்துது. இப்போ பிசாசினாலே வருகிறஆகாத விசாரங்கள் நமக்குண்டாயிருக்குது. முன்னாலே தேவ சுரூபமுள்ள மனுஷனுக்கு தேவ சுவாபமும் தேவ மகிமையும் தேவ ஞானமும் தேவ நீதியும் தேவ பெலமும் உண்டாயிருந்தது.

இப்போ பிசாசினுடைய சுவாபமுள்ளவர்களாயிருந்து தேவ மகிமையில்லாமலும் தேவ ஞானமில்லாமலும் தேவ நீதி யில்லாமலும் தேவ பெலம் யில்லாமலும் பாவியா[ய்] பாரமுள்ளவர்களாயிருக்கிறோம். முன்னாலே தேவ சுரூபமுள்ள மனுஷனானவன் சறுவேசுரனுக்கு ஒகந்த பிள்ளைகளாயிருந்து யெப்போதுமுள்ள சந்தோஷமும் நிலையான சமாதானமும் மெய்யான பாக்கியமும் யிது முதலான சகல நன்மைகளெல்லாத்தையும் அனுபவிச்சுக்கொண்டு மோட்ச ராச்சியத்துக்குச் சுகந்திரமுள்ளவனாயிருந்தான்.

இப்போ நாம் பிசாசுக்கு அடுமை ***[ஓலை 58 பின் பக்கம்]***களாயிருந்து பல பல விதமுள்ள துற்கங்களையும் விக்கினங்களையும் ஆக்கினையுள்ள தெண்டினைகளையும் கஷ்த்தி வாதைகளையும் இது முதலான பொல்லாப்புக்களை அனுபவிச்சுக்கொண்டு நரகத்துக்குப் பாத்திரவான்களாயிருக்கிற யெமக்கு முன்னாலே தேவ

சுரூபமுள்ள மனுஷனானவன்ச் சறுவேசுரனை எளிசாக அறிஞ்சு அவருக்குக் குறையத்த பிறகாரமாக ஊழியங்களைச் செய்து அவருடைய சித்தத்துக்குக் கீழ்ப்படிஞ்சு அவர் கட்டளையிட்ட கற்பினைகளின்படியே சற்றாகிலும் குறையில்லாமல் நடந்துகொண்டு வந்தான் இப்போ நாம் சறுவேசுரனை அறியாமலும் அவருக்கு ஊழியங்களைச் செய்யாமலும் அவருடைய சித்தத்துக்குக் கீழ்ப்படியாமலும் அவர் கட்டளையிட்ட கற்பினைகளின்படியே நடக்காமலும் அவருக்குப் பொருந்தாமல் யிருக்கிறதெல்லாத்தையுயும் செய்துகொண்டு வருகிறான்.

முன்னாலே தேவ சுரூபமுள்ள மனுஷனானவன் தேவ பரம ரகசியங்களையும் பரலோகத்துக்கும் பூலோகத்துக்குமடுத்த காரியங்களெல்லாத்தையும் எளிசாக அறிகிறத்துக்கு மெத்தக் கல்வியுள்ளவனாயிருந்தான். இப்போ நம்முடைய புற்றியாகிய கண்களை இருளாக மூடிக்கொண்டு இருக்கிறபடியினாலே பரலோகத்துக்கடுத்த காரியங்களிலேயும் பூலோகத்துக்கடுத்த காரியங்களிலேயும்ப் பயித்தியமுள்ளவர்களாயிருக்கிறோம். இதெல்லாம் செய்த பாவங்களினால் வந்து சம்புவிச்சுதெண்ணு சொல்ல வேண்டியிருக்கிறது. இப்படி சொல்ல வேண்டியிருக்கச் செயிதே பாவமென்னப்பட்டதெல்லாத்தையும் நண்ணாக அறிஞ்சு அதுக்காக வெகு மனஷ்த்தாபப்பட்டு சறுவேசுரனைப் பாத்து அதுகளை முழு மனசோடே விட வேணும்.

ஆரிடத்திலே இருந்து பாவம் வந்துதெண்ணுக் கேட்கும்போது அது சறுவேசுரனிடத்திலே [இருந்து] வந்துதெண்ணு சொல்லக் கூடாது. அதேதென்றால் சறுவேசுரனானவர் அளவில்லாத சகல நன்மை

சுவாபமாயிருக்கிறபடியினாலே அவரிடத்திலே [இருந்து] உத்தமமான காரியங்கள் மாத்திரம் வருமெண்ணு சொல்லக் கூடுமொழிய மற்றப்படியல்ல. ஆனபடியினாலே பாவங்களைச் செய்யத்தக்கதாகச் சறுவேசுரன் உண்டாக்காமல் மனுஷனையும் மற்றப் பொருள்களெல்லாத்தையும் உத்தம பிறகாரமாக உண்டாக்கினார். பாவங்களை செய்யத்தக்கதாக சறுவேசுரன் ஒருதரையும் சோதிக்காமல் அதுகள் பே **[ஓலை 59 முன் பக்கம்]** ரிலே வற்மமாயிருந்து அதுகளுக்கான கடினமான ஆக்கினை யிடுகிறார். யிந்த மெதையாக மனுஷன் யெந்தெந்த காரியங்களை செய்கிறத்துக்குச் சறுவேசுரன் அவரவற்குச் சொந்தமான மனசைக் கொடுத்தருளினார். இதிநிமித்தியமாக சறுவேசுரனிடத்திலே இருந்து லோகத்திலே பாவம் வந்துச் சம்புவிச்சுதெண்ணு சொல்லக் கூடாமால் பிசாசினிடத்திலே இருந்து பாவம் இந்தப் பூலோகத்திலே வந்து சம்புவிச்சுதெண்ணு சொல்லக் கூடுமொழிய மற்றப்படியல்ல.

அதேதென்றால் பிசாசானது முந்தின பாவத்தைச் செய்துகொண்டு வந்துது யென்கிறதுமல்லாமல் நம்முடைய முந்தின மதா [அதாவது: மாதா] பிதா பாவத்தில் விழத்தக்கதாகத் தந்திரம் பண்ணிக்கொண்டு வந்துதெண்ணு வேத வாக்கியத்தினாலே அறிந்திருக்கிறோம். பிசாசுக்குப்பிற்பாடு நம்முடைய மாதா பிதாவும் லோகத்தில் பாவம் வந்து சம்புவிக்கிறத்துக்குக் குத்தமுள்ளவர்களாயிருந்தார்கள்.

அப்படியே இத்தையில் வரைக்கும்ச் சம்புவிச்ச சகலமான பாவங்களும் இனிமேல் லோக முகியமட்டும்ச் சம்புவிக்கிற சகலமான பாவங்களும் பிசாசினுடையவும்

லோகத்தினுடையவும் சரீரத்தினுடைய ஆகாத ஆசையினுடைய வுபாய தந்திரங்களினாலே வருகிறதெண்ணு சொல்ல வேண்டியிருக்கிறது. பாவம் யின்னதெண்ணு கேட்கும்போது சறுவேசுரன் அருளிச் செய்த வேதத்துக்கு விரோதமாயிருக்கிற காரியங்கலெல்லாம் பாவமென்று சொல்லப்படும். பாவத்தினுடைய வகையோ வென்றால் ரெண்டு வகையுள்ள பாவமுண்டெண்ணு விசுவாசிக்கக்கடவோம். அதிலே சென்ம பாவமானது முதலாவது வகையாகும். சென்மப் பாவத்தினாலே செய்துகொண்டு வருகிற பாவமென்னப்பட்டதெல்லாம் ரெண்டாம் வகையாகும். சென்ம பாவமோ வென்றால் அது அவரவர்களுக்குத் தங்களுடைய பிதாவினாலேயும் மாதாவினாலேயும் சுவாபமாக உண்டாயிருக்கிற ஆற்றும வியாதியென்று சொல்லப் படும்.

இப்படிக் கொத்த ஆற்றும விசாதியினுடைய முகாந்திரமாக தேவப் பொருள்களிலே குருட்டாட்ட முள்ள பேர்களுமாய் நன்மையைச் செய்கிறத்துக்கு பெலயீனமுள்ளவர்களுமாய்ப் பொல்லாப்புச் செய்கிறத்து க்கு ஆசையுள்ளவர்களுமாய் யிருக்கிறோம். பூலோகத்திலே சஞ்சாரம் பண்ணுகிற மனுஷரெல்லாருக்கும் இந்தச் சென்ம பாவமுண்டெண்ணுப் பாத்துக்கொண்டு வருகிறோம்.

***[ஓலை 59 பின் பக்கம்]*** இப்படி பொதுவாயிருக்கிற சென்மப் பாவ முகாந்திரமாக சறுவேசுரனுக்குத் துரோகியான விசாரங்களினாலேயும் ஆகாத வார்த்தைகளினாலேயும் பொல்லாத நடக்கைகளினா லேயும் எண்ணப்படாத பாவங்களைச் செய்துகொண்டு வருகிறோம். ஆனால் சறுவேசுரனைச் சினேகிச்சு

விசுவாசமுள்ள பேர்களுக்கும் சறுவேசுரனுடைய கிறுபையைச் சட்டை பண்ணாமல் பிசாசினுடைய மனதின்படியே நடந்து கொள்ளுகிற பேர்களுக்கும் அனேகம் வித்தியாசமுண்டா யிருக்கிறாப்போலே அந்தப்படியே அவர்கள் செய்துகொண்டு வருகிற பாவங்களுக்கு வித்தியாசமுண்டெண்ணு சொல்ல வேணும். அதேதென்றால் சறுவேசுரனைச் சினேகிச்சுக் கொள்ளுகிற பேர்கள் மெய்யாகவே மனது திரும்பியிருக்கிறபடியினாலேயும்த் தவசு பண்ணிக்கொண்டு வருகிறபடியினாலேயும் அவர்கள் ஆங்காரத்தோடே பாவங்களை செய்யாமல் பெலயீனத்திலே மாத்திரம் பாவங்களுக்குள்ப்படுகிறார்கள்.

இதிநிமித்தியமாக அவர்கள் யாதொரு பாவங்களை செய்தார்களெண்ணு அறிஞ்சால் அதுகளுக்காக மெத்த வெட்கமாயிருந்து மிகவும் கஷ்திப்பட்டு அதுகளை விட்டு இனிமேல் அப்படிக் கொத்த பாவங்களை செய்யாதபடிக்கு கிறீஷ்த்து யேசு நாதரைப் பாத்து வணக்கத்தோடேயும் விசுவாசமுள்ள மனசோடேயும் வேண்டிக் கொள்ளுவார்கள். விசுவாசமில்லாத பேர்களோ வென்றால் அவர்கள் பிசாசுக்கும் அடுமைகளாயிருக்கிறபடியினாலே ஆங்காரத்தோடேயும் சொந்த மானம் மனசோடேயும் பாவங்களைச் செய்து வருகிறார்கள்.

அதேதென்றால் அவர்கள் பாவங்களுக்குச் சம்மதிக்கிறதுமல்லாமல் அதுகளைச் சந்தோஷமாகச் செய்கிறத்துக்கு இடந் தேடிக்கொண்டு திரிவார்கள். இந்த மெதையாகச் சகலமான பாவங்களும் நரகத்துக்குப் பாத்திரமாயிருந்தாலும் சில பாவங்கள் பெரியதெண்ணும் சில பாவங்கள் அற்பப் பாவங்களென்னுஞ்

சொல்லப்படுஞ் பாவங்களினாலே வருகிற ஆக்கினை யின்னதென்று கேட்கும்போது அது சாபமெண்ணும் பல பல விக்கினங்களெண்ணும் நரக வேதனையென்றும் சொல்லப்படும்.

அதேதென்றால் பாவிகளாயிருக்கிற பேர்களெல்லாரும் இந்தப் பூலோகத்திலே சாபமுள்ளவர்களாயிருந்து ஆக்கினையாகிய நர **[ஓலை 60 முன் பக்கம்]** கத்துக்கு போவார்களெண்ணு நம்முடைய புத்தியினாலே அறிஞ்சிருக்கிறதுமல்லாமல் சறுவேசுரன் அருளிச் செய்த வேதத்தினாலே வெளியரங்கமாக அறிந்திருக்கிறோம்.

இது இப்படி யிருக்கச் செய்தே பாவங்களென்னப்பட்டதெல்லாத்தையுஞ் நண்ணாக அறிஞ்சு முழு மனசோடே விட வேணும். செய்த பாவங்களுக்காக மெத்த மனஷ்த்தாபப்பட்டு கிறீஷ்த்து யேசு நாதர் பேரிலே விசுவாச நம்பிக்கையாயிருக்க வேணும். அதேதென்றால் அவர் பாடுபட்டத்தினாலேயும் அவர் சிந்தப்பட்ட [அதாவது: சிந்திய] விலை மதியாத திருரெத்தத்தினாலே[யும்] நாம் செய்த பாவங்களைச் சறுவேசுரன்ப் பொறுத்துக் கொள்ளுவாரொழிய மற்றப்படியல்ல. இனிமேல் மனதினாலேப் பாவங்களைச் செய்யாதபடிக்கு சறுவேசுரனுடைய வேத வாக்கியத்தை அனுதினமுங் கேட்டு மனசிலே வைத்து அதின்படியே செய்யத் தக்கதாகக் கருத்துள்ள மனசாயிருக்க வேணும்.

நாமிப்படிக் கருத்துள்ள மனசாயிருந்தோமானால்த் தயாபரனான சறுவேசுரன் நம்மைக் கிறுபையோடே பாத்து பல பல பாவங்களிலே நிண்ணு நம்மை மூண்டு லெஷ்சித்துப் பாவங்களை விடுகிறத்துக்கும் புண்ணியங் களைச் செய்கிறத்துக்கும் தம்முடைய தேவ பெலத்தையும்

தேவ சகாயத்தையும் நமக்குக் கொடுத்து அனுக்கிறகம் பண்ணி நம்மோடே கூட யெண்ணெண்ணைக்கும் வாசமாயிருப்பா ரென்கிறத்துக்குச் சந்தேகமில்லை.

## பிரசங்கம் 19: கிறீஷ்த்து யேசு நாதருக்கு அனேகம் பெயர்கள் உண்டு

**எருசலேயமென்கிற கோவிலிலே சொல்லப்பட்ட பத்தொன்பதாம் பிறசங்கம்:**

போன பிறசங்கத்திலே சறுவேசுரனுடைய தேவ சுரூபத்துக்குச் சரியாக உண்டாக்கப்பட்ட மனுஷனானவன் செய்தப் பாவங்களினாலேத் தனக்குண்டான தேவ பிறசாதங்களையும் தேவ லெஷ்சணங்களையும் தேவ நன்மைகளெல்லாத்தையும் முழுதும் போக்கடிச்சுப் பாவத்திலே விழுந்தானெண்ணு யுங்களுக்கு வெளிப்படுத்தினோமே.

இந்தப் பிறசங்கத்திலேப் பாவத்துக்கும் பிசாசுக்கும் அடுமைகளாய்ப் போன மனுஷர் யெல்லாரையும் மூண்டு லெஷ்சிக்க இந்தப் பூலோகத்திலே வந்த கிறீஷ்த்து யேசு நாதருக்கு அனேகம் பேர் யுண்டெண்ணு சொல்லி அவர் யெப்படிக் கொத்தவரெண்ணு யுங்களுக்கு வெளிப்படுத்துவோம். அதெப்படியென்றால் பிதாவாகிய சறுவேசுரனுக்கு யுண்டான பேரை அவரருளிச் செய்த வேத வாக்கியத்தினாலே நண்ணாக அறிஞ்சோமானால் அவர் யெப்படிக் கொத்தவ **[ஓலை 60 பின் பக்கம்]** ரெண்ணு அறியலாமென்கிறாப்போலே அந்தப்படியே சுதனாகிய சறுவேசுரனுக்குண்டான பேரை வேத வாக்கியத்தினாலே நண்ணாக அறிஞ்சோமானால் அவர் யெப்படிக் கொத்தவரெண்ணு வெளிச்சமாக அறியலாம்.

**முதமுத** கிறீஷ்த்து யேசு நாதருக்குச் சறுவேசுரனுடைய சுதனென்கிற பேர் செல்லுமெண்ணு வேத வாக்கியத்தினாலே அறிஞ்சிருக்கிறோம். அதேதென்றால் அவர் பிதாவாகிய சறுவேசுரன்

தம்முடைய சுவாபத்திலே நிண்ணு அனாதியாகப் பிறந்து அவருக்குச் சுவாபமான சுதனாயிருக்கிறார்.

**ரெண்டாவது** அவர் லோகத்தை மூண்டு லெஷ்சிக்கிறவரெண்ணு வேத வாக்கியத்திலே அறிஞ்சிருக்கிறோம். அதேதென்றால் பூலோகத்திலேச் சஞ்சாரம் பண்ணுகிற மனுஷரெல்லாரையும் தாம் பாடுபட்டத்தினாலேயும்த் தம்முடைய விலை மதியாத திரு ரெத்தத்தினாலேயும் மூண்டு லெஷ்சிக்க மனுஷனாக வந்து பாவங்களினாலே இழந்து போன மோஷ்சத்தை விசுவாசமுள்ள மனுஷரெல்லாருக்கு[ம்] மறுபடி கொடுத்தருளினார்.

**மூணாவது** கிறீஷ்த்து யேசு நாதரானவர் சகல தீற்கத்தெரிசிகளுக்குள்ளே பிறதான தீற்கத்தெரிசியா யிருக்கிறாரெண்ணு வேத வாக்கியத்தினாலே அறிந்திருக்கிறோம். அதேதென்றால்த் தம்முடைய பிதாவினுடைய சித்தத்திலே ஒளிக்கப்பட்ட தேவ பரம ரகசியங்களை இந்தப் பூலோகத்துக்கு வெளிப்படுத்தி பரலோகத்தினுடைய வத்தவானங்க ளெல்லாத்தையும்ச் சொல்லிக் காட்டி யருளினார்.

**னாலாவது** கிறீஷ்த்து யேசு நாதரானவர் சகல ராசாக்களுக்கு ராசாவுமாய் கற்றாக்களுக்கு கற்றாவுமாய் யிருக்கிறாரெண்ணு வேத வாக்கியத்தினாலே அறிஞ்சிருக்கிறோம். அதேதென்றால் அவர் மெய்யான சறுவேசுரனாயிருக்கிறபடியினாலேயும் பரமண்டலத்தையும் பூலோகத்தையும் உண்டாக்கினபடியினாலேயும் உண்டாக்கப்பட்ட செந்துக்களெல்லாத்தையும் ஆண்டு நடத்தி லெஷ்சித்துக்கொண்டு வருகிறபடியினாலேயும் பூலோகத்திலே யிருக்கிற சகல ராச்சியங்களுக்கும்

பரலோகத்திலே யிருக்கிற சகல ராச்சியங்களுக்கும் அவர் ராசாவென்றும் கத்தாவென்றும் சொல்லப்படும்.

***அஞ்சாவது*** கிறீஷ்த்து யேசு நாதரானவர் சகல குருமார்களுக்குள்ளே பிறதான குருவெண்ணு வேத வாக்கியத்தினாலே அறிந்திருக்கிறோம். அதேதென்றால் நரகத்துக்குப் போகிற வழிகளிலே நடக்கிற பேர்களெல்லாருக்கும்த் தம்முடைய ஞான உபதேசத்தினாலே மோஷ்சத்துக்குப்போற மெய் ***[ஓலை 61 முன் பக்கம்]*** யான வழி யேதெண்ணும் அந்த வழியிலே நடக்கத்தக்கதாக மெய்யான உபாயம் மேதென்றும் சறுவேசுரனுக்குப் பொருந்தியிருக்கிற வழிபாடுகள் யேதெண்ணும் வெளியரங்கமாகப் போதிவிச்சுத் தம்முடைய நடக்கையினாலே காட்டியருளினார்.

***ஆறாவது*** கிறீஷ்த்து யேசு நாதரானவர் பூலோகத்துக்கு சமாதானத்தைக் கொடுக்கிறவரெண்ணு வேத வாக்கியத்தினாலே அறிந்திருக்கிறோம். அதேதென்றால் லோகத்துக் குடியானவர்களெல்லாரும்த் தாங்கள் செய்த பாவங்கள் முகாந்திரமாக சறுவேசுரனுக்குத் துரோகிகளுமாய் சற்றுருவாயிருக்கிற பேர்களுமாய் அவருடைய நீதிக்குப் பொருந்தாமல் யிருக்கிறவர்களுமாய் நரகத்துக்குப் பாத்திரமுள்ளவர் களுமாய் யிருந்தபடியினாலே கிறீஷ்த்து யேசு வென்கிற மெய்யான சுதனாகிய சறுவேசுரன் மனுஷாவதாரத்தை யெடுத்து மனுஷர் செய்த பாவங்களுக்காகப் பாடுபட்டு சறுவேசுரனுக்கும் மனுஷனுக்கும் உண்டாயிருந்த அவசினேகத்தைத் தள்ளி சினேகமுள்ள சமாதானத்தை விசுவாசிக்கிற பேர்களுக்கு அனுதினமும் கொடுத்துக்கொண்டு வருகிறார்.

***ஏழாவது*** கிறீஷ்த்து யேசு நாதரானவர் நம்முடைய ஞானமெண்ணு வேத வாக்கியத்தினாலே அறிஞ்சிருக்கிறோம். அதேதென்றால் நாம் தேவ சுருபத்தை இழந்துபோனபிற்பாடு ஞானமில்லாமல் பாவத்துக்குள்ளாயிருக்கிறபடியினாலே கிறீஷ்த்து யேசு வென்கிற சுதனாகிய சறுவேசுரன் நம்முடைய சுவாபத்தை யெடுத்துக்கொண்டுத் தம்முடைய அளவில்லாத ஞானத்தினாலே நமக்கு மறுபடியும் ஞானம் உண்டாயிருக்கக் கட்டளை யிட்டருளினார்.

***எபட்டாவது*** *[அதாவது: எட்டாவது]* கிறீஷ்த்து யேசு நாதரானவர் நம்முடைய நீதியென்று வேத வாக்கியத்தினாலே அறிந்திருக்கிறோம். அதேதென்றால் அவரைத் தேவ பிறசாதத்தினாலே நண்ணாக அறிஞ்சு அவர் நமக்காகச் செய்த உபகாரங்களை மெய்யாகவே நம்பிப் பாவங்களுக்காக மெத்த மனஷ்தாபமாயிருந்து அவர் பேரிலே முழு விசுவாசமுள்ள பேர்களெல்லாரும் அவர் பாடுபட்ட புண்ணியங்களினாலே சறுவேசுரனுக்கு முன்பாகவும் மனுஷருக்கு முன்பாகவும் நீதியுள்ளவர்களாயிருக்கலாம்.

**ஒன்பதாவது** யேசு நாதரானவர் நம்முடைய அறிவுயென்று வேத வாக்கியத்தினாலே அறிந்திருக்கிறோம். அதேதென்றால் நாமவரை வேண்டிக்கொண்டு அவரோடே ஒருகட்டாயிருந்தோமானால் ***[ஓலை 61 பின் பக்கம்]*** அவருடைய அனுக்கிறகத்தினாலே தேவப் பொருள்களிலேயும் லோகப் பொருள்களிலேயும் அறிவுள்ளவர்களாயிருக்கலாம்.

**பத்தாவது** கிறீஷ்த்து யேசு நாதரானவர் நம்முடைய சீவனெண்ணு வேத வாக்கியத்தினாலே அறிஞ்சிருக்கிறோம். அதேதென்றால் அவரை சினேகிச்சுக்கொண்டு வருகிற பேர்கள் முன் இழந்து போன தேவ பிறசாதத்தையும் தேவ லெஷ்சணங்களையும் தேவ நன்மைகளையும் தேவ ஆசிறுபாதத்தையும் தேவ கிறுபையையும் அவராலே மறுபடி யடைஞ்சு தேவ சீவனுள்ள பேர்களாயிருக்கலாம்.

**பதினோராவது** கிறீஷ்த்து யேசு நாதரானவர் நம்முட [அதாவது: நம்முடைய] பெலமெண்ணு வேத வாக்கியத்தினாலே அறிந்திருக்கிறோம். அதேதென்றால் அவருடைய ஒத்தாசையினாலேப் பாவங்களைத் தள்ளத்தக்கதாகவும் பிசாசினாலே வருகிற ஆகாத விசாரங்களை விடத் தக்கதாகவும் சகலமான துன்மாற்கங்களை நீக்கத் தக்கதாகவும் சறுவேசுரன் கற்பித்தருளின புண்ணியங்களையும் அவருக்குப் பொருந்தியிருக்கிற ஆராதனைகளையும் செய்யத் தக்கதாகவும் தேவ நடக்கையை நடந்து கொள்ளத் தக்கதாகவும் பெலமுள்ளவர்களாயிருக்கலாம்.

**பனிரெண்டாவது** கிறீஷ்த்து யேசு நாதரானவர்த் தம்முடைய நடக்கையினாலே மோட்சத்துக்குப் போக நம்முடைய பணிக்கனெண்ணு [பணிக்கன்: உபாத்தியாயன்] வேத வாக்கியத்தினாலே அறிஞ்சிருக் கிறோம். அதேதென்றால் அவர் நடந்த நடக்கையின்படியே உத்தம பிறகாரமாக நடந்து கொள்ளுகிற பேர்கள் அவருடைய சினேகிதத்தினாலே விசுவாசமுள்ள பேர்களுமாய்த் தயவுள்ளவர்களுமாய் நம்பிக்கையுள்ளவர்களுமாய்ப் பொறுமையுள்ளவர்களுமாய் மதுரமுள்ளவர்களுமாய் யுண்மையுள்ளவர்களுமாய்

தாபமுள்ளவர்களுமாய் நன்மையுடைத்தானவர்களுமாய்ச் சகல புண்ணியமுள்ளவர்களுமாயிருக்கக்கடவோம்.

**பதிமூணாவது** கிறீஷ்த்து யேசு நாதரானவர் நம்முடைய ஒளிவுயென்று வேத வாக்கியத்தினாலே அறிஞ்சிருக்கிறோம். அதேதென்றால் அவர் தம்முடைய தேவ கிறுபையினாலே நம்முடைய இறுதயத்திலே வாசமாயிருந்தால் நமக்குண்டான இருளான புற்றியைத் தள்ளி தேவ ஒளிவு நமக்கு ***[ஓலை 62 முன் பக்கம்]*** *[உ]*ண்டாயிருக்கப் பண்ணிக்கொண்டு வருகிறார்.

**பதினாலாவது** கிறீஷ்த்து யேசு நாதரானவர் பரலோகத்துக்கும் பூலோகத்துக்கும் பிறகாசமாயிருக்கிறா ரெண்ணு வேத வாக்கியத்தினாலே அறிந்திருக்கிறோம். அதேதென்றால்ப் பரலோகத்திலே யிருக்கிற சகல சம்மனசுக்களும் *[அதாவது: சம்மனசுக்களுக்கும்]* பூலோகத்திலே இருக்கிற சகல மனுஷருக்கும் வேண்டின தேவ பிறசாதமும் தேவ வெளிச்சமும் அவரிடத்திலே யிருந்து வருமொழிய மற்றப்படியல்ல.

**பதினஞ்சாவது** கிறீஷ்த்து யேசு நாதரானவர் நமக்கு ஆறுதலாயிருக்கிறாரெண்ணு வேத வாக்கியத்தினாலே அறிஞ்சிருக்கிறோம். அதேதென்றால் பல பல சோதினைகளிலே நிண்ணு பாவங்களுக்காக துக்கமுள்ளவர்களாயிருந்தோமானால் அவர் நம்மைக் கிறுபையோடே பாத்து நாம் செய்த பாவங்களைப் பொறுத்து நமக்குண்டான துக்கமுள்ள மனசைத் தள்ளிச் சந்தோஷமுள்ளவர்களும்ாய் ஆறுதலுடைத்தானவர் களுமாயிருக்கக் கட்டளை யிடுகிறார்.

**பதினாறாவது** கிறீஷ்த்து யேசு நாதரானவர் பிதாவினுடைய திருச் சன்னதியிலே நமக்காக

மண்ணாடுகிறவரெண்ணு வேத வாக்கியத்தினாலே அறிஞ்சிருக்கிறோம். அதேதென்றால் நாம் சறுவேசுரனை வேண்டிக் கொள்ளுகிற போது அவர் நம்மை நினைச்சு நாம் கேழ்க்கிற மண்ணாட்டுக்களைக் கொடுத்து அனுதினமும் வேண்டிக் கொள்ளத் தக்கதாகவும் தோஷ்த்திரம் பண்ணத்தக்கதாகவும் நமக்குப் புத்தி சொல்லிக்கொண்டு வருகிறார்.

**பதினேழாவது** கிறீஷ்த்து யேசு நாதரானவர் நம்மைக் காத்துக்கொண்டு வருகிறவரெண்ணு வேத வாக்கியத்தினாலே அறிஞ்சிருக்கிறோம். அதேதென்றால் பிசாசினுடைய பல பல உபாயங்களினாலே ஏத்தாதபடிக்கும் தம்மைச் சிநேகிச்சுக்கொண்டு வருகிற பேர்களுக்கு யாதொரு மோசம் வராதபடிக்கும் யவர்களைத் தம்முடைய அளவில்லாத பெலத்தினாலே காத்துக்கொண்டு மரணபரியந்தம் அவர்களுக்கு பல பல உபகாரங்களைச் செய்துகொண்டு வருகிறார்.

**பதினெட்டாவது** கிறீஷ்த்து யேசு நாதரானவர் நம்முடைய மோட்சமெண்ணு வேத வாக்கியத்தினாலே அறிஞ்சிருக்கிறோம். அதேதென்றால் அவருடைய தயவினாலேயும் சகாயத்தி ***[ஓலை 62** பின் பக்கம்]* னாலேயும் இந்தப் பாக்கியவான்களாயிருந்து பரலோகத்தில் அழியாத மோட்சத்தை யடையக்கட வோம். இதிநிமித்தியமாக கிறீஷ்த்து யேசு நாதரை நண்ணாக அறிஞ்சு அவர் பேரிலே விசுவாச நம்பிக்கையாயிருந்து அவரை முழு மனசோடே சிநேகிச்சு அவர் போதிவிச்ச உபதேசங்களைப் பத்தியோடே படிச்சு அவருடைய நடக்கைக்குச் சரியாக நடந்து அவராலே மோட்சத்தை யடையத் தக்கதாக கருத்துள்ள மனசாயிருக்க வேணும். இப்படிக் கொத்தக் கருத்துள்ள

மனசை கிறீஷ்த்து யேசு நாதரானவர் நம்முடைய இடத்திலே இருக்குதெண்ணு அறிஞ்சால் அவர் நமக்குத் துணையாக வந்து நம்மை மோட்ச ராச்சியத்துக்குக் கூட்டிக்கொண்டு போவாரென்கிறத்துக்குச் சந்தேகமில்லை.

# பிரசங்கம் 20: கிறீஷ்த்து யேசு எல்லாத்துக்கும் மேலான கர்த்தராயிருந்தாலும் நமக்காக உகந்த தாட்சியோடே மிகவும் கீழ்த்தரமானார்

<u>எருசலேயமென்கிற கோவிலிலே சொல்லப்பட்ட இருபதாம் பிறசங்கம்:</u>

போன பிறசங்கத்திலே கிறீஷ்த்து யேசு நாதருக்குப் பல பல பேர் யுண்டெண்ணு சொல்லி அவர் யெப்படிக் கொத்தவரெண்ணு உங்களுக்கு வெளிப்படுத்தினோமே. இந்தப் பிறசங்கத்திலே அவர் யெல்லாத்துக்கும் மேலான கத்தராயிருந்தாலும் நமக்காக உகந்த தாட்சியோடே மிகவும் கீழ்த்தரமாயிருந்தாரெண்ணு யுங்களுக்கு வெளிப்படுத்துவோம்.

அதெப்படியென்றால் பெருமைக்காக பாவத்திலே விழுந்த மனுஷரை மூண்டு லெஷ்சிக்க அவர் இந்தப் பூலோகத்திலே வந்தபடியினாலே மனுஷர் பெருமையோடே செய்த பாவங்களை யெளிமையோடே தாழ்த்திப் பொறுமையோடே கீழ்த்தரமாயிருந்தாரொழிய மத்தப்படியல்ல. இப்படி கீழ்த்தரமாயிருக்கிற வகையோவென்றால் ரெண்டு வகை யுண்டெண்ணு அறியக்கடவோம். அதில் முதலாம் வகையாவது கிறீஷ்த்து யேசு நாதரானவர்த் தம்முடைய மனுஷ சுவாபமாகிய மட்டும் [அதாவது: மற்றும்] தமக்குண்டான தேவ லெஷ்சணங்களை அனுபவியாமல் மனுஷரைப்போலே இந்த லோகத்திலே யிருந்தார்.

அவர் மெய்யான சறுவேசுரனாகிய மட்டும் [அதாவது: மற்றும்] யெல்லாத்தையும் அறிஞ்சிருக்கிற வராய் யிருந்தாலும் இப்படிக் கொத்த தேவ

லெஷ்சணங்களைச் செய்யாமலிருந்தார். அவர் சறுவத்துக்கும் வல்லவராயிருந்தாலும் நமக்காகத் தன்னிலே தானே பெலயீனமாயிருக்கிறாப்போலே யிருந்தார். அவர் பரமண்டலத்துக்கும் பூலோகத்துக்கும் கத்தராயிருந்தாலும் நமக்கா **[ஓலை 63 முன் பக்கம்]** க தரித்திரமுள்ள பரதேசியைப்போலே சகல உடைமைகள் யில்லாமல் யிருந்தார். அவர் சகல சம்மனசுக்களினாலே வணங்கப்பட்டவராயிருந்தாலும் நமக்காக மனுஷராலே தூஷணிக்கப்பட்டவராயிருந்தார். இந்த மெதையாக அவர் யிந்தப் பூலோகத்திலே மிகவுங் கீழ்த்தரமாயிருந்தாலும் இங்கேயும் அங்கேயும் தமக்குண்டான தேவ லெஷ்சணங்களை அநேகந்தரமாக அனுபவிச்சார். அதேதென்றால் மனுஷரோடே சஞ்சாரம் பண்ணுகிறத்தினாலே மனுஷருடைய இறுதயத்திலே ஒளிக்கப்பட்ட விசாரங்களை வெளிச்சமாக அறிஞ்சார்த் தமக்கு சம்புவிக்கிற காரியங்கள் வருகிறத்துக்கு முன்னே யெளிசாக அறிஞ்சு திருவிளம் பத்தினார்.

அவர் அனேகம் ஆச்சரியமான அற்புதங்களைச் செய்தபடியினாலேத் தமக்கு அளவில்லாத பெலன் யுண்டாயிருந்துதெண்ணு காட்டியருளினார். இப்படி காட்டியருளினபடியினாலே அவர் மனுஷனாயிருக்கிறது மல்லாமல [அதாவது: மனுஷராயிருந்ததுமல்லாமல்] மெய்யான சறுவேசுரனாயிருந்தாரெண்ணு அந்தக் காலத்திலே இருந்த மனுஷர் அறிஞ்சு மெய்யாகவே நம்பிக்கையாயிருந்தார்கள். அவர் கீழ்த்தரமாயிருக்கிற ரெண்டாம் வகையோ வென்றால் உன்னிதமான பரமண்டலங்களிலே யிருக்கிற பிதாவாகிய சறுவேசுரனுடைய சுதனாயிருந்து பூலோகத்திலே யிருக்கிற சகலமான மனுஷருக்கும் ஊழியங்களைச் செய்துகொண்டு வந்தபடியினாலேக் கீழ்த்தரமாயிருக்கிற யிரண்டாம்

வகையாகும். அதேதென்றால் அவர் திருவிளம் பத்தின திரு வசனமாவது மனுஷர் நமக்கு ஊழியங்களைச் செய்ய வேணுமென்கிறத்துக்கு இந்தப் பூலோகத்திலே நாம் வாராமல்ச் சகலமான மனுஷர்களுக்கு நாம் ஊழியங்களைச் செய்கிறத்துக்கு இந்த பூலோகத்திலே வந்தோமொழிய மற்றப்படியல்ல. இதிநிமித்தியமாக அவர் சத்துருக்கள் கையிலே அகப்படுகிறபோதுத் தம்முடைய சீஷர்களுடைய காலுகளைக் கழுவித் திருவிளம் பற்றினதாவது நாம் உங்களுக்குக் குருவென்றும் கத்தனெண்ணும் சொல்லுகிறீர்களே. நாமப்படிக் கொத்தவன் நாந்தானே. உங்களுக்கு கற்றனுமாய் யிருக்கிற நாம் உங்களுடைய கால்களைக் கழுவினபடியினாலே நீங்களும் அப்படிதானே ஒருவருக்கொருவர் கால்களைக் கழுவிக் கொள்ள வேணும். நாம் செய்தாப்போலே நீங்களுஞ் செய்யவேணுமென்கிறத்துக்காக உங்களுக்கு ஒரு படிப்பி ***[ஓலை 63 பின் பக்கம்]*** னையாக யிருந்தோமென்று திருவிளம் பத்தினார்.

அப்படியே கிறீஷ்த்து யேசு நாதரானவர்த் தம்முடைய பிதாவுக்குக் கீழ்ப்படிஞ்சு இருந்ததுமல்லாமல் மனுஷருக்குங் [அதாவது: மனுஷருக்கும்] இந்தப் பூலோகத்திலே இருக்கிற நாள்மட்டுக்கும் [அதாவது: இருந்த நாள்மட்டும்] கீழ்ப்படிஞ்சு நடந்தார். இது தவிர தம்முடைய அளவில்லாத தாட்சியைக் காட்டத்தக்க தாகவும் நம்முடைய பாவங்களை நிவாறணம் பண்ணத் தக்கதாகவும் சிலுவையிலே அவஞாயமான மற[ண]த்தை யடைஞ்சார். இப்படிக் கொத்த மனுஷாவதாரத்தை யெடுத்துக் கொண்ட சுதனாகிய சறுவேசுரன் யெதுக்காக இத்தினை தாட்சியாயிருந்தாரெண்ணு கேட்கும்போது அவர் இத்தைத் தமக்காகச் செய்யாமல்ப் பாவிகளாயிருக்கிற நமக்காகச் செய்தாரெண்ணு தாம்

திருவிளம் பத்தின திரு வசனங்களினாலே அறிந்திருக்கிறோம்.

அதேதென்றால் நம்முடைய பிதா மாதாச் சறுவேசுரனுக்குச் சரியாக யிருப்போமெண்ணுச் சொல்லப் படாத ஆங்காரத்தோடே விசாரித்துத் தங்களைப் படைப்பித்தவராயிருக்கிற சறுவேசுரனுக்குக் கீழ்ப்படியா மல்ப் பெருமையோடே சறுவேசுரனுடைய கற்பினையை மீறியவருடைய நீதிக்கு விரோதமான பேர்களுமாய் நரகத்துக்குப் பாத்திரமுள்ளவர்களாய்ப் போனபடியினாலே கிறீஷ்த்து யேசு வென்கிற சுதனாகிய சறுவேசுரன் பாவத்தினால் சாபமுள்ள மனுஷரை மூண்டு லெஷ்சிக்கிரத்துக்குத் தம்முடைய தேவ லெஷ்சணங்களை அனுபவியாமல்ப் பாவியாயிருக்கிற மனுஷனைப்போலே இந்தப் பூலோகத்துக்கு வந்துத் தம்முடைய பிதாவினுடைய நீதிக்கும் பாவியாயிருக்கிற மனுஷருக்கும் சமாதானம் பண்ணி மனுஷருடைய ஆங்காரத்தை மிகுந்த தாஷ்சியோடே தாழ்த்தி யருளினார்.

அவர் தாழ்த்தியாயிருக்கிற அடையாளமோ வென்றால் ஆறு அடையாளம் யுண்டெண்ணு அறியக்கடவோம். அதிலே முதலாம் அடையாளமாவது ஆதியோடந்தமாகத் தம்முடைய நிற்றியப் பிதாவினுடைய தேவ சுவாபத்திலே நின்று பிறந்த சுதனாகிய சறுவேசுரன் மனுஷாவதாரத்தை யெடுத்து மரியாளென்கிற கன்னியாஷ்த்திறி யிடத்திலே நின்று கெற்பமாக உற்பவிச்சுப் பிறந்தபடியினாலேயும் யெளிமையாக மாட்டுக் கொட்டிலிலே வைக்கோலின் மேலே வைச்சிருந்தபடியினாலேயும் அவர் கீழ்த்தரமாயிருக் கிறத்துக்கு முதலாம். அடையாளமாயிருக்கும்.

அவர் சிறுவத்திலே துவக்கி முப்பது வயசுமட்டும் தம்முடைய மாதா பிதாவுக்குக் **[ஓலை 64 முன் பக்கம்]** கீழ்ப்படிஞ்சு மத்த மனுஷரைப்போலே எளிமையாக நடந்தபடியினாலே அவர் கீழ்த்தரமாயிருக்கிற ரெண்டாம் அடையாளமாகும். சிறுவத்திலே துவக்கி முப்பத்து மூணு வயசுமட்டும் நமக்காக பல பல விக்கினங்களையும் பல பல தின்மைகளையும் பல பல கஷ்த்தி வாதைகளையும் அனுபவிச்சபடியினாலேயும் நாளுக்கு நாள் பிறகாசமாக பிறசங்கம் பண்ணிக்கொண்டு வருகிறபடியினாலேயும் [அதாவது: வந்தபடியினாலேயும்] யெண்ணப் படாத புதுமையான உபகாரங்களை செய்தபடியினாலேயும்ச் சகல மனுஷருடைய பாவங்களினாலே வருகிற தெண்டினைக் குள்ளாய்ப் பாடுபட்டபடியினாலேயும் அவர் கீழ்த்தரமாயிருக்கிற மூணாம் அடையாளமாயிருக்கும். அவர் பாவிகளுக்குள்ளே மகாப் பாவியாயிருக்கிறாப் போலே யெண்ணப்படாத தூஷண வார்த்தைகளைக் கேட்டு நெஷ்ட்டூரருடைய கையினாலே கஷ்த்தி வாதைகளைப் பொறுமையோடே உத்தரிக்கிறத்துக்குப் பிற்பாடு அவஞாயமாக சிலுவையிலே அறையுண்டபடியினாலே அவர் கீழ்த்தரமாயிருக்கிற னாலாமடையாளமாயிருக்கும்.

அவர் அப்படிக் கொத்த சிலுவையிலே அறையுண்டு நமக்காக மரணத்தை யடைஞ்சபடியினாலே அவர் கீழ்த்தரமாயிருக்கிற அஞ்சாமடையாளமாயிருக்கும். அவர் மரணத்தை அடைஞ்சத்துக்குச் சந்தேகமில்லாதபடிக்கு கல்லறையிலே அடக்கப்பட்டபடி யினாலே அவர் கீழ்த்தரமாயிருக்கிற ஆறாம் அடையாளமாயிருக்கும். நாம் யிப்படி கீழ்த்தரமாயிருக்கிற கிறீஷ்த்து யேசு நாதரை விசுவாசமுள்ள கண்களினாலேப் பாத்தோமானால்ச் செய்த பாவங்களினுடைய வற்ற

வானங்களை மனஷ்தாபமாக அறிய வேணும். அவர்ச் சகலமான மனுஷருக்கும்க் கீழ்த்தரமாயிருந்தாப்போலே நாமும் பெருமையுள்ள மனசை விட்டுச் சகல மனுஷருக்கும்க் கீழ்த்தரமாக நடக்க வேணும்.

அவர்களை மனஷ்தாபமாக அறிய வேணும். அவர் நமக்காக இந்தப் பூலோகத்திலே இத்தினை தரித்தியமுள்ளவறாயிருந்தாப்போலே நாமும் தாம் கற்பித்தருளின கற்பினையின்படியே மனசினாலே தரித்திரமுள்ளவர்களாயிருக்க வேணும். அவர் இத்தினைத் தாட்சியோடேச் சகலமான மனுஷருக்கும் ஊழியங்களை செய்தாப்போலே நாமும்த் தாம் நடந்த நடக்கையின்படியே உத்தம பிறகாரமாக நடந்து மத்தவர்களெல்லாருக்கும் ஊழியங்களைச் செய்துகொண்டு வர வேணும். அவர் நமக்காக எத்தினை தூஷணிக்கிற வார்த்தைகளைக் கேட்டு இத்தினை கஷ்த்தி வாதைகளை உத்தரிச்சாப்போலே அந்தப்படியே தாம் அரு **[ஓலை 64 பின் பக்கம்]** ளிச் செய்த கற்பினையின்படியே நடக்கிற நமக்கு யெத்தினை தின்மைகள் வந்தாலும் யெத்தினை கஷ்த்தி வாதைகள் சம்புவிச்சாலும்ப் பாவிகளாயிருக்கிற பேர்கள் நம்முடைய பேரிலே யெத்தினை தூஷணிக்கிற வார்த்தைகளைச் சொன்னாலும் இதுகளெல்லாம்த் *[அதாவது: இதுகளெல்லாத்தையும்]* தாஷ்ச்சியுள்ள மனசொடேயும் உகந்த பொறுமையோடேயும் அனுபவிக்கத் தக்கதாகக் கருத்துள்ள மனசாயிருக்க வேணும்.

நாம் இப்படி கருத்துள்ள மனசாயிருந்து தாட்சியோடே நமக்காகக் கீழ்த்தரமாயிருந்த கிறீஷ்த்து யேசு நாதருக்குச் சரியாக நடந்தோமானால்ப் பரலோகத்திலே அளவில்லாத மகிமையை யுள்ளவருமாய்

அளவில்லாத சந்தோஷமுள்ளவருமாய் அளவில்லாத சம்பிறம் முள்ளவருமாய் அளவில்லாத பாக்கியமுள்ள வருமாய் அளவில்லாத கெதி மோஷ்சம் யுள்ளவருமாயிருக்கிற யேசு நாதருக்குச் சரியாக யிருப்போமென்கிறத்துக்குச் சந்தேகமில்லை.

## *பிரசங்கம் 21:* நமக்காக உகந்த தாழ்சியோடே மிகவும் தாழ்த்தியிருந்த ஏசு நாதரானவர் மிகுந்த மகிமையோடே உசத்தியாய் இருந்தார்

***<u>யெறுசலேயமென்கிற கோவிலிலே சொல்லப் பட்ட இருபத்தோராம் பிறசங்கம்:</u>***

*போன பிறசங்கத்திலே ஏசு கிரீஷ்த்து னாதரானவர் நமக்காக மிகவும் தாழ்த்தியாய் இருந்தார் எண்ணும் இப்படி தாழ்த்தியாய் இருக்கிற வகை ஆறு அடையாளங்களினாலே விளங்கி இருக்குதெண்ணு[ம்] உங்களுக்கு வெளிப்படுத்தினோமே. இந்தப் பிறசங்கத்திலே நமக்காக உகந்த தாழ்சியோடே மிகவும் தாழ்த்தியாயிருந்த ஏசு னாதரானவர் மிகுந்த மகிமையோடே உசத்தியாய் இருந்தாரெண்ணு உங்களுக்கு வெளிப்படுத்துவோம்.*

*அதெப்படியென்றால் நாம் ஆங்காரத்தோடே செய்த பாவங்களை நிவாரணம் பண்ணத் தக்கதாகவும் பிசாசினுடைய வல்லமையை நீக்கத்தக்கதாகவும் பாவங்களினாலே வருகிற சாபமுள்ள ஆக்கினையை விலக்கத் தக்கதாகவும் சுதனாகிய சறுவேசுரன் தமக்குண்டான தேவமகிமையை விட்டு மனுஷருக்காக மனுஷனாய் இந்தப் பூலோகத்திலே வந்து பாவத்துக்கு[ம்] பிசாசுக்கும் அடிமையான மனுஷரை மூண்டு லெஷ்சிக்கிறத்துக்குபிற்பாடு தம்முடைய பிதாவினாலே சொல்லப்படாத மகிமையோடே உசத்தியாயிருந்தார்.*

*இப்படி உசத்தியாய் இருக்கிற வகையோ வென்றால் மூணு வகையுண்டெண்ணு சொல்லக்கடவோம். அதில் முதல் வகையாவது கிரீஷ்த்து*

யேசு நாதரானவர் நமக்காக தம்முடைய பேரிலே எடு **[ஓலை 65 முன் பக்கம்]** த்த தின்மைகளையும் விக்கினங்களையும் கஷ்த்தி வாதைகளையும் பாடுபடுகிற வகைகளெல்லாத்தையும் நெறவேற்றி விடுகிறபடியினாலே உசத்தியாய் இருக்கிற முதலாம் வகையாகும். அவர் தமக்கு முன்னுண்டான தேவ லெஷ்சணங்களெல்லாத்தையும் அடைஞ்சு மோஷ்சத்துக்குப் போனபடியினாலே அவர் உசத்தியாயிருக்கிற ரெண்டாம் வகையாகும். அவர் முன்னாலே யிந்தப் பூலோகத்திலே நமக்காக பெலயீனமாய் யிருக்கிறாப்போலே இருந்தார். இப்போ மோஷ்சத்திலே இருந்து எல்லாத்துக்கும் காரணமாய் இருக்கிறார்.

அதேதென்றால் அவர் பரமண்டலத்துக்கு எழுந்தருளுகிறபோது தம்முடைய சீஷர்களுக்குத் திருவிளம்பத்தினதாவது வானத்திலேயும் பூமியிலேயும் நமக்குச் சகல வல்லமை குடுத்திருக்கிறது. நீங்கள் லோகமெங்கும் போய்ச் சகல செனங்களுக்கும் படிப்பித்து அவர்களுக்கு பிதாச் சுதன் இசிப்பிரீத்து சாந்து திருநாமத்தினாலே ஞானத்தானம் பண்ணுங்கோள். நாம் உங்களுக்கு கற்பித்தருளினதெல்லாத்தையும் கைய்கொள்ளத் தக்கதாக அவர்களுக்கு புத்தி சொல்லுங்கோள். இதோ லோக[ம்] முகியமட்டும் உங்களோடேகூட அனுதினமும் இருப்போமெண்ணு திருவிளம்பற்றினார். இப்படிக் கொத்த ஏசு நாதரானவர் தம்முடைய அளவில்லாத மகிமையையும் அளவில்லாத வல்லமையையும் அளவில்லாத சந்தோஷத்தையும் அளவில்லாத கெதி மோஷ்சத்தையும் எல்லாருக்கும் காட்டத் தக்கதாக இன்னமொருக்கால் இந்தப் பூலோகத்திலே வருவார் என்கிறத்தினாலே அவர் உசத்தியாயிருக்கிற மூணாம் வகையாகும்.

அவர் எதுக்காக உசத்தியாயிருந்தாரெண்ணு கேட்கும்போது இதெல்லாம் நமக்காக சம்புவிச்சுதெண்ணு விசுவாசிக்க வேணுமொழிய மற்றப்படியல்ல. அதேதென்றால் அவர் நம்முடைய னாதராய் இருக்கிற நம்மைத் தாம் பாடுபட்டத்தினாலே லெஷ்சிக்க வேண்டியிருந்ததுமல்லாமல் அளவில்லாத மகிமையை அடைஞ்சத்தினாலே பாவத்தினாலே முன் இழந்து போன மகிமையை நமக்குக் குடுக்க வேண்டியிருந்துது. அவர் உசத்தியா[ய்] இருக்கிற அடையாளங்களோவென்றால் அஞ்சு அடையாளங்கள் உண்டெண்ணு சொல்லக்கட வோம். அவர் பாதாளங்களிலே யிறங்கி அதுகளிலே இருக்கிற பிசாசுக்கும் அந்தக் காலத்திலே தம்முடைய பேரிலே விசுவாசியாத பேர்களுக் ***[ஓலை 65** பின் பக்கம்]* கும் சொல்லப்படாத மகிமையோடே தம்மைக் காட்டியருளினபடியினாலே அவர் உசத்தியாய் இருக்கிறத்துக்கு முதலாம் அடையாளமாய் இருக்கும்.

அவர் மூனா னாள் மரித்தவர்களிடத்தில் நிண்ணும் மகிமையோடே எழுந்தருளினபடியினாலே உசத்தியாயிருக்கிறத்துக்கு ரெண்டாம் அடையாளமாய் இருக்கும். அதேதென்றால் மூணு இஷ்த்திறியானவர்கள் செத்துப்போன ஏசு நாதருக்காக மெத்த மனஷ்த்தாபப் பட்டு அவரை வைய்ச்சிருந்த கல்லறையிலே வந்து பாத்தவுடனே அவர்களுக்கு ஒரு சம்மனசு காண்பிச்சுது. அவர்களந்தச் சம்மனசினுடைய பிறகாசத்தை கண்டு மிகவும் திகைச்சிருந்தார்கள். இப்படி திகைச்சிருந்த மூணு ஷ்த்திறியானவர்களை அந்தச் சம்மனசானவர் பாத்து சொன்ன வாத்தை ஆவது நீங்கள் பயப்பட வேண்டாம் சிலுவையிலே அறையுண்ட நசரேனு ஏசுவை தேடுகிறார்களே *[அதாவது: தேடுகிறீர்களே]* அவர் இவடத்திலே இராமல் எழுந்தருளினார். இதோ அவரை

வைச்சிருந்த தலத்தை பாருங்கோள். நீங்கள் போய் அவர்களுடைய சீஷர்களையும் பேதுறுவையும் பாத்து அவர் கலிலேய என்கிற ஊரிலே உங்களுக்கு முன்னாக நடந்து கொள்ளுவார் எண்ணு சொல்லுங்கோள். அவர் உங்களுக்கு முன் சொன்னாப்போலே நீங்களவடத்திலே அவரைக் காண்பீர்களெண்ணு அந்தச் சம்மனசு சொல்லிச்சுது. அதுக்குப்பிற்பாடு எழுந்தருளின ஏசு நாதரானவர் தம்முடைய சீஷர்களுக்கும் தம்முடைய பேரிலே விசுவாசமுமாய் இருக்கிற பேர்களுக்கும் அனேகந்திரமாக காண்பிச்சார். இப்படி காண்பிச்சபடி யினாலே அவர் மெய்யாகவே எழுந்துருளினாரெண்ணு இருமனப் படாமல் விசுவாசிக்கக்கடவோம்.

அவர் மரித்த பேர்களிடத்திலே நிண்ணு எழுந்தருளினத்துக்குபிற்பாடு பரமண்டலங்களிலே சொல்லப் படாத மகிமையோடே ஏறினபடியினாலே தாம் உசத்தியாயிருக்கிறத்துக்கு மூணாம் அடையாளமாய் இருக்கும். அதேதென்றால் ஒரு மலை மேலே தம்முடைய சீஷர்களோடேயும் அனேக விசுவாசமுள்ள செனங்களோ டேயும் விஷ்த்தாரமான பிறசங்கம் பண்ணினத்துக்குப் பிற்பாடு அவர்கள் எல்லாருக்கும் முன்பாக மகாப் பிறகாசமுள்ள மேகத்தின் பேரிலே ஏறிக்கொண்டு பரமண்டலத்துக்கு எழுந்தருளினார். அவடத்திலே நிற்கிற பேர்கள் அவர் எழுந்தருளினத்தைப் பார்க்கிறபோது இதோ ரெண்டு சம் ***[ஓலை 66 முன் பக்கம்]*** மனசுகள் அவர்கள் கிட்ட நிண்ணு சொன்ன வார்த்தையாவது கலிலேய என்கிற ராச்சியத்திலே இருக்கிற பேர்களே இவடத்திலே நிண்ணு ஏன் வானத்தை உசரப் பாற்கிறீர்கள்? உங்களுக்கு முன்பாக உசத்தப்பட்ட ஏசு நாதரானவர் எந்தப் பிறகாரமாக பரமண்டலங்களிலே

எழுந்தருளினாப்போலே அந்தப் பிறகாரமாக வருவார் எண்ணு அந்த ரெண்டு சம்மனசுக்கள் சொல்லிச்சு.

இது தவிர கிரீஷ்த்து ஏசு நாதரானவர் சறுவத்துக்கும் வல்ல பிதாவாகிய சறுவேசுரனுடைய வலது பாரிசத்திலே இருக்கிறபடியினாலே அவர் உசத்தியாயிருக்கிறத்துக்கு நாலாம் மடையாளமாய் யிருக்கும். இப்படி வலது பாரிசத்திலே இருக்கிறதேதென்றால் மெய்யான சறுவேசுரனும் மெய்யான மனுதனும் ஒன்றாய் இருக்கிற ஏசு நாதர் ஆனவர் தம்முடைய பிதாவேடே *[அதாவது: பிதாவோடே]* எங்கும் நிறைந்திருக்கிருவருமாய் சறுவத்துக்கும் வல்லவராய் இருக்கிறவருமாய் எல்லாத்தை யும் அறிஞ்சிருக்கிறவருமாய் சகலத்தையும் ஆண்டு நடத்தி லெஷ்சித்துக் கொள்ளுகிறவருமாய் இருக்கிறபடியினாலே தம்முடைய வலது பாரிசத்திலே இருக்கிறத்துக்கு அற்றமாகும்.

இப்படிக் கொற்ற வலது பாரிசத்திலே இருக்கிற ஏசு நாதரானவர் சீவியர்களுக்கும் *[சீவியர்: the living, the quick]* மரித்த பேர்களுக்கும் நடுத்தீற்க வருவார் என்கிறபடியினாலே அவர் உசத்தியாயிருக்கிறத்துக்கு அஞ்சாம் மடையாளமாயிருக்கும். அதேதென்றால் லோகந் துவக்கி லோகம் முடியமட்டும் செத்த பேர்களெல்லாரை யும் ஏசு நாதரானவர் எழுப்பி அவரவர்களுக்கு ஞானமான தீர்வையிட்டு பாவிகளாய் இருக்கிற பேர்களெல்லாரையும் பிசாசோடேகூட நரகத்திலே தள்ளிப் புண்ணியவான்க ளெல்லாரையும் தம்மோடேகூட மோஷ்ச ராச்சியத்திலே ஊழியுள்ள காலமிருக்கிறத்துக்குக் கூட்டிக்கொண்டு போகத்தக்கதாக இன்னம் ஒருக்கால் இந்தப் பூலோகத்திலே வருவாரெண்ணு விசுவாசிக்கக்கடவோம்.

நீங்கள் இப்படிக் கொத்த ஞாயங்களைக் கேட்டு விசுவாசிக்கிறபடியினாலே ஏசு னாதராலே வருகிற உபகாரங்களுக்காக பிதாவாகிய சறுவேசுரனை தோஷ்த்திரம் பண்ணுங்கோள். ஏசு நாதருடைய அளவி **[ஓலை 66 பின் பக்கம்]** ல்லாத மகிமையைப் பாத்து அவர் கற்பித்தருளின கற்பினைகளுக்கு கீழ்ப்படிஞ்சு நடந்து கொள்ளுங்கோள். அவருடைய அளவில்லாத சந்தோஷமுள்ள மோஷ்ச ராச்சியத்தைப் பாத்து வணக்கத்தோடேயும் தாழ்ச்சியுள்ள மனசோடேயும் அவரை வேண்டிக் கொள்ளுங்கோள். நீங்களெல்லாத் திலும் பாற்க ஏசு நாதரை முழு மனசோடே சினேகித்து அவர் பேரிலே விசுவாசிக்கறத்தை ஞானமுள்ள நடக்கையினாலே காட்டிக் கொள்ளுங்கோள்.

அவர் தம்முடைய அளவில்லாத மகிமையை உங்களுக்கு வெளிப்படுத்துகிறதை மனதிலே சந்தோஷமாக எண்ணிக்கொண்டு அதின் பேரிலே னாளுக்குனாள்ப் பாத்துக்கொண்டு வாருங்கோள். நீங்கள் இப்படிப் பாத்துக்கொண்டு வந்தீர்களானால் பிதாவாகிய சறுவேசுரனுடைய வலது பாரிசத்தில் இருக்கிற ஏசு நாதாரனவர் உங்களைக் கிறுபையோடே பாத்துத் தாம் பாடுபட்டதினாலே வருகிற பலன்களெல்லாத்தையும் தம்முடைய அளவில்லாத மகிமையினாலே வருகிற பலன்களெல்லாத்தையும் உங்களுக்குக் குடுத்துக்கொண்டு வருவார். நீங்கள் ஒண்ணுக்கும் பயப்படத் தேவயில்லை.

அதேதென்றால்ப் பிசாசையும் மற்றுண்டான சற்றுருக்களைக் காட்டிலும் பிலமுள்ளவராயிருக்கிற ஏசு நாதரானவர் உங்களிடத்தில் கிருபையாயிருந்து பிதாவினு டைய சன்னதியிலே உங்களுக்காக மண்ணாடுகிறவராய் இருப்பாரெண்ணு கெட்டி மனசாய் இருக்க

வேணுமொழிய மற்றப்படியல்ல. நீங்கள் ஆத்துமத்தையும் சரீரத்தையும் ஏசு நாதருடைய கயிலே ஒப்புக்குடுத்தீர்களானால் ஏசு நாதரும் உங்களுக்கு தம்மையும் தம்முடைய அளவில்லாத மகிமையையும் முழுதும் ஒப்புக்குடுத்து வருவாரென்கிறத்துக்குச் சந்தேகமில்லை.

## பிரசங்கம் 22: மனுஷருக்கு உண்டான புத்தியினுடைய வர்த்தமானங்களும் அவர்களின் மனசினுடைய வர்த்தமானங்களும்

**யெறுசலேயமென்கிற கோவிலிலே சொல்லப் பட்ட யிருபத்து ரெண்டாம் பிறசங்கம்:**

***[ஓலை 67 முன் பக்கம்]*** யித்தையில் வரைக்கும் சொல்லப்பட்ட சில பிறசங்கங்களிலே நம்முடைய நாதர் ஏசுக் கிரிஷ்த்துவின்னுடைய வத்தவானங்களை உங்களுக்கு எல்லளவாகிலும் *[அதாவது: எள்ளளவாகிலும்]* வெளிப்படுத்தினோமே. யிந்தப் பிறசங்கத்திலே செய்த பாவங்களினாலே தெய்வ சுரூபத்தையும் தேவப் பிறசாதத்தையும் தேவ மகிமையையும் தேவ நன்மைகளெல்லாத்தையும் யிழந்து போன மனுஷருக்கு உண்டான புத்தியினுடைய வத்தவானங்களையும் அவர்களுக்குண்டான மனசினுடைய வத்தவானங்களையும் உங்களுக்கு வெளிப்படுத்துவோம். அதெப்படியென்றால் மனுஷரெல்லாரும் தங்களுக்கு முன்னுண்டான ஞானமுள்ள புத்தியையும் சுத்தமுள்ள மனசையும் முழுதும் இழந்து போனாலும் இருளினாலேயும் அக்கியானத்தினாலேயும் முழுதும் சுமப்பட்டாளும் அவரவர்களுடைய புத்தியிலேயும் மனசிலேயும் எவ்வள வாகிலும் பெலனுண்டாயிருக்குதெண்ணு பாத்துக் கொண்டு வருகிறோம்.

இது இப்படி யிருக்கச் செயிதே கிறீஷ்த்தவன் ஆனாலும் இசலாமனவன் *[அதாவது: இசலாமானவன்]* யெங்கிலும் தமிளராகிலும் மத்த அக்கியானிகள் ஆராகிலும்ச் சரீரக் கண்களுக்கு காணப்படுகிற காரியங்களை ஆராய்ந்து பாத்து நினவினாலே விசாரித்துப்

புத்தியினாலே அறிகிறத்துக்குத் தங்களிலே தாங்கள் பெலனாயிருக்கிறார்கள்.

இப்படி பெலனாயிருக்கிறபடியினாலேச் சறுவேசுர னுடைய சகாயமில்லாமலும் தேவப் பிறசாதமில்லாமலும் இசிப்பிரீத்துச் சாந்துவினுடைய நன்மையில்லாமலும் கிறீஷ்த்துவின் பேரிலே விசுவாசமில்லாமலும் அவரவர் இந்தப் பூலோகத்திலேத் தங்களுடைய பிறையாசத்தி னாலே அநேகங் கல்வியளை அறிகிறத்துக்கும் பல பல வித்தைகளைப் படிப்பிக்கிறத்துக்கும் பல பல சாத்திரங்களைக் கற்கிறத்துக்கும் புத்தியுள்ளவர்களா யிருக்கலாமென்கிறத்துக்குச் சந்தேகமில்லை.

இது நிமித்தியமாக பூலோகத்துக்கடுத்த காரியங்களிலே அறிவுள்ள பேர்களை ஆனாலும் அனேக வித்தை யுடைத்தானவர்களை ஆகிலும் சகல சாத்திரங்களை படிப்பிச்சவர்களையெங்கிலும் பாத்து அவர்களுக்குத் தேவ ஞானமும்த் தேவ நீதியும் யுண்டாயிருக்க யில்லையெண்ணு அறிஞ்சோமானால் அப்படிக் கொத்தவர்கள் பாக் ***[ஓலை 67 பின் பக்கம்]*** கியவான்களெண்ணு[ம்]ச் சறுவேசுரனுக்குப் பொருந்தியிரு க்கிறவர்களெண்ணும் அவர்களுக்குண்டாயிருக்கிற கல்வியும் கத்த வித்தையளும் சறுவேசுரனாலே வந்துதெண்ணுச் சொல்லக் கூடாது.

அதேதென்றால் பிசாசானது யெத்தினை கல்வியுள்ளதாயிருந்தாலும் லோகந் துவக்கி இத்தையில் வரைக்கும் மனுஷராலே உண்டாக்கப்பட்ட பொஷ்த்தகங்களிலே எழுதி வைச்ச அறிவுகளையும் வித்தைகளெல்லாத்தையும் யெளிசாக அறிந்தாலும் சகல வித்துவாங்கிஷரைப் பார்க்க மேலான வித்துவாங்கி

ஷனாயிருந்தாலும் அப்படிக் கொத்த பிசாசானது சறுவேசுரனுக்குச் சம்மதியாயிருக்கக் கூடாது. பரலோகத்துக்கடுத்த காரியங்களோவென்றால் ஒரு சறுவேசுரன் உண்டெண்ணும் அவர் பரலோகத்தையும் பூலோகத்தையும் உண்டாக்கினாரென்றும் உண்டாக்கப் பட்ட வத்துகள் [அதாவது: வஷ்த்துகள்] ளெல்லாத்தை யும் ஆண்டு நடத்தி லெஷ்சிக்கிறவரென்றும் நாம் அவருக்குக் கீழ்ப்படிஞ்சு நடக்க வேணும் மென்றும் அவரவர்கள் தங்களுக்குண்டான புத்தியினாலே அறிஞ்சு கொள்ளலாம். யிப்படி அறிஞ்சு கொள்ளலாம் என்கிறபடியினாலே தமிளருக்குள்ளே அனேக புராண பொஷ்த்தகங்கள் உண்டாச்சுது.

யிந்தப் பூலோக வாழ்க்கையோவென்றால் சகலமான மனுஷருக்கும் யிதிலே கல்வியுள்ள புத்தி யுண்டாயிருக்குமெண்ணு தெரிய வரும். அதேதென்றால் கொள்ளுகிறத்துக்கும் விக்கிறத்துக்கும் ஆதாயம் பெறுகிறத்துக்கும் மதுரமுள்ள வாத்தைகள் பேசுகிறத்து க்கு[ம்] நமஷ்க்காரங்களைப் பண்ணுகிறத்துக்கும் லோக ஆசாரத்தின்படியே நடக்குறத்துக்கும் வெகுமானங்களைத் தேடுகிறத்துக்கும் மனுஷருக்குள்ளே அவரவர்கள் கல்வியுள்ள பேர்களாய் யிருப்பார்கள்.

ஆனால் அவர்கள் தேவ ஞாயமில்லாமல் யிருக்குறபடியினாலேயும் தேவ சகாயம் மில்லாமல் யிருக்குறபடியினாலேயும் மெய்யான சறுவேசுரனை அறியாமல் யிருக்கிறபடியினாலேயும் அவருடைய சித்தத்துக்கு கீழ்ப்படியாமல் யிருக்கிறபடியினாலேயும் தங்களுடைய கல்வியுள்ள புத்தி பிறையோசனமாக யிருக்க யில்லையென்றும் சொல்லக் கூடுமொழிய மத்தப்படி யல்ல. அப்படிக் கொத்த புற்றியுள்ளவர்கள் எழுதி வைத்த

சாஷ்த்திரங்களையும் வித்தைகளையும் லோக நீதிகளையும் பரலோகத்தின்னு **[ஓலை 68 முன் பக்கம்]** டைய வத்த வானங்களையும் ஆத்துமத்தினுடைய வத்த வானங்க ளையும் தேவ ஞானமுள்ள புத்திக் கூர்மையினாலே பாத்து விசாரித்தோமானால் அதுகளெல்லாத்தையும் புத்திக் குறைச்சல்லோடேயும் அவஞாயங்களோடே கூடியிருக்கு தென்று வெளிச்சமாக அறியக்கடவோம் என்கிறத்துக்குச் சந்தேகமில்லை. ஆனபடியினாலே பாவிகளாயிருக்குற பேர்களுடைய புத்தி எத்தினை கூர்மையாய் இருந்தாலும் பரலோகத்துக்கடுத்த காரியங்களிலேயும் பூலோகத்துக் கடுத்த காரியங்களிலேயும் பரமாத்தமுள்ளதா யிருக்குமொழிய [பரமாத்தம்: பரமாற்தம்: அறியாமை] மத்தப்படியல்ல. பாவிகளாயிருக்கிற பேர்களுடைய மனதோவென்றால் அது சொந்தமான மனசு என்று சொல்லப்படும். அது ஏதென்றால் நடக்கிறத்துக்கும் யிருக்கிறத்துக்கும் போசிக்கிறத்துக்கும் பயணம் பண்ணுகிறத்துக்கும் யிங்கேயும் அங்கேயும் ஊழியம் செயிகிறத்துக்கும் யித்தையும் அத்தையும் படிக்கிறத்துக்கும் விசாரம் [விசாரம்: கவலை; ஆலோசனை; சிந்தனை; எண்ணம்] பண்ணுகிறத்துக்கும் எழுதுகிறத்துக்கும் வாசிக்கிறத்துக்கும் கேழ்க்கிறத்துக்கும் மோஷ்சத்துக்குப் போறத்துக்கும் நரகத்துக்குப் போறத்துக்கும் மெய்யான சறுவேசுரனை வணங்குறத்துக்கும் பொய்யான தேவர்களைப் பூசை பண்ணுகிறத்துக்கும் அவரவர்களுக்குச் சுய மனசு யுண்டெண்ணும் பாத்துக்கொண்டு வருகிறோம்.

யிப்படிக் கொத்த சுயமான மனதினுடைய பெலத்தினாலே அனேகம் அக்கியானிகள் சில பாவங்களை விட்டு சில புண்ணியங்களைச் செய்துகொண்டு வந்தார்களென்று அந்தந்த எழுதியிருக்கிற

கதைகளினாலே அறியலாம். ஆனால் அப்படிக் கொத்தவர்கள் தங்களுடைய மனசு பாவங்களைத் தள்ளத் தக்கதாகவும் புண்ணியங்களைச் செய்யத் தக்கதாகவும் எத்தனை பிறையாசமாயிருந்தாலும் மெய்யான சறுவேசுரனுடைய தேவப் பிறசாதமும் தேவ நன்மையும் தேவ பெலமும் யில்லாதபடியினாலே சறுவேசுரனுக்கு ஏற்கையாய் நடக்கக் கூடாது. அது யேதென்றால் மெய்யான சறுவேசுரனோடே ஒருகட்டாயிருக்காத பேர்கள் எல்லாரும் பாவத்துக்கும் பிசாசுக்கும் அடுமைகளாயிருக்கிறபடியினாலே தங்களுக்குண்டான மனசினுடைய பெலத்தினாலே சறுவேசுரனை சினேகித்து அவருக்குப் பொருந்தியிருக்கிற ஆராதினைகளை உத்தம பிறகாரமாகச் செய்ய மா **[ஓலை 68 பின் பக்கம்]** ட்டார்கள். யிது இப்படியிருக்கையிலே சறுவேசுரனுடைய கிறுபையினாலேயும் ஞானத்தினாலேயும் நிறைஞ்சு யிருக்காத பேர்களுக்கு உண்டான புத்தி இருளான புத்தி என்றும் தெய்வ காரியங்களை பிரயோசனமாக அறிகிறத்துக்கு பெலயீனமுள்ள புத்தியென்றும் சொல்ல வேண்டி இருக்குறது.

யிப்படி சொல்ல வேண்டியிருக்கிறபடியினாலே சகல அக்கியானிகளுக்கு[ம்] விசுவாசமில்லாத பேர்கள் எல்லாருக்கும் சறுவேசுரனுடைய ஞானம் பயித்திய மென்று[ம்] சறுவேசுரன் அருளிச்செய்த வேதம் அவர்களுடைய புத்திக்கு ஒத்து வராதென்றும் பாத்துக்கொண்டு வருகிறத்துக்கும் அல்லாமல் லோகபாக்கியம் அவர்களுக்கு மெய்யான பாக்கியமென்று பாத்துக்கொண்டு வருகிறோம். அதேதென்றால் யிப்படிக் கொத்தவர்கள் யெத்தினை ஞாயங்களைக் கேட்டாலும் மோஷ்ச்சத்துக்குப் போற வழியை தேவ வெளிச்சமில்லாமல் அறியக் கூடாது.

அவர்களுடைய மனசோவென்றால் அபத்தமான மனசெண்ணும் சறுவேசுரனுடைய சித்தத்துக்குக் கீழ்ப்படியாமல் இருக்கிற மனசெண்ணும் ஞானமுள்ள நடக்கையை நடந்து கொள்ளுகிறத்துக்குப் பெலயீனமாயிருக்கிற மனசெண்ணும்ப் பாவங்களைச் செய்கிறத்துக்குப் பெலமுள்ள மனசெண்ணும் சொல்லக்கடவோம். இதினிமித்தியமாக மெய்யான சறுவேசுரனை அறியாத அக்கியானிகள் யெந்தெந்தக் காரியங்களைச் செய்தாலும் இதுகளெல்லாத்தையும்த் தங்களுடைய சொந்தமான மனதின்படியே புத்திக் குறைச்சலினாலேச் செயிதுகொண்டு வருகிறபடியினாலே சறுவேசுரனுக்குப் பொருந்தாத காரியங்களாயிருக்கிறது மல்லாமல் அவர்களுக்கு அதினாலே பிறையோசனம் உண்டாயிருக்க யில்லை யெண்ணு சொல்லவேணு மொழிய மற்றப்படியல்ல. ஆனபடியினாலே நீங்கள் தமிளரும் இசலாமான பேர்களும் ஞானஷ்த்தானம் பெற்ற பேர்களும் உங்களுக்குண்டானப் புத்தியினுடைய வற்றவானங்களையும் மனசினுடைய வற்றவானங்களையும் நன்றாக அறிஞ்சு விசாரித்துக் கொள்ளுங்கோள்.

உங்களுடைய புத்திகளிலே கனமான இருளடைஞ்சிருக்குதெண்ணு அறிஞ்சீர்களானால் அந்த யிருளைத் தள்ளத் தக்கதாகவும் தேவ ஒளிவை யுடைத்தானவர்களாய் யிருக்கத்தக்கதாகவும் பிறையாசமா யிருங்கோ. **[ஓலை 69 முன் பக்கம்]** உங்களுடைய மனசு லோக ஆசையுடைத்தான மனசாயிருக்குதெண்ணும் பாவ வியாபாரமுள்ள மனசாயிருக்குதெண்ணும் விசுவாச நம்பிக்கை இல்லாத மனசாயிருக்குதெண்ணும் அறிசஞ்சீர்க ளானால் [அதாவது: அறிஞ்சீர்களானால்] அந்த ஆகாத மனதைத் திருப்பத்தக்கதாகவும் சுத்தாங்கமுள்ள மனசை அடையத் தக்கதாகவும் விசாரித்துக் கொள்ளுங்கோள்.

சறுவேசுரன் உங்களுக்குத் [அதாவது: உங்களுக்குப்] புத்தியையும் மனசையும் குடுத்தபடியினாலே அவரை தோத்திரம் பண்ணிக்கொள்ளுங்கோள்.

நீங்கள் செய்த பாவங்களினாலே உங்களுடைய புத்திக்கு முன்னுண்டான ஞானத்தையும் அறிவுள்ள கல்வியை[யும்] தந்தன் மகிமை[யை]யும் முழுதும் இழந்து போனதுமல்லாமல் உங்களுடைய மனசுக்குண்டான தேவப் பிறசாதத்தையும் தேவ நீதியையும்த் தேவப் பெலத்தையும் முழுதும் இழந்து போனபடியினாலே அதுகளுக்காக மெத்த மனஷ்த்தாபமாயிருங்கோ. இப்படிக் கொத்த இழந்து போன தேவஞாயத்தையும் தேவநீதியையும் தேவமகிமையையும் மறுபடி யடைகிறத்துக்குத் தயாபரனான சறுவேசுரன் சகலமான மனுஷருக்கும் பிறையோசனமாகத் தம்முடைய ஞானமுள்ள வேத வாக்கியத்தை அருளிச் செய்தபடியினாலே இப்படிக் கொத்த வேத வாக்கியத்தைச் சந்தோஷமாக கேழ்க்கத் தக்கதாகவும் அனுதினமும் வாசிக்கத் தக்கதாகவும் அதிலே யிருக்கிற ஞாயங்களை வெளிச்சமாக அறியத்தக்கதாகவும் அதின்படியே உத்தம பிறகாரமாக நடக்கத் தக்கதாகவும் யெப்போதும்க் கருத்துள்ள மனசாயிருங்கோ.

நீங்கள் இப்படி கருத்துள்ள மனசாயிருந்தீர் களானால் அளவில்லாத ஞானமுள்ள சறுவேசுரன் உங்களைக் கிறுபையோடே பாத்து உங்களுக்குண்டான இருளான புத்தியையும் துன்மாற்கமுள்ள மனசையுந் தள்ளி ஞானமுள்ள புத்தியையும் புண்ணியமுள்ள மனசையுந் [அதாவது: மனசையும்] உங்களுக்குண்டாயிருக்கப் பண்ணிக்கொண்டு வருவார். நீங்கள் சறுவேசுரனுடைய அனுக்கிறகத்தினாலேயும் ஒத்தாசையினாலேயும் யிந்தப்

பூலோகத்திலே புத்தியுள்ளவர்களுமாய் நன்மையுடைத்தான வர்களுமாய் இருக்கிறதுமல்லாமல் பரலோகத்திலேச் சறுவேசுரனைப் பாத்து முழு மனசோடே அவரைச் சினேகித்துக்கொண்டு அவருடைய தேவ பரம ரகசியங்களெல்லாத்தையும் புத்தியினாலே சந்தோஷமாக அறிவீர்களென்கிறத்துக்குச் சந்தேகமில்லை.

## பிரசங்கம் 23: தயாபரனான சறுவேசுரன் தப்பிதமான வழிகளிலே நடக்கிற மனுஷரைத் தம்முடைய கிருபையினாலே மோட்சத்துக்கு கொண்டு போகிற வர்த்தமானங்கள்

**எறுசலேயமென்கிற கோவிலிலே சொல்லப் பட்ட யிருபத்து மூணாம் பிறசங்கம்:**

***[ஓலை 69** பின் பக்கம்]* போன பிறசங்கத்திலே தேவபிறசாதத்தை இழந்து போன மனுஷனுக்குண்டான வற்றவானங்களையும் மனசுனுடைய வற்றவானங்களையும் வெளிப்படுத்தினோமே. இந்தப் பிறசங்கத்திலே தயாபரனான சறுவேசுரன் அந்தந்த தப்பிதமான வழிகளிலே நடக்கிற மனுஷரைத் தம்முடைய கிறுபையினாலே மோஷ்சத்துக்கு அழைச்சுக்கொண்டு வருகிற வத்தவானங்களை யுங்களுக்குக் கொஞ்சத்துக் குள்ளே வெளிப்படுத்துவோம்.

அதெப்படியென்றால் பாவங்களினாலேயும் பிசாசினுடைய உபாயதந்திரங்களினாலேயும் நரகத்துக்குப் போற மனுஷரெல்லாரையும்ச் சறுவேசுரன் கிறுபையோடே பாத்து அவர்கள் கெட்டுப் போகாமல் கெதிமோட்சத்தை அடையத்தக்கதாகத் தம்முடைய வேத வாக்கியத்தை லோகமெங்கும் வெளிப்படுத்தி அதினாலேச் சகலமான மனுஷரையும்த் தம்முடைய ராச்சியத்துக்கு வரத் தக்கதாக கிறுபையாக அழைச்சுக்கொண்டு வருகிறார்.

அவர் யெதுக்காக இப்படி அழைச்சுக்கொண்டு வருகிறாரெண்ணு கேழ்க்கும்போது நாங்களெல்லாரும் பாவ முகாந்திரத்தினாலே கெட்டுப்போன பேர்களாய்

யிருக்கிறபடியினாலேயும் நம்முடை[ய] புத்தியிலே கனமான இருளடைஞ்சு இருக்கிறபடியினாலேயும்ச் சறுவேசுரனோடே அயிக்கம் [அதாவது: ஐக்கியம்] பண்ணுகிறத்துக்கு மெய்யான வழியை அறியாமலிருக்கிற படியினாலேயும் நம்முடைய மன[தி]னாலேச் சறுவேசுரனை ஞானத்தின்படியே தேடாமல் இருக்கிறபடியினாலேயும் நம்முடைய அழியாத ஆத்துமத்துக்கு வேண்டியிருக்கிற ஊழிகாலமுள்ள மோஷ்சத்தை ஆசைப் படாமல் இருக்கிறபடியினாலேயும் அளவில்லாத சகல நன்மை சுவாபமாயிருக்கிற சறுவேசுரன்த் தம்முடைய கிறுபையுள்ள தயவினாலே பாவங்களிலே நித்திரை பண்ணுகிற யெங்களை யெழுப்பி யெங்களுக்குண்டான சோம்பறையை நீக்கி மோஷ்சத்துக் கான வழியை நடக்கத் தக்கதாகப் புத்தி சொல்லிக்கொண்டு வருகிறார். இப்படி புத்தி சொல்லிக் கொண்டு வருகிறவரோவென்றால் திறீத்துவவானிருக்கிற ஏக சறு **[ஓலை 70 முன் பக்கம்]** வேசுரனெண்ணு வேத வாக்கியத்தினாலே அறிஞ்சிருக்கிறோம்.

அதேதென்றால்ப் பிதாவாகிய சறுவேசுரன் மனுஷச்சாதியை மோஷ்சத்துக்கு உண்டாக்கினதுமல் லாமல் பாவத்திலே விழுந்த மனுஷச்சாதியை மூண்டு லெஷ்சிக்கிறத்துக்கு பிறையாசமாயிருந்து லோகத்திலே அநேகந்தரம் அனுசாரியாகத் திருவுளம் பத்தினார்.

ஏசுக் கிறீஷ்த்து வென்கிற சுதனாகிய சறுவேசுரன் மனுஷரெல்லாரையும் மோஷ்சத்துக்கு அழைக்கத் தக்கதாக இந்தப் பூலோகத்திலே மனுஷனாக வந்து முப்பத்திமூணு வருஷமாய் லோகத்திலே மனுஷரோடே சஞ்சாரம் பண்ணி அனுதினமும் எண்ணிக்கைக்குள்ளே அடங்காத மனுஷரைக் கூட்டிக்கொண்டு அவர்களுக்குத்

தம்முடைய திருவாக்கினாலே ஞான உபதேசம் போதிவிச்சு மோட்சத்துக்கான வழியைக் காட்டியருளினார் யென்கிறதுமல்லாமல்ப் பரமண்டலத்துக்கு எழுந்தருளினபிற்பாடு அனேகம் ஞானமுள்ள பேர்களைத் தெரிஞ்சுகொண்டு அவர்களுக்குச் சகலமான மனுஷரையும் மோஷ்சத்துக்கு அழைக்கத் தக்கதாக வல்லமையைக் குடுத்து அவர்களை லோகமெங்கும் அனுப்பிவித்தருளினார்.

இசிப்பிரீத்துச் சாந்துவாகிய சறுவேசுரன் அவர் ரவர்களை மோஷ்ச ராச்சியத்துக்கு வரத்தக்கதாக விசேஷமாக அழைச்சுக்கொண்டு வருகிறார்.

அதேதென்றால் நம்முடைய புத்தியினாலே ஆனாலும் நம்முடைய பெலத்தினாலே ஆகிலும் நமக்கு கற்றனாயிருக்கிற ஏசுக் கிறீஷ்த்துவை விசுவாசிக்க மாட்டாமலும் மோஷ்சத்துக்குப் போக மாட்டாமலும் இசிப்பிரீத்து சாந்துவானவர் சுவிசேஷத்தினாலே நம்மை வரவழைச்சுத் தம்முடைய நன்மைகளினாலே நம்மை வெளிச்சமாகச் செயிதுச் சத்தியமான விசுவாசத்திலே நிண்ணு நம்மைச் சுத்தமாகப் பண்ணிக்கொண்டு வருகிறாரெண்ணு விசுவாசிக்க வேணுமொழிய மற்றப்படியல்ல. இப்படிக் கொத்த திறீத்துவவானாயிருக்கிற ஏக சறுவேசுரன் பல பல உபாய சகாயங்களினாலே மனுஷரை மோஷ்சத்துக்கு அழைச்சுக்கொண்டு வருகிறார்.

அதேதென்றால் தயாபரனான சறுவேசுரன் தம்மை அறிஞ்சுகொள்ளத் தக்கதாக ஒவ்வொருதனுக்கு புத்தியைக் கொடுக்கிறதுமல்லாமல் இந்தப் பூலோகத்திலே இருக்கிற சகலமான வஷ்த்துக்களை ஆராய்ந்து பாத்து இதுகளை

யுண்டாக்கி நடத் **[ஓலை 70** பின் பக்கம்] தி லெஷ்ச்சித்துக்கொண்டு வருகிற ஆண்டவனாரெண்ணு நண்ணாக விசாரிக்கத் தக்கதாக அவரவற்கு உபாய சகாயமாக இருக்கிறார். அவர் நமக்குச் செயிதுகொண்டு வருகிற அனேக உபகாரங்களினாலேயும் அவர் நமக்கு வருத்திவிச்ச சோதினைகளினாலேயும் வியாதியினாலேயும் துன்பங்களினாலேயும் கஷ்த்தி வாதைகளினாலேயும் பாவிகளாயிருக்கிற நம்மை மோஷ்ச ராச்சியத்துக்கு அழைச்சுக்கொண்டு வருகிறார்.

இது தவிர அளவில்லாத தயவுள்ள சறுவேசுரன்த் தாம் திருவிளம்பத்தின திருவசனங்களினாலே மனுஷரெல்லாரையும் மோஷ்சத்து க்கு அழைச்சுக்கொண்டு வருகிறாரெண்ணுப் பாத்துக்கொ ண்டு வருகிறோம். இதினிமித்தியமாக குருப்பட்டமுள்ள பேர்களினாலேச் சறுவேசுரன் திருவிளம்பத்தின திருவசனங்களைக் கேட்டோமானால் மோட்சத்துக்கு அழைக்கப் படுகிறோமென்று நினைச்சுக்கொண்டு வர வேணும். சகலமான மனுஷர் இழந்து போன மோஷ்சத்தை மறுபடியும் யடையத் தக்கதாக சறுவேசுரனுக்குக் கிறுபையுள்ள சித்தமாயிருக்கிறபடி யினாலேச் சகலமான மனுஷரையும் மோஷ்சத்துக்கு அழைச்சுக்கொண்டு வருகிறாரெண்ணு விசுவாசிக்கக்கடவோம்.

அதேதென்றால் இந்த லோகத்திலே சஞ்சாரம் பண்ணுகிற மனுஷரெல்லாருக்கும்த் தம்முடைய ஞானமுள்ள வேதத்தை அருளிச் செயிததுமல்லாமல் இப்படிக் கொத்த ஞானமுள்ள வேதத்தை விட்டு நரகத்துக்குப்போற வழிகளை நடக்கிற பேர்களைக்

கிறுபையினாலே அழைச்சு மோஷ்சத்துக்குப்போற வழிகளைக் காட்டிக்கொண்டு வருகிறார்.

இப்படிக் கொத்த நரகத்துக்குப்போற வழிகளிலே நீங்கள் தமிளரும் இசலாமான பேர்களும் இந்தத் தேசத்திலே வசமாயிருக்கிற [அதாவது: வாசமாயிருக்கிற] பேர்களெல்லாரும்த் தப்பிதமாக நடக்கிறீர்களென்கிற த்தைத் தயாபரானானச் சறுவேசுரன் அறிஞ்சபடியினாலே உங்களெல்லாரையும் மோஷ்ச ராச்சியத்துக்குக் கிறுபையாக அழைச்சுத் தாம் திருவிளம்பத்தின திருவசனங்களைத் தெரியப் பண்ணிக்கொண்டு வருகிறார்.

நீங்கள் இப்படிக் கொத்த திருவசனங்களைக் கேட்டு அறிஞ்சு யேத்துக்கொள்ளாமல் யிருந்தீர்களானால் உங்களுடைய குத்தத்தினாலே நரகத்துக்குப் போவீர்களென்கிறத்துக்குச் சந்தேகமில்லை.

அதேதென்றால் இந்த இதக்கமுள்ள காலத்திலேச் சறு **[ஓலை 71 முன் பக்கம்]** வேசுரன் உங்களுக்குக் கட்டளையிட்ட தயவுள்ள கிருபையைச் சட்டை பண்ணாமலும் ஆற்றுமத்தினுடைய அழியாத பாக்கியத்தை பிறையாசமாய்த் தேடாமலும் அந்தந்தத் தப்பிதமான வழிகளிலே மதி கெட்டவர்களைப்போலே நடந்தீர்களானால் ஆக்கினையுள்ள காலமும் இருளான காலமும் சாபமுள்ள காலமும் உங்களுக்கு வருமெண்ணு மெய்யாகவே நம்பிக்கையாயிருக்கக்கடவீர்கள்.

இது இப்படியிருக்கச் செயிதே உங்களை அழைச்சுக்கொண்டு வருகிறவர் ஆறெண்ணு நண்ணாக அறிஞ்சு கொள்ளுங்கொள்.

நீங்கள்

- பாவத்துக்கும் பிசாசுக்கும் அடுமைகளுமாயிருக்கிறதுமல்லாமல்
- விசுவாசமில்லாமலும்
- நம்பிக்கையில்லாமலும்
- புத்தியில்லாமலும்
- பொறுமையில்லாமலும்
- ஞானமில்லாமலும்
- தயவுயில்லாமலும்த்
- தாபமில்லாமலும்

லோக ஆசையுள்ள மனதின்படியே நிற்பாக்கியனாக நடக்கிறபடியினாலே அளவில்லாத கிறுபையுள்ள சறுவேசுரன் உங்களை உடனே நரகத்திலே தள்ளாமல் நீங்கள் தபசு பண்ணத்தக்கதாகவும் மனது திரும்பத்தக்கதாகவும்த் தம்முடைய ஞானத்தினாலே இப்போ உங்களை அழைச்சுக்கொண்டு வருகிறார். நீங்கள் இத்தையில் வரைக்கும் பிசாசினுடைய உபாய தந்திரங்களினாலே இருளான நடக்கைகளை நடந்தபடியி னாலே தேவப்பிறசாதமுள்ள ஞான வெளிச்சத்தை அறியத் தக்கதாக அளவில்லாத தயவுள்ள சறுவேசுரன் இப்போ உங்களை அழைச்சுக்கொண்டு வருகிறார். நீங்கள் இத்தையில் வரைக்கும்ப் பொய்யான தேவர்களுடைய சம்மந்தமாயிருந்தபடியினாலே அளவறுக்கப்படாத கிறுபை யுள்ள சறுவேசுரன் தம்முடைய ஏக சுதனாகிய ஏசுக் கிறீஷ்த்துவை உங்களுக்கு வெளிப்படுத்தி நீங்களவருடைய சம்மந்தமாயிருக்கத் தக்கதாக இப்போ உங்களை அழைச்சுக்கொண்டு வருகிறார்.

நீங்கள் யித்தையில் வரைக்கும் ஆத்துமத்துக்கு இளப்பாறுதல் யில்லாமலும்த் தேவ ஆறுதல் யில்லாமலும்

தேவ சந்தோஷமில்லாமலும் அபத்தமுள்ள நடக்கையை நடந்துகொண்டபடியினாலே ஆற்றுமத்துக்கு வேண்டின இளப்பாறுதல் யுள்ளவர்களுமாய் தேவ ஆறுதலுடைத் தானவர்களுமாய் தேவசந்தோஷமுள்ளவர்களுமா யிருக்கத் தக்கதாக அளவறுக்கப்படாத தயவுள்ள கத்தரான சறுவேசுரனைத் தம்முடைய திருவசனங்களி ***[ஓலை 71 பின் பக்கம்]*** னாலே இப்போ உங்களை அழைச்சுக்கொண்டு வருகிறார்.

நீங்கள் யித்தையில் வரைக்கும் பாவமுள்ள பேர்களுமாய் சகல பொல்லாப்புக்களைச் செய்துகொண்டு வருகிறவர்களுமா[ய்] இருந்தபடியினாலே நன்மையுடை த்தானவர்களுமாய் ஞானமுள்ளவர்களுமாய்ப் பரிசுத்த முள்ளவர்களுமாயிருக்கத் தக்கதாகச் சறுவேசுரனானவர் இப்போ உங்களை அழைச்சுக்கொண்டு வருகிறார். நீங்கள் இத்தையில் வரைக்கும் பிசாசினுடைய சங்கிலியினாலே கட்டப்பட்ட அடிமைகளுமாய் சறுவேசுரனுக்குத் துரோகிகளுமா யிருக்கிறவர்களுமாய்ச் சாபமுள்ள பேர்களுமாயிரு[க்கிற]படியினாலேச் சறுவேசுரனுக்கு ஒகந்த பிள்ளைகளாயிருக்கத் தக்கதாகவும் அவருக்குச் சமாதானமுள்ள சினேகிதராயிருக்கத் தக்கதாகவும் தேவஆசிறுபாதமுள்ளவர்களாயிருக்கத் தக்கதாகவும் அவர் இப்போ உங்களை அழைச்சுக்கொண்டு வருகிறார்.

நீங்கள் யித்தையில் வரைக்கும் பிசாசினுடைய மண்டலத்துக் குடியானவர்களுமாய் நரகத்துக்குப் பாத்திரமுள்ளவர்களு மாயிருந்தபடியியினாலே இப்போ மோஷ்ச ராச்சியத்துக்கு குடியானவர்களுமாயிருக்கத் தக்கதாகவும் ஏசுக் கிறீஷ்த்து நாதரானவர் கட்டளையிட்ட தேவ அயிசூரியங்களுக்கு சுகந்திரமுள்ளவர்களாயிருக்கத் தக்கதாகவும் ஊழிகால முள்ள சத்தியமான சீவியத்தை

யடையத்தக்கதாகவும்த் தயாபரனான சறுவேசுரன் இப்போ உங்களை அழைச்சுக்கொண்டு வருகிறார்.

இது இப்படியிருக்கச் செயிதே நீங்கள் பிசாசினுடைய கிறிகைகளை விட்டுப் பிசாசினாலே வருகிற பாவங்களை விட்டு பாவங்களினாலே வருகிற ஆகாத புத்திகளை விட்டு ஆகாத புத்திகளினாலே வருகிற அபகுணத்தை விட்டு அபகுணத்தினாலே வருகிற பொல்லாத விசாரஙகளை விட்டு பொல்லாத விசாரங்களினாலே வருகிற ஆங்காரமுள்ள பாவ நடக்கையை விட்டு ஆங்காரமுள்ள பாவ நடைக்கைகளினாலே வருகிற பெருமையையும் லோகவாஞ்சையையும் லோகபாக்கியங்களையும் லோகத்தினுடைய மகிழ்ச்சியையும் விட்டு இத்தையில் வரைக்கும் வணங்கப் படுகிற பொய்யான தேவர்களையும் விட்டு பொய்யான தேவர்களுடைய சம்மந்தமான பேர்களுடைய உபாய தந்திரங்களினாலே வந்த வேத சாஷ்த்திரங்களை விட்டு அந்த வேத சாஷ்த்திரங்களினாலே வருகிற தப்பி ***[ஓலை 72 முன் பக்கம்]*** தமான வழிகளை விட்டு உங்களை லெஷ்சித்துக்கொண்டு வருகிற தயாபரானான சறுவேசுரனை அறிஞ்சு அவரருளிச் செய்த ஞானமுள்ள மெய்யான வேதத்தைக் கேட்டுத் தரிச்சுக்கொண்டு அதின்படியே விசுவாச நம்பிக்கையாக நடந்து கொள்ளுங்கோள்.

நீங்களப்படி நடந்துக் கொண்டீர்களானால் இந்தப் பூலோகத்திலேயும் பரலோகத்திலேயும் மெய்யாகவே பாக்கியவான்களாயிருப்பீர்களென்கிறத்துக்குச் சந்தேகமில்லை.

## பிரசங்கம் 24: அளவில்லாத ஞானமுள்ள சறுவேசுரன் பாவங்களுக்காக மனஸ்தாபப்படுகிற பேர்களை வெளிச்சமாகப் பண்ணிக்கொண்டு வருகிற வர்த்தமானங்கள்

**ஏறுசலேயமென்கிற கோவிலிலே சொல்லப் பட்ட இருபத்தினாலாம் பிறசங்கம்:**

போன பிறசங்கத்திலே அளவில்லாத தயவுள்ள சறுவேசுரன் இந்தப் பூலோகத்திலே சஞ்சாரம் பண்ணுகிற மனுஷரெல்லாரையும் ஊழிகாலமுள்ள மோட்ச ராச்சியத்துக்குக் கிறுபையாக அழைச்சுக்கொண்டு வருகிற வற்றவானங்களை உங்களுக்கு வெளிப்படுத்தினோமே. இந்தப் பிறசங்கத்திலே அளவில்லாத ஞானமுள்ள சறுவேசுரன் பாவங்களுக்காக மனஷ்த்தாவப் படுகிற பேர்களை வெளிச்சமாகப் பண்ணிக்கொண்டு வருகிற வற்றவானங்களை யுங்களுக்குக் கொஞ்சத்துக்குள்ளே வெளிப்படுத்துவோம்.

அதெப்படியென்றால் பரலோகத்துக்கடுத்த தேவ பரமரகசியங்கள்ச் சகலமான மனுஷருடைய புத்திக்கு மேலான ரகசியங்களாயிருக்கிறபடியினாலே அதுகளை அறியத்தக்கதாகவும் அதுகளின்படியே ஞானமாய் நடக்கத்தக்கதாகவும் சறுவேசுரனானவர் அவரவர்களை வெளிச்சமாகப் பண்ணிக்கொண்டு வருகிறார். இப்படி வெளிச்சமாகப் பண்ணிக்கொண்டு வருகிறவரோ வென்றால் திறீத்துவவானாயிருக்கிற ஏக. சறுவேசுரனெ ண்ணு வேதத்தின்படியே சொல்ல வேண்டியிருக்கிறது.

அதேதென்றால் சத்தாகிலும் இருளில்லாத காந்தியுள்ள பிதாவாகிய சறுவேசுரன் முந்தின

மனுஷனுக்கு சோதியுடைத்தான தேவ சுரூபத்தைக் கொடுத்ததுமல்லாமல் அந்தச் சோதியுடைத்தான தேவ சுரூபத்தை இழந்து போய் இருளடைஞ்சிருக்கிற மனுஷனுக்கு தேவ வெளிச்சமுள்ள குணம் வருமென்கிறத்துக்கு பிறையாசமாயிருக்கிறார். சுதனாகிய சறுவேசுரன் பாவத்தினாலே வந்த இருளைத் தள்ளத்தக்கதாகவும் சகலமான மனுஷருக்கு[ம்] தேவ மனுஷருக்கு[ம்] தேவப் பிறசாதமுள்ள ஞானப் பிறகாசத்தைக் குடுக்கத் தக்கதாகவும் இந்தப் பூலோகத்திலே வந்து தன்ம நடக்கைகளை நடந்துகொள்ளுகிறத்துக்குப் பிறகாசமாயிருந்துத் தம்முடைய **[ஓலை 72 பின் பக்கம்]** தெய்வீக ஞான உபதேசத்தினாலே லோகமெல்லாம் வெளிச்சமாகப் பண்ணியருளினார். இசிப்பிரீத்து சாந்துவாகிய சறுவேசுரன் தேவ பரமரகசியங்களை உத்தம பிறகாரமாக அறியத் தக்கதாகவும் புத்தியுள்ளவர்களாயிருக்கத் தக்கதாகவும்த் தங்களுடைய பாவங்களினாலே [அதாவது: பாவங்களிலேயிருந்து விடுபட] அவரவருக்குத் துணையாக யிருக்கிறார்.

இப்படிக் கொத்த திறீத்துவவானாயிருக்கிற ஏக சறுவேசுரன் மோட்சத்தை யடைகிறத்துக்கு வேண்டின தேவப் பிறகாசத்தை அவரவருக்குக் கிறுபையாய்க் குடுக்கத் தக்கதாகச் சித்தமாயிருக்கிறார். ஆனால்ச் சறுவேசுரனானவர் இப்படிக் கொத்த தேவப் பிறசாதத்தை சகலமான மனுஷருக்கும்க் குடுக்கத் தக்கதாக யெத்தினை கிருபையுள்ள சித்தமாயிருந்தாலும்ப் பாவத்திலே விழுந்த மனுஷர்த் தபசு பண்ணி மனசு திரும்பாதே போனால் இப்படிக் கொத்த தேவப்பிறகாசமுடைத்தானவர்களா யிருக்கக் கூடாது.

அதேதென்றால்ப் பாவத்திலே நிற்றிரை பண்ணுகிற பேர்களானாலும் இருளான நடக்கையை நடந்து கொள்ளுகிற பேர்களென்கிலும் பிசாசுக்கு அடிமைகளாயிருந்துச் சறுவேசுரனுடைய சித்தத்துக்குக் கீழ்ப்படியாமலிருக்கிற பேர்களாகிலும் தேவப்பிறகாச முள்ள வெளிச்சத்தைப் பெறுவார்களென்கிறத்துக்கு ஞாயமில்லை. ஆனபடியினாலே பாவமென்னப்பட்டதெல்லாத்தையும் முழு மனசோடே விட்டுச் சறுவேசுரன் கட்டளையிட்ட கற்பினையின்படியே உத்தம பிறகாரமாக நடக்கிற குருப்பட்டமுள்ள புத்திக்கு வேண்டியிருக்கிற தேவபிறகாசத்தை அடைவார்களொழிய மற்றப்படியல்ல. யெந்தச் சகாயங்களினாலே இந்தத் தேவ பிறசாதத்தை அடையலாமெண்ணு கேட்கும்போதுச் சறுவேசுரன்த் திருவிளம்பத்தின திருவசனங்களைக் கேழ்க்கிறத்தினாலேயும் வாசிக்கிறத்தினாலேயும் ஆராய்ந்து பாற்கிறத்தினாலேயும் நன்மையாக அறிஞ்சு கொள்கிறத்தி னாலேயும் அதின்படியே நடக்கிறத்தினாலேயும் இப்படிக் கொத்த ஞானப் பிறகாசத்தை அடையாளமெண்ணு அறியக்கடவோம். குருப்பட்டமுள்ள பேர்கள்ச் சறுவேசுரன் திருவுளம் பற்றின திருவசனங்களை பிறசங்கம் பண்ணுகிறபடியினாலேயும் அதுகளுக்கு விபரமாகப் புத்தி சொல்லிக்கொண்டு வருகிறபடியினாலேயும் தேவபிறகாச முள்ள வெளிச்சத்தை அடையத்தக்கதாக அவரவருக்குச் சகாயமாயிருக்கிறார்களெ ***[ஓலை 73 முன் பக்கம்]*** ண்ணு சொல்ல வேண்டியிருக்கிறது.

இது தவிர தேவப் பிறகாசமுள்ள வெளிச்சத்தை அடையத்தக்கதாகக் கருத்துள்ள பேர்களெல்லாரும் ஒழுக்கத்தோடேயும் தாஷ்சியுள்ள மனசோடேயும் சறுவேசுரனைக் கவனமாய்ப் பிறாத்திச்சுக்கொள்ள வேணும்.

இப்படி பிறாத்திச்சுக்கொண்டு வருகிறவர்களுக்கு தேவஞானமுள்ள வெளிச்சம் வருமென்கிறத்துக்குச் சந்தேகமில்லை. அதேதென்றால் இந்தப் பூலோகத்திலுள்ள ஞானமுள்ள பேர்களெல்லாரும் அந்த அறிவுள்ளத் தேவ வெளிச்சத்தை இப்போ சொன்ன பிறகாரமாக அடைய வேணுமெண்ணுத் தங்களுடைய நடக்கையினாலேயும் எழுதி வைச்ச ஞானங்களினாலேயும்ச் சாஷியாயிருக் கிறார்கள் இப்படி சறுவேசுரன் வெளிச்சம் பண்ணிக்கொண்டு வருகிற வகை யேதென்றால் இசிப்பிரீத்து சாந்துவானவர்த் தபசு பண்ணுகிறவனுடைய புத்தியில் பாவ யிருளைத் தள்ளி தேவ அறிவுள்ள ஞான வெளிச்சம் உண்டாயிருக்கப் பண்ணுகிறத்துக்கு வகையாகும்.

இந்த வகையின்படியே ஞான வெளிச்சமுள்ள மனுஷனானவன் தின்மைகளையும் நன்மைகளையும் வெளிச்சமாக அறிகிறதுமல்லாமல் அபசத்தியமுள்ள பொய்யான பொருளையும் சத்தியமுள்ள மெய்யான பொருள்களையும் எளிசாக அறிகிறத்துக்குப் பெலனாயிருக்கிறான்ச் சறுவேசுரன் ஆரெண்ணும் அவர் எப்படிக் கொத்தவரெண்ணும் அவருக்குண்டான தேவ லெஷ்சனங்களேதெண்ணும் அவருடைய கிறுபையுள்ள சித்தமேதெண்ணும் அவரருளிச் செய்த வேதமானது யெப்படிக் கொத்ததெண்ணும் பாவங்களைத் தள்ளுகிறத்துக்கு உபாயமேதெண்ணும் புண்ணியங்களைச் செய்கிறத்துக்குத் தந்திரங்களேதெண்ணும் பரலோகத்தினு டைய வற்றவானங்கள் யேதெண்ணும் ஊழிகாலமுள்ள மோஷ்ச ராச்சியமேதெண்ணும் மோஷ்ச ராச்சியத்துக்குபோற வழி யேதெண்ணும் சறுவேசுரனோடே ஒருகட்டாயிருக்கிறத்துக்கு மெய்யான வகை யேதெண்ணும் ஞானமுள்ள நடக்கையை

நடந்துகொள்ளுகிறத்துக்கு வேண்டின பெலன் இன்னதெண்ணும் விசுவாசத்தினுடைய வற்றவானங்களும் சகல புண்ணியங்களுடைய வற்றவானங்களும்ச் சறுவேசுரனுக்குப் பொருந்தியிருக்கிற ஆராதினைகள் இன்னதெண்ணும் இது முதலான ஞாயங்கஎெல்லாத்தையும்த் தேவ வெளிச்சமுள்ள ***[ஓலை 73 பின் பக்கம்]*** மனுஷனானவன் உத்தம பிறகாரமாக அறிகிறத்துக்குக் கல்வியுள்ளவனாயிருக்கிறான்.

தேவப்பொருள்களிலேயும் லோகப்பொருள்களி லேயும் அப்படிக் கொத்த ஞானமுள்ள மனுஷ்சனானவன் புத்தியுடைத்தானவனுமாய் அறிவுள்ளவனுமாயிருப்பா னென்கிறத்துக்குச் சந்தேகமில்லை.

அப்படிக் கொத்த பிறகாசமுடைத்தானவனுடைய இருதயத்திலே அளவில்லாத ஞானமுள்ளவருமாய் எல்லாத்தையும் அறிஞ்சுகொள்ளுகிறவருமாய் இருக்கிற தயாபரனான சறுவேசுரன் வாசமாயிருக்கிறபடியினாலே அவன் பூலோகத்துக்கடுத்த காரியங்களை அறிஞ்சுகொள்ளுகிறத்துக்கானாலும் பரலோகத்துக்கடுத்த காரியங்களை அறிஞ்சுகொள்ளுகிறத்துக்கானாலும் அவனுக்குக் கடினமாக யிருக்காதெண்ணு சொல்லவேணுமொழிய மற்றப்படியல்ல.

இந்த அறிவுள்ளத் தேவ வெளிச்சமில்லாத பேர்களோவென்றால் ஞானப் பொருள்களிலே பயித்தியமுள்ளவர்களெண்ணும்ப் பரமாத்தமுடைத்தானவர் களெண்ணும் [பரமாத்தம்: பரமாற்தம்: அறியாமை] மதி கெட்டவர்களைப்போலே நடந்துகொள்ளுகிறவர்க ளெண்ணும் மெய்யான சறுவேசுரனை அறியாமல் யிருக்கிறவர்களெண்ணும் இருளான புத்தியுடைத்தானவர்க

ளெண்ணும் மோஷ்சத்துக்கான வழியை அறிஞ்சுக்கொள் ளாமல் யிருக்கிறவர்களெண்ணும்ச் சொல்லப்படும்.

இதிநிமித்தியமாக நீங்கள் தமிளரும் இசலாமான பேர்களும் அந்தந்தத் தப்பிதமான வழிகளிலே நடக்கிற பேர்கலெல்லாரும் ஞான வெளிச்சமில்லாதவர்களா யிருக்கிறபடியினாலே உங்களை ரெஷ்சித்துக்கொண்டு வருகிற கிறீஷ்த்து யேசுவென்கிற மெய்யான சுதனாகிய சறுவேசுரனுடைய வற்றவானங்களை யெல்லளவாகிலும் [அதாவது: எள்ளளவாகிலும்] அறியமாட்டாமல் யிருக்கிறீர்கள்.

நீங்கள் யெத்தினை ஞாயங்களைக் கேட்டாலும் பழையபடிபோலேக் குறுட்டாட்டமுள்ளவர்களாய் யிருக்கிறீர்களொழிய மற்றப்படியல்ல. உங்களுக்குண்டான இருளான புத்தியையும் குருட்டாட்டமுள்ளப் பயித்தியத்தையும் நீங்கள் நண்ணாக அறிஞ்சுகொண்டு மனஷ்த்தாபமாகத் தபசு பண்ணி உங்களை வெளிச்சமாகப் பண்ணிக்கொண்டு வருகிற தயாபரனான சறுவேசுரனை விசுவாசமுள்ள மனசோடேப் பிறாத்திச்சுக்கொண்டீர் களானால் அவருடைய அனுக்கிறகத்தினா **[ஓலை 74 முன் பக்கம்]** லேயும்த் தேவ சகாயத்தினாலேயும் ஞான வெளிச்சமுள்ளவர்களாயிருப்பீர்களென்கிறத்துக்குச் சந்தேகப்படத் தேவயில்லை.

இப்படிக் கொத்த ஞான வெளிச்சமுள்ள பேர்களாயிருந்தீர்களானால் சறுவேசுரனுடைய தயவையும் கிறுபையையும் ஞானத்தையும் ஆசிறுபாதத்தையும் அடைகிறத்துக்கு இடமுண்டாயிருக்கும்.

நீங்கள் சறுவேசுரன் அருளிச் செய்த கற்பினைகளை அறிகிறத்துக்கும் அதுகளைக்

கைய்க்கொள்ளுகிறத்துக்கும் அதின்படியே நடக்கிறத்துக்கும் இடமுண்டாயிருக்கும்.

எல்லாத்திலும் பாற்கச் சறுவசுரனைச் சினேகிக்கிறத்துக்கும் தன்னைத் தான் சினேகிக்குமாப் போலே மத்தெல்லாரையும் சினேகிக்கிறத்துக்கு இடமுண்டாயிருக்கிக்கும்.

லோக ஆசையை விடுகிறத்துக்கும் கிரீஷ்த்துவின் பேரிலே விசுவாசிக்கிறத்துக்கும் இடமுண்டாயிருக்கும். பிசாசினுடைய குணத்தைத் தள்ளுகிறத்துக்கும் இழந்துபோன தேவசுரூபத்தை மறுபடியடைகிறத்துக்கும் இடமுண்டாயிருக்கும்த் தாஷ்சியுள்ள மனசாயிருக்கிறத்துக்கும் மனசினாலே தரித்திரமுள்ள பேர்களாயிருக்கிறத்துக்கும் இடமுண்டாயிருக்கும்.

இது யிப்படி யிருக்கச் செயிதே நீங்களித்தையில் வரைக்கும் லோகத்தினுடைய யெத்தினை வித்தைகளைப் படிச்சாலும் யெத்தினை லோக அறிவுள்ள சாஷ்த்திரங்களைக் கற்றாலும் இதுகளை விட்டுத் தேவ அறிவுள்ள ஞான வெளிச்சத்தையுடைத்தானவர்களாயிருக்கத் தக்கதாகப் பிறகாசமாயிருக்கக்கடவீர்களொழிய மற்றப்படியல்ல.

யிப்படி பிறையாசமாயிருந்துச் சறுவேசுரன் திருவிளம்பத்தின திருவசனங்களை நம்பிக்கையுள்ள மனசோடே கேட்டு அதின்படியே குறையத்த பிறகாரமாக நடந்தீர்களானால் அளவில்லாத தயவுள்ள சறுவேசுரன் உங்களைக் கிறுபையோடே பாத்து உங்களுக்குண்டான இருளான புத்தியை நீக்கி ஞானமுள்ள புத்தியை யுங்களுக்கு உண்டாயிருக்கப் பண்ணிக்கொண்டு வருவாரெண்ணு கெட்டி மனதாயிருக்கக்கடவீர்கள்.

இப்படிக் கொத்த ஞானமுள்ள புத்தியினுடைய கூர்மையினாலே ஆத்துமத்துக்கு இசைகேடாயிருக்கிற தின்மைகளையும் ஆற்றுமத்துக்குத் தேவையாயிருக்கிற நன்மைகளையும் அறிஞ்சுகொள்ளுவீர்களென்கிறது மல்லாமல் நரகத்துக்குப்போற வழியையும் மோஷ்சத்துக்குப்போற மெய்யான வழியையும் தப்பிதமில்லாமல் அறிஞ்சுகொள்ளுவீர்களென்கிறத்துக்குச் சந்தேகமில்லை.

## பிரசங்கம் 25: திரித்துவராய் இருக்கிற ஏக சறுவேசுரனோடே ஒருகட்டாயிருக்கிற வர்த்தமானங்கள்

**<u>யெறுசலேயமென்கிற கோவிலிலே சொல்லப்பட்ட இருபத்தஞ்சாம் பிறசங்கம்:</u>**

***[ஓலை 74 பின் பக்கம்]*** போன பிறசங்கத்திலே அளவில்லாத ஞானமுள்ள சறுவேசுரன்த் தபசு பண்ணுகிற பேர்களை வெளிச்சமாக பண்ணிக்கொண்டு வருகிற வத்தவானங்களை யுங்களுக்கு வெளிப்படுத்தினோமே. யிந்தப் பிறசங்கத்திலே திறீத்துவவானாயிருக்கிற ஏக சறுவேசுரனோடே ஒருகட்டாயிருக்கிற வற்றவானங்களை யுங்களுக்கு சுருக்கமாக வெளிப்படுத்துவோம்.

அதெப்படியென்றால் நாமெல்லாரும் பிசாசினுடைய தந்திரங்களினாலே நம்முடைய ஆங்காரமுள்ள மனசினாலேயும் மெய்யான சறுவேசுரசுரனை விட்டு அவருடைய கிறுபையில்லா மலும்த் தயவில்லாமலும் ஆசிறுபாதமில்லாமலும் சாபமுள்ள பேர்களாயிருக்கிறோம் மென்கிறபடியினாலே அவருடைய கிறுபையையும்த் தயவையும் ஆசிறுபாதத்தையும் இழந்துபோன மோட்சத்தையும் மறுபடி அடையத் தக்கதாக அவரோடே ஒருகட்டாயிருக்க வேணுமொழிய மற்றப்படியல்ல. முன்னாலே சறுவேசுரனானவர் மனுஷருக்குத் தம்முடைய ஞானமும் நீதியும் பெலமும் மகிமையும் இது முதலான நன்மைகளையும் உண்டாயிருக்கப் பண்ணினபடியினாலே மனுஷரெல்லாரும் அந்தக் காலத்திலே அவரோடே ஒருகட்டாயிருந்தார்களெண்ணு வேத வாக்கியத்தினாலே அறிஞ்சிருக்கிறோம்.

ஆனால் மனுஷரெல்லாரும் சறுவேசுரனுக்குக் கீழ்ப்படியாமல் பிசாசினுடைய மனதின்படியே பாவத்தை செய்தபடியினாலே அந்த நன்மைகளெல்லாத்தையும் இழந்து போனதுமல்லாமல்ப் பாவத்திலே நிலைகொண்ட மனசை யடைஞ்சு பிசாசோடே ஒருகட்டாயிருக்கிற அடுமைகளாய்ப் போனார்கள்.

இதிநிமித்தியமாக பிசாசை விட்டுச் சறுவேசுரனோடே ஒருகட்டாயிருக்கப் பண்ணாதே போனால் கெதிமோட்சத்தை அடைய மாட்டோம். எந்தப் பிறகாரமாகச் சறுவேசுரனோடே நாம் ஒருகட்டாயிருக்கலாமெண்ணு கேட்கும்போது பாவங்களென்னப்பட்டதெல்லாத்தையும் முழு மனசோடே விட்டுச் சகல புண்ணியங்களை உத்தம பிறகாரமாக செய்துகொண்டு வந்தோமானால் அவரோடே ஒருகட்டா **[ஓலை 75 முன் பக்கம்]** யிருக்கலாமெண்ணு அறியக்கடவோம். முந்த முந்த நம்மோடே அயிக்கம் பண்ணுகிறவராயிருக்கிற சறுவேசுரன் ஆறெண்ணும் நண்னாக அறிய வேணும்.

அவர் யெங்கும் நிறைஞ்சிருக்கிறவராயிருக்கிற படியினாலே அவரோடே அயிக்கம் பண்ணுகிற நாங்கள்ப் பயமுள்ள மனசாயிருக்க வேணும். அவர் அற்பப் பாவமில்லாமல் அளவில்லாத ஞானமாயிருக்கிறபடி யினாலே அவரோடே அயிக்கம் பண்ணுகிற நாங்கள் பாவசம்மந்தமாயிருக்கிற காரியங்களெல்லாத்தையும் தள்ளி ஞானமுள்ள நடக்கையை நடந்து கொள்ள வேணும். அவர் அளவில்லாத நீதியுள்ளவராயிருக்கிறபடியினாலே அவரோடே அயிக்கம் பண்ணுகிற நாங்கள் நீதியுள்ளவர்களாயிருக்க வேணும். அவர் அளவறுக்கப் படாத கிறுபையுள்ளவரா யிருக்கிறபடியினாலே

அவரோடே அயிக்கம் பண்ணுகிற நாங்கள் கிறுபை யுள்ளவர்களாயிருக்க வேணும்.

அளவில்லாத சத்தியமுள்ளவராயிருக்கிறபடி யினாலே அவரோடே அயிக்கம் பண்ணுகிற நாங்கள் சத்தியமுள்ளவர்களாயிருக்க வேணும். அவர் அளவில்லாத பெலமுள்ளவராயிருக்கிறபடியினாலே அவரோடே அயிக்கம் பண்ணுகிற நாங்கள்ப் புண்ணியங்களைச் செய்கிறத்துக்கு பெலனுள்ளவர்களாயிருக்க வேணும். அவர் அளவில்லாத சினேகிதமுள்ளவராயிருக்கிறபடி யினாலே அவரோடே அயிக்கம் பண்ணுகிற நாங்கள் அவரவருக்குச் சினேகிதமாயிருக்க வேணும். அவர் அளவில்லாத சகல நன்மை சுவாபமாயிருக்கிறபடியினாலே அவரோடே அயிக்கம் பண்ணுகிற நாங்கள் சகல நன்மையுடைத்தானவர்களாயிருக்க வேணும்.

இப்படிக் கொத்த திறீத்துவவானாயிருக்கிற ஏக சறுவேசுரனோடே அயிக்கம் பண்ணுகிற பேர்களெல்லாரும் ஆகாத விசாரங்களையும் துன்மாற்கமுள்ள மனசையும்ச் சறுவேசுரனுக்குப் பொருந்தாத பாவங்களையும்த் தேவசகாயத்தினாலே விடவேணுமென்கிறதுமல்லாமல் விசுவாசமுடைத்தானவர் களுமாய் நம்பிக்கையுள்ளவர்களுமாய்ப் பொறுமையுள்ள வர்களுமாய் சுத்தாங்கமுள்ள மனசைக் கொண்டிருக்கிறவர் களுமாய்த் தாயமுள்ளவர்களுமாய் [அதாவது: மேன்மையுள்ளவர்களுமாய்] சமாதானமுள்ளவர்களு மாயிருக்க வேணுமொழிய மற்றப்படியல்ல.

இப்படிக் கொத்த பேர்களோடே பிதா சுதன் இசிப்பிரீத்து சாந்துயென்கிற திறீத்து **[ஓலை 75 பின் பக்கம்]** வமாகிற ஏக சறுவேசுரன் கிறுபையாக அயிக்கம்

பண்ணியவர்களிடத்திலே யெப்போதும் வாசமாயிருப்பா ரென்கிறத்துக்குச் சந்தேகமில்லை.

அதேதென்றால் நம்மை உயித்தம் பிறகாரமாக உண்டாக்கி நடத்தி லெஷ்சித்துக்கொண்டு வருகிற தயாபரனான சறுவேசுரன் நம்முடைய இறுதயத்திலே வாசமாயிருக்கிறத்துக்குக் கிறுபையுள்ள சித்தமாயிருக் கிறார்.

அவர் இப்படி கிறுபையுள்ள சித்தமாயிருக்கிறபடி யினாலே தப்பிதமான வழிகளிலே நடக்கிற பாவிகளாயிருக்கிற யெங்களுக்குத் தம்முடைய ஞானமுள்ள வேதத்தை அருளிச் செய்தார்.

அப்படிக் கொத்த அருளிச் செய்த வேதத்திலே அவரோடே ஒருகட்டாயிருக்கிறத்துக்கு மெய்யான வகை யேதெண்ணு அவரவருக்கு வெளிச்சமாக வெளிப்படுத் தினார். இதிநிமித்தியமாகச் சறுவேசுரனோடே ஒருகட்டாயிருக்க வேணுமென்கிற பேர்களெல்லாரும் அவரருளிச் செய்த வேதத்தை நண்ணாகக் கேழ்க்கத் தக்கதாகவும் வாசிக்கத் தக்கதாகவும் அறியத் தக்கதாகவும் இதிலே காண்பிச்ச வழியை குறையத்த பிறகாரமாக நடக்கத் தக்கதாகவும் கருத்துள்ள மனசாய் யிருக்க வேணுமொழிய மற்றப்படியல்ல.

இது தவிர அளவறுக்கப்படாத தயவுள்ள சறுவேசுரன் தம்மோடே ஒருகட்டாயிருக்க வேணுமென்கிறத்துக்காக ஞானஷ்த்தானமென்கிற பரமரகசியத்தை நமக்குச் சகாயமாக உண்டாக்கினார்.

இப்படிக் கொத்த ஞானஷ்த்தானமென்கிற பரமரகசியத்தை விசுவாசமுள்ள நம்பிக்கையுள்ள

மனசோடேயும் பெறுகிற பேர்களெல்லாரும்ச் சறுவேசுரனோடே சமாதானமுள்ள உடம்பிடிக்கை பண்ணி அவரோடே ஒருகட்டாயிருக்கலாமெண்ணு வேத வாக்கியத்தினாலே அறிஞ்சிருக்கிறோம்.

ஆனபடியினாலேத் தமிளரானாலும் இசிலாமான பேர்களென்கிலும் கிறீஷ்த்து யேசு நாதர் பேரிலே விசுவாசமில்லாத பேர்களெல்லாரும் மெய்யான சறுவேசுரனோடே ஒருகட்டாயிருக்க வேணுமானால் ஞானஷ்த்தானமென்கிற இந்தப் பரமரகசியத்தை விசுவாசமுள்ள மனசோடே பெறவேணுமென்கிறத்துக்கு ஞாயமாயிருக்கும். ஞானஷ்த்தானம் பெற்ற பேர்களெல்லாருக்கும்த் தயாபரரான சறுவேசுரன் நற்கருணையென்கிற பரமரகசியத்தைச் சகாயமாக உண்டாக்கினார். இந்த நற்கருணையென்கிற பரமரகசியத்தினாலே ***[ஓலை 76 முன் பக்கம்]*** கிறீஷ்த்து யேசு வென்கிற மெய்யான சுதனாகிய சறுவேசுரனுடையத் திருச்சரீரத்தையும்த் திருரெத்தத்தையும் மெய்யாகவே வாங்கிக் கொள்ளுகிறோமென்கிறபடியினாலே நாங்கள் அவரோடே ஒருகட்டாயிருக்கக்கடவோம் மென்கிறத்து க்குச் சந்தேகப்படத் தேவயில்லை.

ஆனபடியினாலே மனஷ்த்தாபத்தோடேயும் ஒழுக்கத்தோடேயும் தாஷ்ச்சியுள்ள மனசோடேயும் நற்கருணையென்கிற இந்தத் தேவ பரம ரகசியத்தை அநேகந்தரமாக வாங்கி கொள்ளுகிறத்துக்குக் கருத்துள்ள மனசாயிருக்க வேணும். குருப்பட்டமுள்ள பேர்கள் சறுவேசுரனுடைய இஷ்த்தானத்திலே யிருக்கிறவர்களென் கிறபடியினாலே அவர்களோடே சஞ்சாரம் பண்ணத்தக்கதாகவும் அவர்கள் சொல்லிக்கொண்டு வருகிற உபதேசங்களைக் கேட்கத் தக்கதாகவும்

அவர்களுடைய வாக்கினாலே சறுவேசுரன் கற்பிற்றருளின பிறகாரமாக பாவப் பொறுத்தலைக் கைக்கொள்ளத் தக்கதாகவும் அவர்கள் சொன்ன வசனத்தின்படியே ஞானமாய் நடக்கத் தக்கதாகவும் யெப்போதும் பிறையாசமாயிருக்க வேணும்.

இப்படி பிறையாசமாயிருந்தோமானால் யெங்கும் நிறைஞ்சிருக்கிற சறுவேசுரனோடே ஒருகட்டாயிருக்கிறத்துக்கு இடமுண்டாயிருக்கும். தயாபரனான சறுவேசுரன் நம்மோடே ஒருகட்டாயிருந்துத் தம்முடைய கிறுபையினாலேயும் ஞானத்தினாலேயும் ஆசிறுபாதத்தினாலேயும் நம்முடைய இடத்திலே வாசமாயிருந்தால்ச் சகல பாவங்களைத் தள்ளுகிறத்துக்கும் சகல புண்ணியங்களைச் செய்கிறத்துக்கும் பெலமுள்ளவர்களா யிருக்கிறோம்.

பிசாசானது நமக்கு யெத்தினை உபாய தந்திரங்களைப் பண்ணிக்கொண்டு வந்தாலும் லோகம் யெத்தினை அனுபவங்களை வருத்திவிச்சாலும் பாவிகளாயிருக்கிற பேர்கள் நம்முடைய பேரிலே யெத்தினை வற்மமாயிருந்தாலும் னாலு திக்கிலேயும் நமக்கு யெத்தினை தின்மைகள் வந்தாலும் யெல்லாத்துக்கும் கற்றனாயிருக்கிற சறுவேசுரனோடே ஒருகட்டாயிருந்தோமானால் பூலோகத்திலேயானாலும் பரலோகத்திலேயென்கிலும் ஒருவரும் நமக்குச் சேதம் பண்ணக் கூடாதெண்ணுக் கெட்டி மனசொடே நம்பிக்கையாக யிருக்கக்கடவோம் சறுவேசுரன் **[ஓலை 76 பின் பக்கம்]** நம்மோடே யித்தினை பெலமுள்ள கட்டாயிருக்கிறபடியினாலே நாமும் சகலமான ஞானமுள்ளவர்களோடேயும் சகல புண்ணியங்களுடைத்தானவர்களோடேயும் ஒரு சினேகிதமுள்ள கட்டாயிருக்க வேணுமோழிய மற்றப்படியல்லச் சறுவேசுரனோடேயும்

ஞானமுள்ளவர்களோடேயும் ஒருகட்டாயிருக்கிற பேர்களுடைய அடையாளங்களோ வென்றால் ஒன்பது அடையாளங்களுண்டெண்ணு சொல்லக்கடவோம். அதில்

- முதலாவது பாவத்தைப் பரிக்கிறகம் பண்ணிப் போடுகிறது [பரிக்கிறகம் பண்ணுகிறது: *to destroy, lay waste*].
- ரெண்டாவது லோகத்தையும் லோகசம்மந்தமா யிருக்கிற சோதினைகளெல்லாத்தையும்ச் செயம் பண்ணிப் போடுகிறது.
- மூணாவது பரலோகத்துக்குப்போற ஞானமுள்ள விசாரங்களைக் கொண்டிருக்கிறது.
- னாலாவது யேசு நாதர் அருளிச் செய்த கற்பனைகளின்படியே உத்தம பிறகாரமாக நடக்கிறது.
- அஞ்சாவது கிறீஷ்த்துவின் பிறகே சென்று அவர் செய்துகொண்டு வந்த புண்ணிய[ங்களை]ச் செய்துகொண்டு வருகிறது.
- ஆறாவது கிறீஷ்த்துவின் பேரிலே விசுவாசமுள்ள பேர்களைச் சகோதரங்களைப்போலே முழு மனசோடே சினேகிச்சுக்கொண்டு வருகிறது.
- ஏழாவது சிலுவையிலே அறையுண்ட ஏசு நாதரை எல்லாருக்கு[ம்] முன்பாகத் தயிரியமுள்ள மனசோடே அறிக்கை பண்ணுகிறது.
- எட்டாவது யேசு நாதரோடே சம்புவிச்ச தின்மைகளெல்லாத்தையும் பொறுமையாக அனுபவிக் கிறது.
- ஒன்பதாவது இந்தச் சரீரத்தை விட்டு மோஷ்ச ராச்சியத்தை ஆளுகிற கிறீஷ்த்து யேசு நாதருடைய

சமூகத்திலே ஊழியுள்ள காலமிருக்க ஆசையாயிருக்கிறது.

இந்த ஒன்பதடையாளங்களும் உங்களிடத்திலே இருந்தால் நீங்கள் திறீத்துவவானாயிருக்கிற ஏக சறுவேசுரனோடே இந்தப் பூலோகத்திலே ஒருகட்டா யிருப்பீர்களென்கிறது மல்லாமல்ப் பரலோகத்திலே அவரோடே யூழியுள்ள கால[ம்] ஒருகட்டா யிருப்பீர்க ளென்கிறத்துக்குச் சந்தேகமில்லை.

# பிரசங்கம் 26: சறுவேசுரனோடே ஒருகட்டாயிருக்கிற பேர்களுடைய வர்த்தமானங்கள்

**யெறுசலேயமென்கிற கோவிலிலே சொல்லப்பட்ட இருபத்தாறாம் பிறசங்கம்:**

***[ஓலை 77 முன் பக்கம்]*** போன பிறசங்கத்திலே திறீத்துவவானாயிருக்கிற ஏக சறுவேசுரனோடே ஒருக்கட்டாயிருக்கிற வற்றவானங்களை உங்களுக்கு வெளிப்படுத்தினோமே. இந்தப் பிறசங்கத்திலே சறுவேசுரனோடே ஒருகட்டாயிருக்கிற பேர்களுடைய வற்றவானங்களை உங்களுக்கு வெளிப்படுத்துவோம்.

அதெப்படியென்றால்ச் சறுவேசுரனோடே ஒருகட்டாயிருக்கிற பேர்களெல்லாரும் சுத்தமான பேர்களாயிருக்க வேணுமென்கிறதுமல்லாமால் ஞானத்தி லேயும் நீதியிலேயும் சுத்தாங்கமுள்ள மனசிலேயும் விசுவாசத்திலேயும் நம்பிக்கையிலேயும் இது முதலான நன்மைகளிலே அனுதினமும் வளரத்தக்கதாகப் பிறையாசமாயிருக்க வேணும். யெவர்களுக்கானாலும்த் தயாபரனான சறுவேசுரன்ப் பாவங்களைக் கிறுபையாகப் பொறுத்துக் கொண்டார்.

அவர்கள் பாவத்துக்கு இனிமேல்ச் சம்மதிக்க ஒண்ணாது. யெவர்களோடும் சறுவேசுரனுடையப் புண்ணியத்தினாலே ஆகாத புத்தியைத் தள்ளினார்கள். அவர்கள் இனிமேல் ஆகாத புற்றியின்படியே நடக்காமல் ஞானமுள்ள புற்றியின் படியே நடக்க வேணும். யெவர்களானாலும் பிசாசினுடைய உபாய தந்திரங்களை

அறிஞ்சுச் சறுவேசுரனுடைய அனுக்கிறகத்தினாலே விட்டார்கள்.

அப்படிக் கொத்தவர்கள் மறுபடியும் பிசாசுக்கு அடுமைகளாயிருக்காமல்ச் சறுவேசுரனுக்குப் பிறியமுள்ள பிள்ளைகளாயிருக்க வேணும். யெவர்களோடும்த் தேவசகாயத்தினாலேத் துன்மனசையும்த் துன்மனசினாலே வருகிற அக்கிறமங்களையும் நீக்கிப் போட்டார்கள்.

அவர்கள் தள்ளினத் துர்மனசின்படியே இனிமேல்ச் செய்யாமல்ச் சறுவேசுரனுடைய மனசின்படியேச் சகல நன்மையுள்ள காரியங்களைச் செய்ய வேணுமொழிய மற்றப்படியல்ல. யெவர்களானாலும் வெளிச்சமுள்ள புத்திக் கண்களினாலே இந்தப் பூலோகத்தினுடைய அழிஞ்சுபோற பாக்கியங்களை அறிஞ்சு பரலோகத்தினு டைய அழியாத பாக்கியங்களை ஆசையுள்ள மனசோடே தேடத் துவக்கினார்கள்.

அப்படிக் கொத்தவர்கள் லோகத்தினுடைய அழிஞ்சு போற பாக்கியங்களை ம ***[ஓலை 77 பின் பக்கம்]*** றுபடியும் ஆசைப்படாதபடிக்குப் பிறையாசமாய்ப் பாத்துக்கொண்டு வரவேணும்.

யெவர்களோடும்ச் சறுவேசுரனுடைய பெலத்தினா லே ஊழிகாலமுள்ள மோட்சத்தை ஆசையோடே தேடத் துவக்கினார்கள் அவர்களுடைய மனசு யிந்தப் பூலோகத்திலே குடியாயிருக்காமல் பரலோகத்திலே குடியாயிருக்க வேணும்.

யெவர்களானாலும் திறீத்துவவானாயிருக்கிற ஏக சறு வேசுரனோடே ஒருகட்டாயிருக்கிறார்கள். அவர்கள் பிசாசோடே ஆனாலும் பாவிகளாயிருக்கிற பேர்களோடே

ஆனாலும் ஒருகட்டாயிருக்காமல்ச் சறுவேசுரனுக்கு யெப்போதும்க் கீழ்ப்படிஞ்சு நடக்க வேணும்.

யெவர்களோடும்ச் சறுவேசுரனுடையச் சினேகிதத்தை அடைஞ்சார்கள். அவர்கள் லோகத்தினுடைய சினேகிதத்தைத் தேடாமல் ஒருகண்ட சீராய்ச் சறுவேசுரன் பேரிலே எப்போதும் பற்றியாயிருக்க வேணும்.

யெவர்களானாலும் ஞானமுள்ள நடக்கையை நடந்து கொள்ளுகிறத்துக்குத் துணிந்தார்கள். அவர்கள் சோம்பறையாயிராமல் ஞானத்தின் பேரிலே எப்போதும் கவனமாயிருக்க வேணும்.

யெவர்களானாலும் புண்ணியங்களைச் செய்யத் துவக்கினார்கள். அவர்களும் மறனபரியந்தம் புண்ணியவான்களாயிருக்க தக்கதாகக் கருத்துள்ள மனசாயிருக்க வேணும்.

இப்படி கருத்துள்ள மனசாயிருக்கிற பேர்களெல்லாரும் சறுவேசுரனோடே ஒருகட்டாயிருக்கிறவர்களென்று சொல்லப்படும்.

அதேதென்றால் யெவர்களுடைய இறுதயத்திலே அளவில்லாத ஞானமுள்ள சறுவேசுரன் வாசமாயிருந்தால் அவர்களுடைய இருதயத்துக்கு

- தேவஞானம் உண்டாயிருக்கும்.
- தேவநீதியுண்டாயிருக்கும்.
- தேவபெலமுண்டாயிருக்கும்.
- தேவகிறுபையுண்டாயிருக்கும்.
- தேவமகிமையுண்டாயிருக்கும்.

- தேவ ஆசிறுபாதம் உண்டாயிருக்கும்.
- தேவசகாயம் முண்டாயிருக்கும்.
- தேவநன்மையுண்டாயிருக்கும்.
- தேவபிறசாதமுண்டாயிருக்களும்.

இப்படிக் கொத்த

- தேவபிறசாதமுள்ள பேர்களுக்கு சத்தியமான விசுவாசம் உண்டாயிருக்கும்.
- விசுவாசமுள்ள பேர்களுக்கு சற்றியமான நம்பிக்கையுண்டாயிருக்கும்.
- நம்பிக்கையுள்ளவர்களுக்கு சற்றியமான உண்மையுண்டாயிருக்கும்.
- உண்மையுள்ளவர்களுக்கு **[ஓலை 78 முன் பக்கம்]** ச் சற்றியமான சமாதானமுண்டாயிருக்கும்.
- சமாதானமுள்ளவர்களுக்குச் சற்றியமானச் சினேகிதம் முண்டாயிருக்கும்ச்
- சினேகிதமுள்ள பேர்களுக்குச் சற்றியமான பற்றியுண்டாயிருக்கும்.
- பற்றியுள்ளவர்களுக்கு ஞானப் பயமுண்டாயிருக்கும்.
- ஞானப் பயமுள்ளவர்களுக்குச் சற்றியமுள்ள தவசுயுண்டாயிருக்கும்த்
- தவசுள்ளவர்களுக்குச் சற்றியமான பொறுமையுண்டாயிருக்கும்.
- பொறுமையுள்ளவர்களுக்குச் சற்றியமான தாபமுண்டாயிருக்கும்.
- தாபமுள்ளவர்களுக்கு ஞான நடக்கையுண்டாயிருக்கும்.
- ஞான நடக்கையுள்ள பேர்களுக்கு எப்போதுமுள்ள பிறையாசமுண்டாயிருக்கும்.

- ஆற்றுமத்துக்காக பிறையாசமுள்ள பேர்களுக்[குக்] கெதி மோஷ்சம் உண்டாயிருக்கும்.
- கெதி மோஷ்சமுள்ள பேர்கள்ச் சறுவேசுரனோடே யெண்ணெண்ணைக்கும் ஒருகட்டாயிருப்பீர்களென் கிறத்துக்குச் சந்தேகமில்லை.

யெவர்களுடைய இடத்திலே இப்படி சொல்லப்பட்ட புண்ணியங்கள் யுண்டாயிருக்காதே போனால் அவர்களோடே சறுவேசுரன் ஒருகட்டாயிருக்க மாட்டார். ஆனபடியினாலே சறுவேசுரனுக்குப் பொருந்தியிருக்கிற புண்ணியங்களை உத்தம பிறகாரமாகச் செய்துகொண்டு வரத்தக்கதாக முழு மனசோடே பிறையாசமாயிருக்க வேணும். இப்படி பிறையாசமாயிருக்க வேணுமென்கிறத்துக்காகச் சறுவேசுரன்த் திருவிளம்பத்தின திருவசனங்களை

- இடைவிடாமல் விசுவாசமுள்ள மனசோடே கேழ்க்கிறத்துக்கும்ச்
- சந்தோஷமுள்ள மனசோடே தரிக்கிறத்துக்கும்
- பிறையாசமுள்ள மனசோடே அதின்படியே நடந்து கொள்ளுகிறத்துக்கும் கவனமாயிருக்க வேணும்.

அதேதென்றால்ச் சறுவேசுரன் திருவிளம்பத்தினத் திருவசனம் புண்ணியங்களைச் செய்கிறத்துக்கு ஞான விரையாயிருக்கிறதுந் தவிர நம்முடைய ஆற்றுமத்தை வளக்கிற ஞானப்பாலாயிருக்குதெண்ணு சொல்ல வேணுமொழிய மற்றப்படியல்ல.

ஆனபடியினாலே நல்ல விரையை உத்தமமான நிலத்திலே தெளித்தால் நல்ல செழும்பலாய் வளர்கிறாப் போலேயும் நல்ல கனிவற்கங்களைக்

குடுக்கிறாப்போலேயும் அந்தப்படியே சறுவேசுரன்த் திருவிளம்பத்தின திருவ **[ஓலை 78** பின் பக்கம்] சனமென்கிற ஞானவிரையை உத்தமமான இருதயமென்கிற நிலத்திலே தெளித்தால் நல்ல ஞானமுள்ள செழும்பலாய் வளருகிறதுந் தவிர நல்ல ஞானமுள்ள கனிவற்கங்களைக் குடுக்குமென்கிறத்துக்குச் சந்தேகப்படத் தேவயில்லை.

பின்னையும் ஒரு பிள்ளையானது தந்தாயினுடைய முலைப்பால்க் குடிக்கிறத்தினாலே நாளுக்குநாள் முகக்கிளத்தியாய் வளருகிறாப்போலே அந்தப்படியேச் சறுவேசுரனுக்குப் பிறியமான ஞானமுள்ள பிள்ளையானது திருவசனமென்கிற ஞானப்பால்க் குடிக்கிறத்தினாலே நாளுக்குநாள் ஞான வளத்தியா வளருமென்கிறத்துக்குச் சந்தேகமில்லை.

இது இப்படியிருக்கச் செயிதேச் சறுவேசரன்த் திருவிளம்பத்தினத் திருவசனங்கள் நம்முடைய ஆற்றுமத்துக்கு அண்ணுள்ள [அதாவது: அன்றன்றுள்ள] பிறசாதமாயிருக்க வேணும். இது தவிர ஞான இஷ்த்தானத்திலேச் சறுவேசரனோடே பண்ணின உடம்பிடிக்கை யெப்போதும் நினைக்கிறத்தினாலே செய்ய வேண்டின புண்ணியங்களைச் செய்கிறத்துக்குப் பெலனாயிருக்கக்கடவோம்.

அதேதென்றால் ஞானஷ்த்தானத்திலேத் தயாபர ரான சறுவேசுரன் யெங்களிடத்திலே யெப்போதும் சகாயமாக இருக்கிறத்துக்கு வாத்தைப்பாடு கொடுத்தபடியினாலே அவர் யெஙகளை ஒருக்காலும் கைவிடாமல் அண்ணாடகம் எங்களுக்கு அனுக்கிறகம் பண்ணுவாரெண்ணுக் கெட்டி மனசாயிருக்கக் கூடுமொழிய மற்றப்படியல்ல.

பாவங்களைத் தள்ளத் தக்கதாகவும் புண்ணியங் களைச் செய்யத் தக்கதாகவும் பெலயீனமாயிருந்தோ மானால் ஏசுநாதர் கட்டளையிட்ட நற்கருனை என்கிற பரமரகசியத்தை விசுவாசமுள்ள மனசினாலே வாங்கிக் கொள்ளுகிறத்தினாலேப் பெலமுள்ளவர்களாயிருக்கக்கட வோம்.

அதேதென்றால் நற்கருணை என்கிற பரமரகசியத்தி லே நம்முடைய நாதர் ஏசுக் கிறீஷ்த்துத் தம்முடைய திருச்சரீரத்தையும்த் தம்முடையத் திருரெத்தத்தையும் விசுவாசிகளாயிருக்கிற எங்களுக்குக் கொடுக்கிறபடி யினாலே அந்தத் திருச்சரீரத்தினாலேயும்த் திருரெத்தத்தி னாலேயும் வருகிற பலன்களெல்லாத்தையும் கொடுத்துக் கொண்டு வருவாரென்கிறத்துக்குச் சந்தேகமில்லை.

திறீத்துவவானா யிருக்கிற ஏக சறுவேசுரன் எங்களுக்கு யித்தினை சகாயமாக யிருக்கிறபடியினாலே நாங்கள் நல்ல சாமர்த்தியமுள்ள சேவுகரைப்போலே எங்களுடைய ஆத்துமத் ***[ஓலை 79 முன் பக்கம்]*** துக்குக் கேடாக வருகிற சத்துருக்களாயிருக்கிற பிசாசையும் லோகத்தையும் கண்டிப்புள்ள சரீரத்தையும்ச் செயங்கொள்ளத் தக்கதாகக் கவனமாய்ப் பாத்துக்கொண்டு வரவேணும்யென்கிறதுந் தவிரச் சறுவேசுரனுடைய தேவசூருபத்துக்கும் தேவஞானத்துக்கும் தேவநீதிக்கும் தேவமகிமைக்கும் நாளுக்குநாள்ச் சரியாக யிருக்கத் கதக்கதாக கவனமாய்ப் பாத்துக்கொண்டு வர வேணும். இப்படிக் கவனமாய்ப் பாத்துக்கொண்டு வந்தோமானால்ப் புத்திக் குறைச்சலைத் தள்ளுகிறத்துக்கும் தேவ ஞானமுள்ள வெளிச்சத்தை அடைகிறத்துக்கும் இடமுண்டாயிருக்கும்.

மெய்யான சறுவேசுரனைச் சுத்தமாக அறிகிறத்துக்கு இடமுண்டாயிருக்கும். கிறீஷ்த்து யேசு நாதரானவர் நமக்கருளிச் செய்த தேவ பரமரகசியங்களையும் பண்ணிக்கொண்டு வருகிற உபகாரங்களையும்ப் பிறையோசனமாக அறிகிறத்துக்கு இடமுண்டாயிருக்கும்.

சறுவேசுரனுக்குப் பொருந்தியிருக்கிற புண்ணியங்களைச் செய்கிறத்துக்கு இடமுண்டாயிருக்கும். ஆற்றுமத்துக்கு வேண்டியிருக்கிற தேவ ஆறுதலைக் கொண்டிருக்கிறத்துக்கு இடமுண்டாயிருக்கும். இஷ்பிரீத்து சாந்துவினாலே வருகிற சமாதானத்தையும் சந்தோஷத்தையும் இது முதலான நன்மைகளையும் அடைகிறத்துக்கு இடமுண்டாயிருக்கும். பாவத்தினாலே இழந்து போன மோஷ்சானந்தத்தை மறுபடியும் பெறுகிறத்துக்கு இடமுண்டாயிருக்கும்.

ஊழிக்காலமுள்ள சீவியத்தையும் யெண்ணெண் ணைக்கும் அழியாத பாக்கியத்தையும் அடைகிறத்துக்கு இடமுண்டாயிருக்கும். திறீத்துவவானாயிருக்கிற ஏக சறுவேசுரநோடே முகிவில்லாமல் இப்போதும் யெப்போதும் யெண்ணெண்ணைக்கும் ஒருகட்டாயிருக்கிற த்துக்கு இடமுண்டா யிருக்கு மென்கிறத்துக்குச் சந்தேகப்படத் தேவயில்லை.

www.ingramcontent.com/pod-product-compliance
Lightning Source LLC
LaVergne TN
LVHW091259150826
845673LV00006B/1470

* 9 7 9 8 8 9 6 7 3 9 4 9 4 *